க.நா. சுப்ரமண்யனின்
தேர்ந்தெடுத்த சிறுகதைகள்

உள் அட்டையில் காணும் சிற்பக் காட்சியில், பகவான் புத்தரின் அன்னை மாயாதேவி கண்ட கனவின் பலனை மன்னர் சுத்தோதனருக்கு நிமித்திகர் மூவர் விளக்குகின்றனர். அவர்களுக்குக் கீழே அமர்ந்து அந்த விளக்கத்தை எழுதுகிறார் ஓர் எழுத்தர். எழுதும் கலையைச் சித்தரிக்கும் முதல் இந்தியச் சிற்பம் இதுவாகவே இருக்கலாம்.

நாகார்ஜுன் மலைச்சிற்பம் கி.பி. இரண்டாம் நூற்றாண்டு.
(படஉதவி: நேஷனல் மியூசியம், புது தில்லி)

க.நா.சுப்ரமண்யனின்
தேர்ந்தெடுத்த சிறுகதைகள்

தொகுப்பாசிரியர்
சா. கந்தசாமி

சாகித்திய அகாதெமி

Ka. Na. Su. Vin Thernthedutha Sirukathaigal: Anthology of short stories of Ka. Na. Subramaniyam, selected and compiled by Sa. Kandasamy, Sahitya Akademi, New Delhi, (Reprint 2018), Rs. 200/-

உரிமை © சாகித்திய அகாதெமி
தொகுப்பாசிரியர்: சா. கந்தசாமி
பொருள் : சிறுகதைத் தொகுப்பு
வெளியீடு : சாகித்திய அகாதெமி
முதல் பதிப்பு : 2012
இரண்டாம் பதிப்பு : 2018
ISBN: 978-81-260-4119-0
விலை : ₹ 200/-

All rights reserved. No part of this book may be reproduced or utilized in any form or by any means, electronic or mechanical including photocopying, recording or by any information storage and retrival system, without permission in writing from Sahitya Akademi.

சாகித்திய அகாதெமி

தலைமை : 'இரவீந்திர பவன்', 35, பெரோஸ்ஷா சாலை, புது தில்லி 110 001.
அலுவலகம் secretary@sahitya-akademi.gov.in | 011-23386626/27/28.

விற்பனை : 'ஸ்வாதி', மந்திர் சாலை, புது தில்லி 110 001.
அலுவலகம் sales@sahitya-akademi.gov.in | 011-23745297, 23364204.

கொல்கத்தா: 4, டி.எல். கான் சாலை, கொல்கத்தா 700 025.
rs.rok@sahitya-akademi.gov.in | 033-24191683/24191706.

சென்னை : குணா வளாகம், 443, இரண்டாம் தளம், அண்ணா சாலை, தேனாம்பேட்டை, சென்னை 600 018.
chennaioffice@sahitya-akademi.gov.in 044-24311741 | 24354815.

மும்பை : 172, மும்பை மராத்தி கிரந்த சங்கிரகாலய சாலை, தாதர், மும்பை 400 014. rs.rom@sahitya-akademi.gov.in 022-24135744 | 24131948.

பெங்களூரு: மத்தியக் கல்லூரி வளாகம், பல்கலைக்கழக நூலகக் கட்டிடம், டாக்டர் அம்பேத்கர் வீதி, பெங்களூரு 560 001.
rs.rob@sahitya-akademi.gov.in. 080-22245152, 22130870.

அட்டை வடிவமைப்பு: *Spectrum Graphic Studio*, Chennai – 17
ஒளி அச்சு: *VSN* Image Digital, Chennai - 17 | அச்சகம்: M.K. Enterprises, Chennai - 77

Visit our website at *http://www.sahitya-akademi.gov.in*

பொருளடக்கம்

	முன்னுரை	9
1.	பெண் மனம்	17
2.	ஒரு கடிதம்	22
3.	முதல் கதை	35
4.	ஆடரங்கு	41
5.	கிரகப் பிரவேசம்	48
6.	பேரன்பு	57
7.	படித்த பெண்	66
8.	மகாத் தியாகம்	76
9.	பாத ஸரம்	87
10.	வாழ்க்கைப் பந்தயத்தில்	98
11.	வரவேற்பு	105
12.	சாவித்திரி	114
13.	காவேரி மடத்துக் கிழவர்	126
14.	அழகி	134
15.	முதற் சுடர்	160
16.	அலமேலு	170
17.	புளிப்பு	179
18.	கல்யாணங்கள்	189
19.	உலகத்தின் முடிவு	198

20.	சாதாரண மனிதன்	207
21.	விதியும் மதியும்	216
22.	கனவுகள்	226
23.	மார்க்கண்டன்	230
24.	கபாலி	235

க.நா. சுப்ரமண்யன்

கந்தாடை நாராயணசாமி ஐயர் சுப்ரமண்யன் என்னும் க.நா. சுப்ரமண்யன் தன் விமர்சனங்களுக்காக அதிகமாக விமர்சனிக்கப்பட்ட படைப்பு எழுத்தாளர். இந்தியா முழுவதும் அறியப்பட்ட தமிழ் எழுத்தாளர். 1912ஆம் ஆண்டில் ஜனவரி 31, தஞ்சாவூரை அடுத்த சுவாமிமலையில் பிறந்தார். அண்ணாமலைப் பல்கலைக்கழகத்தில் படித்துப் பட்டம் பெற்றார். 1942ஆம் ஆண்டில் அவரின் முதல் நாவலான 'சர்மாவின் உயில்' வெளி வந்தது. தொடர்ந்து பசி, சமூக சித்திரம், ஏழுபேர், ஆட்கொல்லி, அசுரகணம், ஒருநாள், பொய்த் தேவு, தாமஸ் வந்தார், கோதை சிரித்தாள் முதலிய இருபது நாவல்கள் எழுதியுள்ளார்.

சுமார் தொண்ணூறு சிறுகதைகள், நான்கு நாடகங்கள், புதுக்கவிதைகள், பல விமர்சனக் கட்டுரைகள் எழுதி உள்ளார். 1986ஆம் ஆண்டில் 'இலக்கியத்திற்கு ஓர் இயக்கம்' என்ற விமர்சன நூலுக்காக சாகித்திய அகாதெமி விருது பெற்றார். மேலும் தமிழக அரசு பரிசு, கேரள ஆசான் விருது உட்பட பல விருதுகள் பெற்று உள்ளார்.

சிலப்பதிகாரம், ராஜமையர் கமலாம்பாள் சரித்திரம், நீல. பத்மநாபன் தலைமுறைகள், சா. கந்தசாமி சூரியவம்சம் ஆகியவற்றை ஆங்கிலத்தில் மொழிபெயர்த்து உள்ளார்.

சூறாவெளி, சந்திரோதயம், இலக்கிய வட்டம் ஆகிய இதழ்களை நடத்தினார். 1988ஆம் ஆண்டில் தில்லியில் காலமானார்.

முன்னுரை
பூரண அழகு; பூரண அமைதி

'வாழ்க்கையில் இலக்கியம் என்ன பங்கு வகிக்கிறது என்றும், இலக்கியத்தில் வாழ்க்கை என்ன பங்கு வகிக்கிறது என்றும் ஆராயப் புகும் விமர்சகர்கள் ஒரு விஷயத்தைத் தங்கள் தத்துவ தரிசனத்தில் மறந்து போய் விடுகிறார்கள்.

இலக்கியம் முதலில் தன் வெளிப்பாட்டில் இலக்கியமாக இருக்க வேண்டும். நீதி, தர்மம், மதம், உண்மை என்று – வேறு எதற்கு ஒத்து வந்தாலும், வராவிட்டாலும் சரி – இலக்கியம், இலக்கியம் என்ற நியதிக்கு, தர்மத்திற்கு, ஒழுங்குக்கு ஒத்து வர வேண்டும். அதற்குப் பின்னர்தான் அதாவது அது இலக்கியமாக உருப்பெற்ற பின்னரே, அது எந்த அளவில் தத்துவ தரிசனமாக அமைகிறது, நீதி தரிசனமாக அமைகிறது அல்லது சமுதாயத் தரிசனமாக அமைகிறது என்று பார்க்க முடியும்.

க.நா. சுப்ரமண்யன்

சிறுகதைகள் என்பது மனிதர்களின் கதைகள்தான். அவை சிறியதாக இருந்தபடியால் சிறுகதைகள் என்றார்கள். ஆனால் கதைகளில் பெரியது, சிறிது என்பது ஒன்றும் கிடையாது. ஏனெனில் வாழ்க்கையில் சிறியது என்றோ பெரியது என்றோ ஒன்றுமில்லை. குறைந்த பக்க அளவில் பெருங்கதைகள் சொல்லப் படுவதும்; அதிகமான பக்க அளவில் சிறுகதைகளைச் சொல்லப் படுவது வழக்கமாக இருக்கிறது.

தமிழில் மறுமலர்ச்சி ஏற்பட்டு, சிறுகதைகள் நவீனமாக எழுதப்பட்டு வந்த காலத்தில் க.நா. சுப்ரமண்யன் சிறுகதைகள் எழுத ஆரம்பித்தார். அவர் காலத்தில் சிறுகதைப் பத்திரிகையான 'மணிக்கொடி' வந்து கொண்டிருந்தது. அதில் புதுமைப்பித்தன், கு.ப. ராஜகோபாலன், ந. பிச்சமூர்த்தி, மௌனி, பி.எஸ். ராமையா எல்லாம் எழுதி வந்தார்கள். அவற்றைப் படித்த கநா. சுப்ரமண்யன் ஆங்கிலத்தில் எழுதி எழுத்தாளனாக வேண்டும் என்ற தனது ஆசையை விட்டுவிட்டுத் தமிழில் எழுதுவது என்ற தீர்மானத்

தோடு எழுத ஆரம்பித்தார். அது சுதந்திரப் போராட்டம் உச்சக் கட்டத்தில் இருந்த காலம். மகாத்மா காந்தி சுதந்திரப் போராட்டத்தில் நடுநாயகமாக இருந்தார். அவரின் அகிம்சை போராட்டத்திற்கு மக்களிடையே மகத்தான ஆதரவு இருந்தது. கல்லூரியில் படித்து வந்தவர்கள், இளைஞர்கள், வக்கீல்கள், ஆசிரியர்கள் என்ற வேலை பார்த்து வந்த குடும்பத்துப் பெண்கள், விவசாயிகள், தொழிலாளர்கள் எனப் பலரும் சுதந்திரப் போராட்டத்தில் கலந்து கொண்டார்கள். காந்தியின் தேச நிர்மாணத் திட்டங்களாகிய கதர் பிரசாரம், கள்ளுக்கடை மறியல், தீண்டாமை ஒழிப்பு ஆகியவை சுதந்திரப் போராட்டத் தோடு இணைந்து இருந்தது.

தமிழ் எழுத்தாளர்களில் பெரும்பாலானவர்கள் சுதந்திரப் போராட்டத்தோடு நேரடியாகச் சம்பந்தப்பட்டிருந்தார்கள். கல்கி கிருஷ்ணமூர்த்தி ஆனந்த விகடன் ஆசிரியர் பணியை விட்டு விட்டுப் போராட்டத்தில் கலந்துகொண்டு சிறை சென்றார். பி.எஸ். ராமையா- அவர்தான் மணிக்கொடியை நடத்தியவர்; அரசியலில் தீவிரமாகப் பங்கு பெற்றார். சிறைக்குச் சென்றார் சி.சு. செல்லப்பா சிறை சென்றார். அது அவர்களின் சமூக, கலாச்சார, அரசியல் வாழ்க்கையின் ஓர் அங்கமாக இருந்தது. ஆனால் மனிதர்கள் எல்லோரும் ஒன்று கிடையாது. ஒன்று போல் இருப்பதாலும், ஒன்றாக இருப்பதாலும் அவர்கள் ஒன்று இல்லை.

தமிழின் முக்கியமான படைப்பு எழுத்தாளர்களான புதுமைப்பித்தன், ந. பிச்சமூர்த்தி, கு.ப. ராஜகோபாலன், க.நா. சுப்ரமண்யன் எல்லாம் சுதந்திரப் போராட்டம், நாட்டு விடுதலை என்பதில் நேரடியாகப் பங்கு பெறவில்லை என்பது மட்டுமல்ல, நாட்டில் நடைபெற்ற பெரிய நிகழ்வு என்று சொல்லப்படும் சுதந்திரப் போராட்டம் பற்றியும் அதிகமாக எழுதவில்லை. எதை எழுத வேண்டும் என்பதை எழுத்தாளர்கள்தான் தங்கள் அளவில் தீர்மானிக்கிறார்கள். ஆனால் அவர்கள் சுதந்திரப் போராட்ட விரோதிகள் என்றோ, அடிமையாக வாழ்வதை ஆதரித்தவர்கள் என்றோ சொல்ல முடியாது. அவர்களுக்குச் சரியென்றுபட்ட காரியத்தைத் தங்கள் அளவில் செய்து வந்தார்கள். அதற்கு உலகம் முழுவதிலும் ஒரு மரபு இருக்கிறது. ரஷ்யாவில் பெரும் புரட்சி ஏற்பட்டு புதிய சமுதாயம் மலர்ந்து கொண்டிருந்த போது எளிய மக்கள் பற்றி ஆன்டன் செக்காவ் சிறுகதைகள், நாடகங்கள் எழுதி

வந்தார். எல்லாக் காலத்திலும் மக்களின் ஒரு பகுதி தங்கள் வாழ்க்கை, தங்கள் இன்பம், தங்கள் துயரம் என்று வாழ்கிறார்கள். அதுவும் ஒரு வாழ்க்கைதான். அவர்கள் வாழ்க்கையும் சொல்லத் தகுந்ததுதான் என்று பலர் எழுதியிருக்கிறார்கள். அப்படி எழுதியவர்களில் சிலர் புரட்சியில் இருந்து வந்தார்கள்; வேறு சிலர் அமைதியாகக் குடும்பத்தில் இருந்து ஆரவாரம், பரபரப்பு இல்லாமல் வந்து எழுதினார்கள். அவ்வாறு வந்து எழுதிய எழுத்தாளர்களில் மிக முக்கியமானவர் கந்தாடை நாராயணசாமி ஐயர் சுப்ரமண்யன் என்கிற க.நா. சுப்ரமண்யம்.

1912ஆம் ஆண்டில் தஞ்சை மாவட்டத்தில் உள்ள சுவாமி மலையில் பிறந்தார். அவர் தந்தை நாராயணசாமி ஐயர் தபால் துறையில் வேலை பார்த்தார். தன் மகன் ஆங்கிலம் படித்து, இலக்கியம் எழுதிப் பெயர் பெற வேண்டும் என்பது அவர் இலட்சியமாக இருந்தது. அண்ணாமலைப் பல்கலைக்கழகத்தில் படிக்க வைத்தார். படிப்பு முடிந்ததும், வேலைக்குச் செல்ல அவசியம் ஏற்படவில்லை. தந்தையார் ஆங்கிலத்தில் எழுத ஊக்கம் கொடுத்தார். நிறைய படிக்க வைத்தார். படிப்பு அவர்க்குப் பரந்துப்பட்ட இலக்கியத்தை அறிமுகப்படுத்தியது. அதனை ஓர் அனுபவம் ஒன்றே குறிப்பிட வேண்டும். அவர் படிப்பின் வழியாக வாழ்க்கைக்கு ஒரு தத்துவத்தை அமைத்துக் கொண்டார். அவர் தத்துவம் பற்றிப் பின்னால் கூட எழுதவில்லை. ஆனால் அது அவர் வாழ்க்கையிலும், படைப்புக்களிலும் ஆழப் பதிந்து விட்டது.

ஆங்கிலத்தில் எழுதிப் பெயர் பெற வேண்டும் என்ற ஆசையைத் தகப்பனாரின் வேட்கையை அவர் நிராகரித்து விட்டார். படித்த ஒரு மொழியில் அந்த மொழிக்குப் பழக்கம் இல்லாத வாழ்க்கையை எழுதுவது எத்தனைதான் சிறப்பாக எழுதினாலும் அது நியாயமானது என்று தோன்றவில்லை. எனவே சிறுகதை, நாவல், கவிதைகள் என்று படைப்பு இலக்கியத்தைத் தன் தாய்மொழியில் எழுதுவதுதான் சரியானது என்று அவர் தமிழில் எழுத ஆரம்பித்தார். முப்பது வயதில் அவர் எடுத்த முடிவின்படி எழுபத்தாறு வயது வரையில் முடிவில்லாத வாழ்க்கையைப் பற்றி முடிவு காண முடியாத முறையிலேயே எழுதினார்.

இலக்கிய விமர்சகர் என்று அறியப்பட்டிருக்கும் க.நா. சுப்ரமண்யன் அடிப்படையில் படைப்பு எழுத்தாளர். ஆரம்ப காலத்தில் அவர் சிறுகதைகள் எழுதினார். அவர் சிறுகதைகள்

ஆங்கிலப் படிப்பு வழியாக வந்த மரபில் வந்தவை என்று பொதுவாகச் சொன்னாலும் அவை இந்திய மரபில் - தமிழ் மரபில் ஆழ்ந்து இருப்பவை. அவர் சிறுகதைகள் கலவரம், பரபரப்பு, கிளுகிளுப்பு ஊட்டுகின்றவை இல்லை. அவை பூரண அழகும், அமைதியும், அடக்கமும் கொண்டவை. குடும்பம் சார்ந்தவை. பாட்டி, தாய், தந்தை, மகன், மனைவி, நண்பர்கள், சொந்த ஊர் என்று ஒரு வட்டத்திற்குள் புனையப்பட்டவை. ஆனால் அவை மனித இனம் முழுவதையும் சொல்வது போல, சொல்லாமல் விடுவனவற்றையும் சொல்கின்றன.

எதற்காக எழுதுகிறேன் என்ற கேள்விக்குக்கூட அவர் அழுத்தமாகப் பதில் சொல்லவில்லை. தன் எழுத்துப் பற்றி எத்தனைதான் சொன்னாலும் படைப்புப் பற்றிப் பூரணமாகச் சொன்னதாகி விடாது என்பது போல அவர் ஒதுங்கிக் கொண்டு விட்டார். க.நா.சுப்ரமண்யன் தன் காலத்து எழுத்தாளர்களில் அதிகமாகப் படித்தவர் என்று பெயர் வாங்கி இருந்தார். ஏனெனில் படிப்பு அவர்க்குப் பிடித்தமானதாக இருந்தது. இலக்கியம் அதாவது கவிதை, சிறுகதை, நாவல் படிப்பதோடு அவர் தத்துவம், விஞ்ஞானம் படித்தார். வாழ்க்கைத் தத்துவம் உண்டு என்று கருதினார். ஆனால் தத்துவம் பேசப்படுகின்ற ஒன்று என்று அவர் கருதவில்லை. அத்தத்துவத்தின் அடிப்படையில் எழுத முடியும் என்பதை எழுதியே அவர் நிலை நாட்டி இருக்கிறார்.

க.நா. சுப்ரமண்யன் சிறுகதைகள் குடும்பம் என்கின்ற ஓர் அமைப்பின் மீது வைக்கப்பட்ட புதுமலர் என்று குறிப்பிட வேண்டும். சிக்கல்கள் வாழ்க்கையில் தீர்ந்துவிடும் என்ற நம்பிக்கை தான் பெரும்பாலும் அவர் கதைகளில் சொல்லப்படுகிறது. கதைக்கு அர்த்தம் உண்டு; அது தன்னளவில் பிரச்சாரம் செய்கிறது என்ற தொனியில்தான் எழுதி இருக்கிறார். அவர் கலை என்பது கலைக்காகவே என்ற கோட்பாட்டை நிலை நிறுத்தியவர் என்று பொதுவாகச் சொல்வதுண்டு. ஆனால் அவர் படைப்புகள், சிறுகதை, நாவல், கவிதை எல்லாம் குடும்பம் என்ற அமைப்புப் பலமானது. அதன் அஸ்திவாரம் நன்றாக இருக்கிற வரையில் வாழ்க்கை இன்பகரமாக இருக்கும் என்ற தொனியிலேயே எழுதி இருக்கிறார். அவர் சிறுகதைகளில் திரும்பத் திரும்பச் சொல்லப்படுவது வாழ்க்கையில் பிரச்சினைகள் நிரந்தரம் இல்லை. அவை வரும், போகும் என்பதுதான். ஆனால் குடும்பம் என்பது எப்பொழுதும்

இருக்கும். குடும்பம் நல்லவர்கள், கெட்டவர்கள் சார்ந்தது இல்லை. எப்பொழுதும் கைகொடுக்க எங்கிருந்தோ ஓர் ஆள் வருவார். வாழ்க்கையின் விதி அதுதான். அதனைத் தெரிந்து கொள்ள வேண்டும் என்பது அவசியம் இல்லை. தெரிந்து கொள்வதும் - தெரிந்து கொள்ளாமலும் இருப்பதால் வாழ்க்கையில் எதையும் இழந்துவிடப் போவதில்லை. வாழ்க்கையைப் பற்றி அறிந்து கொள்வது முக்கியமில்லை. வாழ்வதுதான் முக்கியம். வாழ வாழ வாழ்க்கை தன் வசப்படும். அதுதான் அவரின் வாழ்க்கையின் தத்துவமாகவும், இலக்கியக் கோட்பாடாகவும் இருந்து வந்திருக்கிறது.

இலக்கியப் படைப்பிற்குக் காலம் என்பது ஒன்று கிடையாது; அது கருத்துக்களால் மட்டும் சிறப்பு அடைவது இல்லை. கருத்தை மட்டும் பிரதானப்படுத்திச் சொல்லப்படும் கதைகள் ஒரு காலத்திற்கு மேல் நிலைத்து இருப்பது இல்லை. ஏனெனில் எல்லாக் காலத்திற்கு ஒரு கருத்து வழிகாட்டியாக இருப்பது இல்லை. வாழ்க்கை என்ற வெள்ளத்தில் எத்தனையோ கருத்துக்கள் அடித்துக் கொண்டு போகப்பட்டிருக்கிறது. எதையும் அழுத்திச் சொல்லாத - லேசாக அறிந்து கொள்ளும்படியாகச் சொல்வது - யோசிக்கத் தூண்டுவது; தன்னையே அலசி ஆராய்ந்து முடிவு காணச் சொல்வது என்ற வகையிலான எழுத்துக்கள் எல்லா மொழிகளிலும் எப்போதும் படிக்கப்பட்டும் அங்கீகரிக்கப் பட்டு வருகிறது.

ரவீந்திரநாத் தாகூர் சிறுகதைகள், பிரேம்சந்த் சிறுகதைகள், புதுமைப்பித்தன் சிறுகதைகள், மௌனி சிறுகதைகள் அதன் பொது அமைதி, பொதுத் தன்மைக்காகவே படிக்கப்படுகின்றன. பொது அமைதி என்பது கதைகளுக்கு வெளியில் இல்லை என்பது தான் முக்கியம். பொதுத்தன்மையே, க.நா. சுப்ரமண்யத்தின் தனித் தன்மை என்று குறிப்பிட வேண்டும். அவர் கதைகள் முதலில் எளிய மனிதர்கள் பற்றிய கதைகள். மகத்தான ஆசையோ, செயற்கரிய செய்ய வேண்டும் என்ற இலட்சியமோ இல்லாமல் கிராமத்தில் கௌரவமாக வாழ்ந்துகொண்டு இருப்பவர்கள். அவர்கள் வாழ்க்கையில் ஏற்படும் சிக்கல்கள், பிரச்சினைகள் கதையாகச் சொல்லப்படுகின்றன. ஒரு கதைக்கு இது போதுமான என்று கேட்டால், போதும் என்று சொல்வது மாதிரிதான் கதைகள் எழுதி நிலைநாட்டி இருக்கிறார். சொல்லப்படும் முறையில் அவர் சிறுகதைகள் உயிர்த்தெழுந்து விடுகின்றன. அது வாழ்க்கையில்

இருந்ததா? எழுத்தாளன் மனத்தில் இருந்து வார்த்தைகளால் சொல்லப்பட்டு உயிர்த்தெழுந்ததா என்பதுதான், இலக்கியம் பற்றிக் காலம் காலமாகக் கேட்கப்பட்டு வருகிறது. அதற்கான பதில் இரண்டும் என்பதுதான்.

குடும்பம், வாழ்க்கை, மனிதர்களின் செயற்பாடுகள் மாறிக் கொண்டே வருகின்றன. மாறிவிட்டது என்பது நிதர்சனம். ஆனால் சிறுகதைகளைப் படிக்கிறபோது அவர் சொன்னது குடும்பம் சிதையாமல் அழகும், அமைதியும் பெற்று இருக்கிறது. அது மாறிவிடவில்லை. சிதைந்து போகவில்லை. அதுதான் படைப்பு என்பதற்கு அர்த்தம். வாழ்க்கையைக் கண்டும்; தன் நோக்கில் அதற்கு ஓர் அர்த்தம் கொடுத்து எழுதியது நிலைத்து விட்டது. அதனைப் பலர் அறியாமலும், சிலர் அறிந்து செய்து இருக் கிறார்கள் என்பது இலக்கியத்தின் சரித்திரமாக இருக்கிறது.

க.நா. சுப்ரமண்யன் சிறுகதைகள் ஐம்பதாண்டுகளுக்கு முற் பட்ட மனிதர்கள் வாழ்க்கையைச் சொல்வதைப்போல எல்லாக் காலத்திலும் வாழ்கின்ற மனிதர்கள் வாழ்க்கையைச் சொல் கின்றன.

தமிழில் சிறுகதைகள் மாறி மாறி வருவது பற்றி அவர் அறிந்த விதமாக எழுதியுள்ளார். ஏனெனில் அவர் கதைகள் மட்டும் எழுதுகிற ஆசிரியர் இல்லை. கதை எவ்வாறு இலக்கிய மாகிறது என்பதைப் பிரக்ஞைபூர்வமாக அறிந்து அறிந்ததை அறிய வொண்ணாத விதத்தில் எழுதுகிறவர். அவர் ஒரு கட்டுரையில், 'ஆரம்ப காலத்திய சிறுகதைகளுக்கும் தற்போது எழுதப்படும் கதைகளுக்கும் உருவம், உள்ளடக்கம், போக்கு என்பதில் காலத்தால் ஏற்பட்ட நவீனமான விசேஷ வித்தியா சங்கள் உண்டு. பொதுவாக ஆரம்ப காலத்தில் கதைகளில் வறட்சி முக்கியமான அம்சமாகக் கொண்ட கதைகளிலும்கூட லட்சிய ஏற்பு இருந்தது. மனித மனோதத்துவம் என்று அடிப்படையாக ஏற்றுக் கொள்ளப்பட்ட தனிப்போக்கு, கொள்கை, அமைதி இருந்தது. மனித மனோபாவங்களும், இலக்குகளும், கொள்கை களும் முக்கியமாகக் கருதப்பட்டன. சமீப காலத்தில் சிறுகதை களில் ஒரு லட்சிய வறட்சி காணப்படுகிறது. மனித மனோதத்துவப் போக்கு முழுமையாகப் பழைய அளவில் திருப்தி தருவதாகக் கையாளப்படுவதில்லை. மனிதனைவிட, அவன் சூழ்நிலையும், சூழ்நிலையைச் சமைக்கும் சுலபமான விஷயங்களும் இலக்கியத்

தரம் பெறுகின்றன' என்றார்.

பொதுவாகத் தமிழ்ச் சிறுகதைகள் பற்றிச் சொன்னாலும் தன் கதைகளை முன்வைத்துச் சொல்கிறார் என்றே சொல்ல வேண்டும். சுலபமான விஷயங்கள் என்று சொல்வது குடும்பம் பற்றித்தான். குடும்பத்தில் நடக்கும் ஒவ்வொரு சம்பவமும்; பேசப்படும் ஒவ்வொரு பேச்சும் சுலபமாக எடுத்துக்கொண்டு செயல்படுகிறபோது இலக்கியத்தரம் ஏற்படுகிறது என்பது மட்டுமல்ல, குடும்பமே அமைதி பெறுகிறது. அமைதி என்பது அழகானது. அவர் கதைகள் குடும்பம் என்கின்ற நெடுங்காலத்துப் பாரம்பரியத்திற்குள் இனங்காணப்படுகிறது. அவர் மிகவும் எளிய மொழியையே பயன்படுத்தி இருக்கிறார். மொழிதான் ஒரு படைப்பின் ஆதாரம். அதாவது இலக்கியம் என்பது மொழியில் தான் எழுதப்படுகிறது. ஆனால் அது மொழிக்குள்ளேயே அடங்கி இருப்பது என்பதும் இலக்கியச் சரித்திரமாக இருக்கிறது ஓர் அசலான படைப்பு என்பது மொழிக்குள் இல்லை என்பது தான் அதன் பொருள். அதன் காரணமாகவே இரண்டாயிரம், மூவாயிரம் ஆண்டுகளுக்கு முன்னால் எழுதப்பட்ட இலக்கியங்கள் தொடர்ந்து படிக்கப்பட்டு வருகின்றன. அவர் கதைகளில் சுந்தா பாட்டி வருகிறார். அவர் கதைக்கு ஓர் அர்த்தம் கொடுக்கிறார். கதை நகராதபோது அதை நகர்த்தி விடுகிறார்; தறிகெட்டுப் பறக்கும் போது சாந்தப்படுத்துகிறார். அவர் ஒரு காலத்தின் பிரதிநிதி.

க.நா. சுப்ரமண்யத்தின் தேர்ந்தெடுக்கப்பட்ட சிறுகதைகள் காலவரிசைப்படி தொகுக்கப்படவில்லை. அதற்கு ஒரு காரணம், அவர் எழுதிய பத்திரிகைகளைத் தேடிப் பயணம் போகவில்லை. மேலும் அவர் பத்திரிகைகளில் எல்லாக் கதைகளையும் எழுத வில்லை. அவர் சிறுகதைகள் எல்லாவற்றையும் எழுதப் பட்ட காலத்தில் பத்திரிகைகள் பிரசுரம் செய்யவில்லை. மேலும் எழுதப்பட்ட காலத்திற்கும் பிரசுரத்திற்கும் இடையில் ஒரு காலம் இருக்கிறது. ஆனால் அசல் படைப்பிற்குக் காலம் கிடையாது. முதல் கதை என்பதும் கடைசிக் கதை என்பதும் அறியமுடியாத விதத்திலேயே இருக்கிறது.

க.நா. சுப்ரமணியன் அசலான படைப்பு எழுத்தாளர் மரபில் வருகிறார். எனவேதான் காவரிசை என்பது முக்கியம் இல்லாமல்

போய்விடுகிறது. அதனையும் தொகுப்பு என்பதில் கவனத்தில் கொள்ள வேண்டியது தான். சிலர் எழுதி எழுதித் தங்களை வளர்த்துக் கொள்வது உண்டு. காலவரிசை என்பது அவர்களின் படைப்பின் உச்சத்தை அறிந்துகொள்ள ஆய்வாளர்களுக்குப் பயன்படும். ஆனால் க.நா. சுப்ரமண்யன் கதைகள் காலம் சார்ந்தவை இல்லை என்பதை அவர் சிறுகதைகளே நிலைநாட்டுகின்றன. ஒரு தரமான, கலாபூர்வமான கதையைப் படித்து அனுபவிக்க கதை தான் முக்கியம். அதைத்தவிர வேறொன்றும் தேவை இல்லை. கதை எழுதப்பட்ட காலம், வெளியிட்ட பத்திரிகை, கதை எழுதிய ஊர் என்பன எல்லாம் புறவயமான தகவல்கள். அவர் கதைகள் சொல்லி இருப்பதும், சொல்லாமல் விட்டு இருப்பதும் கதைகள் என்பதைப் படித்து அனுபவிக்க, கதைகள்தான் பிரதானம் என்ப தாகும்.

தமிழ்ச் சிறுகதை வரலாற்றில் முக்கியப் பங்களிப்பை வழங்கியவர்கள் என்று புதுமைப்பித்தன், கு.ப. ராஜகோபாலன், மௌனி என்று க.நா. சுப்ரமண்யன் சொல்வதுண்டு. அவர்களோடு சேர்க்கத்தக்க ஒரு பெயர் க.நா. சுப்ரமண்யன், அவர் சிறுகதைகள் வெளியில் இருந்து சொல்லப்படுபவை இல்லை. நிகழ்கின்ற கதைகள். அதுவே கதையின் சுவாரசியம்.

க.நா. சுப்ரமண்யன் பிறந்த நூற்றாண்டில் சாகித்திய அகாதெமி தேர்ந்தெடுத்த அவரின் சிறுகதைத் தொகுப்பை வெளியிடுவது தமிழ் இலக்கியத்தை மட்டுமன்றி, இந்திய இலக்கியத்தை முன்னெடுத்துச் செல்லும் காரியமாகவே அமை கிறது.

சாகித்திய அகாதெமிக்குக், குறிப்பாக அதன் தமிழ் ஆலோ சனைக் குழு கன்வீனர் திரு. சிற்பி பாலசுப்பிரமணியனுக்கு நன்றி.

11, டிசம்பர் 2011. **சா. காந்தசாமி**

1
பெண் மணம்

சுந்தாப் பாட்டி சொன்னாள்: "படிக்கப் படிக்க ஆண் களுக்கு அறிவு அதிகமாகிறது. படிக்கப் படிக்கப் பெண்களுக்கு அன்பு அதிகமாகிறது."

"அதெப்படி?" என்று நான் கேட்டேன்.

"அதெப்படி என்று கேட்பதில் லாபமில்லை. அது அப்படித் தான்; ஈசுவர சிருஷ்டியே அப்படித்தான். தவிரவும் ஆண்களுக்கு அறிவு அதிகரிக்க அதிகரிக்க, மனம் கல்லாகி விடுகிறது. அவர்கள் சாதாரண வாழ்க்கையிலிருந்து விலகி நிற்க ஆரம்பித்து விடுகிறார்கள். மனது முற்றித் திடப்பட்டு அசைக்க முடியாததாகி விடுகிறது. யோகிகளும் ஞானிகளும்..."

"பெண்கள் விஷயத்தில்?"

"பெண்களின் விஷயமே வேறு; இதற்கு முற்றிலும் மாறானது. அவர்களுடைய மனோபாவம் உண்மையிலேயே நேர்மாறானது. அவர்களுடைய மனம் படிப்பினாலும் அறிவினா லும் கனிகிறது. சுபாவமாகவே மென்மையான அவர்களுடைய உள்ளம் கல்வியினாலும் அறிவினாலும் அதிகமாக மென்மைய டைந்து விடுகிறது. சுபாவமாகவே அவர்களுக்குள்ள அன்பு உணர்ச்சி அதிகரிக்கிறது" என்றாள் பாட்டி.

“அறிவு அதிகரிப்பதால் மனது முற்றுவது நல்லதா? அல்லது அன்பு கனிவது நல்லதா?”

“யார் சொல்ல முடியும்?” என்றாள் சுந்தாப்பாட்டி. “உலகத்தின் கஷ்ட நிஷ்டூரங்களை எல்லாம் பார்க்கும் போது அறிவு முற்றி மனம் இறுகிக் கல்லாகப்போய், முனியாகவோ, யோகியாகவோ ஜடமாக இருப்பவனே மேல் என்று தோன்று கிறது. ஒவ்வொரு சமயம் அன்புக்கு ஈடானது வேறு எதுவும் இல்லை என்றும் தோன்றுகிறது. அன்பை ஆதர்சமாகக் கொண்டு வாழ்க்கையில் எவ்வளவு கஷ்டநிஷ்டூரமும் படலாம் என்று தோன்றுகிறது.”

சிறிது நேரம் மௌனமாக இருந்துவிட்டுச் சுந்தாப் பாட்டி சொன்னாள்: “பெண்கள் கல்வி, அறிவு என்றால் இந்தக் காலத்தில் காலேஜில் படித்துப் பட்டம் பெறும் பெண்களைச் சொல்லவில்லை நான். அவர்களுடைய விஷயங்கள் முற்றி லும் இயற்கைக்கு விரோதமானவை; முழுவதும் கோணலானவை. எனக்கு அவர்களைப் பற்றி அவ்வளவாக ஒன்றும் தெரியாது. தெரிந்த மட்டும் சொன்னாலும் என் புது மாட்டுப் பெண் என்னிடம் கோபித்துக் கொண்டு சண்டைக்கு வந்து விடுவாள். அதனால் நான் அவர்களைப்பற்றி எதுவுமே சொல்லாமல் இருந்து விடுகிறேன்.”

“நீ சொல்கிறபடி கல்வி, அறிவு என்பதற்கு அர்த்தம் தான் என்ன?” என்று நான் கேட்டேன்.

“மகாபாரதம், ராமாயணம் போன்ற நூல்களை வாசிப்ப தற்கும், புரிந்து கொள்ளுவதற்கும் போதிய எழுத்து வாசனை; நமது நாட்டுச் சரித்திரங்கள், புராணங்கள் இவற்றைப் படித் திருக்க வேண்டும். சங்கீதமும் கொஞ்சம் வேண்டும்; குரல் நன்றாயிராவிட்டாலும், பாதகமில்லை; ராகபாவங்கள் தெரிந் திருந்தால் போதும், பூத்தொடுப்பது, கோலம் போடுவது போன்ற அலங்காரமான விஷயங்களும் தெரியவேண்டும். எல்லாவற்றை யும் விட தெய்வ பக்தி மிகவும் அவசியம்; பாட்டு, கோலம் அலங்காரம் எல்லாம் தெய்வத்தை ஒட்டிப் படிந்திருந்தால் தான் உண்மையிலேயே அழகுள்ளவையாக இருக்க முடியும். தெய்வத்துக்கு அடுத்தபடியாகப் பெண் என்றால் கணவனிட

மும் வீட்டுக் காரியங்களிலும் ஈடுபாடு இருக்க வேண்டும்" என்றாள் பாட்டி.

"பேஷ்! லக்ஷிய மாட்டுப் பெண்ணை நீ சிருஷ்டித்துக் கொண்டு விட்டாய்!" என்றேன் நான்.

"எனக்கில்லாத குணங்களை எல்லாம் அடுக்கிக் கொண்டே போனால் லக்ஷிய மாட்டுப்பெண் சிருஷ்டியாகி விடுகிறாள்" என்று சுந்தாப்பாட்டியின் புது மாட்டுப் பெண்ணான ராஜி (என் மனைவி) சொன்னாள்.

சுந்தாப்பாட்டி இதைக் காதில் வாங்கவேயில்லை. அவள் சொன்னாள்:

நம்மூரிலே வெகு நாளைக்குமுன் சுப்பா தீக்ஷிதர், சுப்பா தீக்ஷிதர் என்று ஒரு பெரியவர் இருந்தார். அவர் வேத சாஸ்திரங்களை எல்லாம் நன்கு பாராயணம் பண்ணியவர். தர்மம் நியாயம் எல்லாவற்றையும் நன்கு படித்து அறிந்தவர். ஆனால் இந்த அறிவு அவருடைய பொருளீட்டும் சக்திக்குக் குறுக்கே நிற்கவில்லை. வட்டிக்கு மேல் வட்டி வாங்கி லேவா தேவி செய்தும், அயலருடன் அடாபிடியாகச் சண்டை செய்து வழக்காடியும், கொள்ளை லாபத்துக்கு ஊரார் நிலங்களைக் குத்தகை எடுத்தும், குடியானவர்களுக்கும் குத்தகைக்காரர்களுக்கும் நியாயப்படி உள்ளதைக் கொடுக்காமல் மோசடி செய்தும் சுப்பா தீக்ஷிதர் ஏராளமான ஆஸ்தி சேர்த்து விட்டார்.

இந்த ஆஸ்திக்கு வாரிசாக அவருக்கு நான்கு பிள்ளைகள் இருந்தார்கள். அவர்களில் மூத்தவர் சுப்பா தீக்ஷிதரின் மூத்த மனைவி வயிற்றில் பிறந்தவர். அவருக்கும் அவருடைய தகப்பனாருக்கும் என்றுமே பிடிக்காது. நாராயண தீக்ஷிதர் என்ற இந்த மூத்த பிள்ளை பரம சாது. பணக்காரத் தகப்பனுக்குப் பிறந்தும் ஏழையாகவே அவர் தம்முடைய குசேலக் குடும்பத்துடன் இதே ஊரில் வேறு வீட்டில் தனியாகக் குடித் தனம் செய்து வந்தார். சுப்பா தீக்ஷிதர் சுயார்ஜிதமான தம் ஆஸ்தியில் சிறிதுகூடத் தம் மூத்த பிள்ளைக்குக் கொடுக்க மாட்டார் என்பது ஊர் அறிந்த ரகசியமாக இருந்தது. உண்மை யில் சுப்பா தீக்ஷிதர் தம் ஆஸ்திகளைத் தம் மற்ற மூன்று பிள்ளைகளுக்கும் சரிசமமாகப் பங்கிட்டு உயில் எழுதி வைத்

திருந்தார் என்று கூட ஊரில் சொல்லிக் கொண்டார்கள்.

சுப்பா தீக்ஷிதருக்கு இளையாளாக வந்து வாய்த்திருந்த லட்சுமியை உண்மையிலேயே மகாலட்சுமி என்றுதான் சொல்ல வேண்டும். அவள் உத்தமி. ஆனால் கணவன் செய்யும் காரியங் களுக்கு எதிர் நின்று தடுக்கும் சக்தி இல்லாதவள். தன்னுடைய மாற்றாள் பிள்ளை ஒதுங்கி வசிப்பது அவளுக் குப் பிடிக்க வில்லை. ஊரார் அதுபற்றி வம்பளக்கிறார்கள் என்பது மட்டு மல்ல; உண்மையிலேயே அவர்களும் தன்னுடன் வசிக்க வேண்டும் என்று அவளுக்கு ஆசை. ஆனால் அவள் என்ன செய்ய முடியும்? அந்தப் பிள்ளையும் தகப்பனும் அகஸ்மாத்தாக தெருவில் சந்திக்க நேர்ந்துவிட்டால் கூட நெருப்புப் பொறி பறக்க ஆரம்பித்து விடுமே! வேறு ஒன்றும் செய்யமாட்டாமல் லட்சுமி அம்மாள் ரகசியத்தில் தன் மாற்றாள் பிள்ளைக்கும் அவர் குடும்பத் துக்கும் தன்னால் ஆனதை எல்லாம் செய்து வந்தாள். அடிக்கடி கணவன் அறியாமல் அவர்கள் வீட்டுக்குச் சென்று வருவாள்; சமயம் நேரும்போது சாமான்கள் கொடுத்து உதவுவாள். பணம் காசு கொடுத்து உதவ அவளிடம் ஒன்றும் கிடையாது.

தன் கணவன் உயிரோடுள்ள வரையில் இழைத்த அக்கிரமங்கள் போதாதென்று இறந்து பிறகும் மூத்தாள் பிள்ளைக்கு அநீதி செய்ய முயலுகிறாரே என்று லட்சுமிக்கு மிகவும் வருத்தம். தம் மூத்த பிள்ளையை ஒதுக்கிவிட்டு மற்ற மூவருக்கும் தம் ஆஸ்தியைச் சரிசமமாகப் பங்கிட்டு அவர் உயில் எழுதியபோது அவள் தன்னால் ஆனவரையில் ஆக்ஷேபித்துப் பார்த்தாள். தர்ம நியாய சாஸ்திரங்களில் புலியான சுப்பா தீக்ஷிதர் அவள் பேச்சைக் காதில் வாங்கவே இல்லை.

உயில் எழுதி முடிந்து ரிஜிஸ்டர் ஆகப்போகும் தருணம் சுப்பா தீக்ஷிதர் தலையை வலிக்கிறது என்று படுத்தார். இரண்டு நாள் பேச்சு மூன்று இல்லாமல் கிடந்தார். மூன்றாம் நாள் எதிர்பாராதவிதமாக இறந்தும் போய் விட்டார்.

பாகப்பிரிவினை செய்யவேண்டி வந்தபோது எல்லோரு மாகச் சுப்பா தீக்ஷிதருடைய உயிலைத் தேடினார்கள். அது அகப்படவே இல்லை. அது எழுதிய அன்றே எங்கேயோ மறைந்து விட்டது. உயில் அகப்படாததால் ஆஸ்தியில் சரியான பங்கு

நாராயண தீக்ஷிதருக்கும் கிடைத்து விட்டது. அதை லட்சுமி யின் தயவு என்று அவர் அங்கீகரித்து ஏற்றுக் கொண்டார்.

உண்மையிலேயே அது லட்சுமி அம்மாளின் தயவு தான் என்பது பதினைந்து வருஷங்களுக்குப் பிறகு தான் தெரிந்தது. லட்சுமி அம்மாள் எச்சிப் பாட்டியாகிக் கணவன் இறந்து பதினைந்து வருஷங்களுக்கப்புறம், அதாவது போன வருஷம் தான், இறந்து போனாள். அவள் வீட்டில் எங்கேயாவது பவுனும் வெள்ளியுமாக ஒளித்து வைத்திருப்பாள் என்று அவருடைய பிள்ளைகளும் பேரன் பேத்திமார்களுமாக வீடெல்லாம் தேடினார்கள். காமரா உள்ளில் ஒரு முழுக்கல்லைப் பேர்த் தெடுத்துப் பாதியாக உடைத்துப் பொறுக்கி வைத்திருந்த இடத்தில் ஏற்பட்டிருந்த வங்கியில் ஒரு முழுப் பவுனும், ஏழெட்டு ரூபாய்களும் ஒரு மஞ்சள் சரடும் பழுப்பேறிய ஒரு கடிதமும் இருந்தன. இவைதான் எச்சிப்பாட்டி என்கிற லட்சுமி அம்மாள் விட்டுப்போன ஆஸ்தி.

பழுப்பேறிய அந்தக் கடிதம்தான் சுப்பா தீக்ஷிதரின் உயில். அது பல இடங்களில் செல்லரித்துக் கிடந்தது.

அவள் உயிருடன் இருந்தபோது போற்றியது போலவே நாராயண தீக்ஷிதரும் அவருடைய மனைவியும் குழந்தை குட்டி களும் லட்சுமி அம்மாளை அவள் இறந்த பின்னும் தெய்வ மாகவே போற்றுகிறார்கள்.

"எதிராளாத்து எச்சிப்பாட்டி கதையா இது?" என்றாள் சரோஜா. பாட்டியின் மடியிலில் வீற்றிருந்த படியே.

சிறிது நேரம் மௌனமாக இருந்துவிட்டு சரோஜா சொன்னாள்: "நெஜம்மாவே அந்தப் பாட்டி நல்லவள்தான்; இல்லையா? நேக்குத் தெரியுமே!" என்று தன் சொந்த குறுகிய அனுபவத்தைக் கொண்டு அவள் சொன்னாள்.

சுந்தாப் பாட்டியின் கண்கள் கலங்கியிருந்தன. எச்சிப் பாட்டியும் சுந்தாப் பாட்டியும் வெகு காலமாகவே தோழிகள் என்பது குழந்தைக்கு எப்படித் தெரியும்?

2

ஒரு கடிதம்

அன்று வேறு ஒரு கடிதமும் வரவில்லை. எவ்வளவோ மணியார்டர்களும், ரிஜிஸ்தர்களும், கல்யாணக் கடிதங்களும், போட்டிப் பந்தய முடிவுகளும் அந்தத் தபாலில் வந்திருக்க லாம்; வந்தும் இருக்கு. ஆனால் தபால்காரன் ஒரு சின்ன நீல உறையை எடுத்து ஜகந்நாதனிடம் கொடுத்துவிட்டு அவசர அவசரமாக அங்கிருந்து நகர்ந்து விட்டான்; அடுத்த வீட்டுக் குள் புகுந்து புறப்பட்டுக் கொண்டிருந்தான். அவனுடைய காக்கிச் சட்டையின் பின்பக்கத்தில், எங்கேயோ அவன் சுவரில் சாய்ந்தததனால் திட்டுத் திட்டாகப்பட்டிருந்த மஞ்சள் வெள்ளைச் சுண்ணாம்பு வர்ணங்களைப் பார்த்துக் கொண்டே ஜகந்நாதன் இரண்டு நிமிஷம் தன் வீட்டு வாசற்படியில் சாய்ந்து கொண்டு நின்றான். அந்த அழுக்குக் காக்கியில் திட்டுத் திட்டாகப் படிந்திருந்த மஞ்சள் வெள்ளைத் தோற்றந்தான் நமது இன்றைய நாகரிகத்தின் சின்னம் என்று ஜகந்நாதனுக்குத் தோன்றிற்று. உண்மையிலேயே இன்று நமது 'வர்ண விஸ்தாரங்கள்' எல்லாம் அகஸ்மாத்தாக, திட்டுத் திட்டாக, நம்மீது படிந்தவைகளே; நாமே சுயப்பிரக்ஞையுடன், மனப் பண்புடன் தேடிப்பிடித்து அடைந்தவை அல்ல. இன்று நமக்கிடையே, உள்ளும் புறமும் அரசு செலுத்தியது அந்த அசட்டு அழுக்குக் காக்கி வர்ணந்தானே?

தபால்காரனுக்கு இன்னும் எவ்வளவோ வீடுகள், வீதிகள் சுற்றி வந்தாகவேணும்; எவ்வளவோ கடிதங்கள் பட்டுவாடா பண்ணியாகவேணும். நடுத்தெரு ஜகந்நாதனுக்கு ஒரே ஒரு

கடிதந்தானே வந்தது? 'அதில் என்ன, சுபச்செய்தி இருக்குமா, கெட்ட செய்தி இருக்குமா?' என்று யோசிக்க அவன் தாமதிப்ப தில்லை. அதையெல்லாம் பற்றி அவனுக்குக் கவலையே இல்லை. அவன் கண் கடிதத்தின் மேல் விலாஸத்தைப் பார்க்கும். அவன் கை தானாகவே அதை உரியவரிடம் சேர்ப்பிக்கும்; உடனே கால்கள் நகர்ந்துவிடும். அவ்வளவுதான் அவன் கடமை. கடமை! கடமை என்று வார்த்தையிலேயே உணர்ச்சியில்லாமல் போய் விட்டது. கடமை என்று கருதிச் செய்யப்படும் எந்தக் காரியத்தி லும் பக்தி சிரத்தையோ, உணர்ச்சியோ, உள்ள ஈடுபாடோ இருப்பது துர்லபம்!

இப்படியெல்லாம் யோசித்துக்கொண்டு நின்ற ஜகந் நாதன் மனத்தில் கசப்பு ஒன்றும் இல்லை. தனக்கு அன்றைய தபாலில் ஒரே ஒரு கடிதந்தான் வந்தது என்பது பற்றி அவனுக்கு எவ்வித ஏமாற்றமும் ஏற்படவில்லை. அவன் என்றுமே, எங்கிருந்தும், எதையும் எதிர்பாராதவன். ஒரு விதத்தில் அவனைப் பாக்கியசாலி என்றே சொல்லவேணும். கால் ரூபாயை அனுப்பிவிட்டு அது மூணேமுக்காலே சொச்சமாகப் பெருகித் திரும்பி வரும் என்ற லக்ஷ்யத்துடன் அவன் என்றும் போட்டிப் பந்தயங்களில் ஈடுபடுகிறவனல்ல. அவன் யாருக்கும் சல்லிக்காசும் கொடுக்க வேண்டியதில்லை. அவனுக்கும் யாரும் தரவேண்டிய தும் இல்லை. மேலதிகாரியின் உத்தரவை எதிர்பார்த்து நிற்க அவன் யாரிடமும் கை கட்டிச் சேவகம் செய்பவன் அல்ல; உத்தியோகமே புருஷ லக்ஷணம் என்று நம்பாத கோஷ்டியைச் சேர்ந்தவன் அவன். அவனுடைய முன்னோர்கள் தயவுடன் சேர்த்து வைத்திருந்த நிலபுலன்கள் கொஞ்சம் இருந்தன; அவை எளிதில் அழிந்துவிடக் கூடிய பழக்கவழக்கங்கள் உள்ளவனும் அல்ல. அவனை ஒரு லக்ஷ்ய புருஷனாக்க இதெல்லாவற்றையும் விட அவனிடம் ஒரு முக்கியமான விசேஷாம்சம் இருந்தது. அவன் சமூகத்துக்கோ, சிந்தனை செய்வதற்கோ, பயந்து ஒதுங்கிப் பதுங்கிப் போகும் வாலிபன் அல்ல. அவன் படித் திருந்த படிப்பும், பெற்றிருந்த அறிவும் வீணாகிவிடவில்லை. எதைப்பற்றியும் தீவிரமாக யோசித்து, தைரியமாக மனத்தில் தோன்றுவதை வெளியிடக்கூடிய தெம்பு அவனுக்கு இருந்தது. இன்று காலை வேளையில் தபால்காரனையும், இன்றைய

நமது நாகரிகத்தையும் பற்றி இப்படி அவன் சிந்திப்பதற்குக் காரணம் அவனுக்கிருந்த ஒரு பழக்கமும் அவகாசமுந்தான் என்று சொல்லலாம்.

வாஸ்தவந்தான். ஜகந்நாதன் மனத்தில் ஒருவிதமான கசப்பும் இல்லை. ஆனால் ஐயங்கார் ஹோட்டல் காபி அவன் வாயில் இன்னும் கசந்து கொண்டிருந்தது. அந்த ஹோட்டல் காபிதான் ஊரில் சிறந்தது என்று ஊரார் சொன்னதைக் கேட்டுக் கொண்டு அவன் ஒரு வாரமாக அங்கே போய்வந்து கொண்டிருக்கிறான். காலையில் எழுந்து பல் விளக்கிவிட்டு, ஒரு மைலுக்கு மேல் நடந்து போய்க் காபி சாப்பிட்டுவிட்டு வந்து அரை மணிக்கு மேலாகி விட்டது. எனினும் அவன் வாயிலிருந்த கசப்பும், நிஜக் காபிக்கு இல்லாத ஒரு விறுவிறுப்பும் இன்னும் மறையவில்லை. அதைத்தான் ஊரில் சிறந்த காபிக்கடை என்று சொல்லிக்கொண்டார்கள்! காலையில் நல்ல காபி கிடைக்காவிட்டால் அன்று பொழுது சரியான பொழுதாகப் போகுமா என்ற தத்துவ விசாரத்தில் சில விநாடிகள் அவன் ஈடுபட்டான். நேற்றும் முந்திய நாட்களும் காபி சுமாராகத்தான் இருந்தது. என்றாலும், அன்றுபோல அவ்வளவு மோசமாக இல்லை. காபியில் ஒன்றும் பிசகில்லை; ஐயங்கார் கடைக் காபி தினம் ஒரே மாதிரியாகத்தான் இருக்கும்; தன் நாக்குத்தான் காரணம் என்று ஜகந்நாதனுக்குத் தோன்றிற்று. 'அந்த ஹோட்டல் காபி ஏழு நாள் சாப்பிடுவதற்குள்ளேயே இப்படிக் கசந்து விட்டதே; இன்னும் எத்தனை நாள் அதைச் சாப்பிட வேண்டியிருக்குமோ? அவள் திரும்பிவர இன்னும் எவ்வளவு நாளாகுமோ? என்று ஜகந்நாதன் தன்னையே கேட்டுக் கொண்டான்.

தன் கையிலிருந்த கடிதத்தில் அந்தக் கேள்விக்கு விடை இருந்தாலும் இருக்கலாம் என்று எண்ணி அவன் கடிதத்தைப் பார்த்தான். அது அவளிடமிருந்து வந்த கடிதமல்ல; அவளுக்கு வந்திருந்தது. மணிமணியாக ஆங்கிலத்தில், "ஐயம்மாள்: ஜகந்நாதன் மேல் பார்த்து; நடுத்தெரு" என்று உறையின் மேல் விலாஸம் எழுதியிருந்தது. அந்த எழுத்தின் சாய்வும் கதியும் பெண்மையை அறிவுறுத்தின. ஜகந்நாதன் கடிதத்தைத் திருப்பித் திருப்பிக் கூர்ந்து கவனித்துப் பார்த்தான்.

தபால் முத்திரையில் சரியாகத் தெரியாத ஒரு பெயரும், பக்கத்தில் 'கோயம்புத்தூர்' என்ற வார்த்தையும் காணப்பட்டன. முத்திரையின் தேதி நாலு நாளைக்கு முந்தியதாக இருந்ததைக் கண்டு அவன், அது ஏதோ சின்னக் கிராமத்தில் தபாலில் சேர்க்கப்பட்டது என்று ஊகித்துக் கொண்டான்.

தன் மனைவிக்குக் கோயம்புத்தூரில் ஒரு சிநேகிதி இருந்தது ஜகந்நாதனுக்குத் தெரியும். ஆனால் இந்தக் கடிதம் அவள் எழுதியதல்ல. அவள் எழுதியதானால் குறைந்தது நாலணாவுக் காவது தபால் வில்லைகள் ஒட்டியிருப்பாள். அவளுக்குச் சின்னக் கடிதங்கள் எழுதத் தெரியாது. ஒரு புன்னகையுடன் அவன் தன் மனைவியை அதுபற்றி எவ்வளவு கேலி செய்திருப் பான் என்று ஞாபகப்படுத்திப் பார்த்துக் கொண்டான். எவ்வளவு வருஷங்கள் தாம் கலா சாலையில் சேர்ந்து படித்திருந்தாலும் வாராவாரம் நாலணாச் செலவழிக்கும் படியாக, அப்படி என்னதான் விஷயம் இருக்கும் என்று அவனுக்கு ஆச்சரிய மாக இருந்தது. அவன் கேலி செய்ததை யெல்லாம் லக்ஷ்யம் பண்ணாமல் ஜயம் தன் சிநேகிதியின் கடிதத்தை ரகசியமாகப் படித்துவிட்டு - அதைத் தன்னுடைய கைப்பெட்டியில் வைத்துப் பூட்டிக் கொண்டு விடுவாள். அப்பெட்டியின் சாவியை அவள் தன் தாலிச் சரட்டில் ஒன்றுக்கு மூன்றாக முடிச்சுப்போட்டுப் பத்திரப்படுத்திக் கொண்டிருந்தாள். ஆனால் அப்படியும் ஒரே ஒருதரம் அந்தச் சிநேகிதியின் கடிதத்தின் ஒரு மூலையை ஜகந்நாதன் பார்த்துவிட்டான். எழுத்துப் பெரிதாக, மண்டை மண்டையாகப் பக்கத்துக்கு எட்டு வரியும், வரிக்கு மூன்று வார்த்தையுமே இருந்தன. 'ஓஹோ, விஷயக் கோளறல்ல! எழுத்துக் கோளாறுதான்!' என்று ஜகந்நாதன் அன்று தீர்மானித் துக் கொண்டான்.

அவன் கையில் அப்போதிருந்த கடிதம் அந்தப் பெண் மணி எழுதியதல்ல என்பது நிச்சயம். அதன் கனத்திலிருந்து உறைக்குள் ஒரே ஒரு காகிதந்தான் இருந்ததுபோலத் தோன்றிற்று. மனைவியோ ஊரில் இல்லை; அந்தக் கடிதத்தைப் பிரித்துப் பார்ப்பதா, வேண்டாமா என்பதுதான் பிரச்சினை!

ஜயமும் தானும் குடும்பம் நடந்த ஆரம்பித்த நாட்களில் நடந்த ஒரு சம்பவம் அவனுக்கு ஞாபகம் வந்தது. ஒருவருக்கு

வந்த கடிதத்தை மற்றவர் பிரிக்கலாமா என்பது பற்றிதான் விவாதம் அன்று எழுந்தது. அவனுக்கு வந்த ஒரு கடிதத்தை ஜயம், அவன் வீட்டில் இல்லாதபோது வாங்கிப் பிரித்துப் பார்த்து விட்டாள். அந்தக் கடிதத்தில் விசேஷமாக ஒன்றும் இல்லை. யாரோ ஓர் அசட்டு நண்பன் லாகூரிலிருந்து பக்கம் பக்கமாகத் தன் பிரதாபங்களை அளந்து வீசிவிட்டு க்ஷேமம் விசாரித்து எழுதியிருந்தான். அவ்வளவுதான். அதைத் தன் மனைவி பிரித்துப் பார்த்துவிட்டதைப் பற்றி, ஜகந்நாதனுக்கு உண்மை யில் கோபம் இல்லை. ஆனால் விளையாட்டாக, "எனக்கு வந்த கடிதத்தை நீ எப்படிப் பிரிக்கலாம்?" என்று போலிக் கோபத்துடன் அவளைக் கேட்டான்.

"அட பிரமாதமே!" என்றாள் ஜயம்.

"பிரமாதமோ இல்லையோ? அதைப்பற்றி என்ன? நீ படித்தவள்தானே? பிறருக்கு வரும் கடிதத்தைப் பிரித்துப் பார்க்கக் கூடாது என்று உனக்குத் தெரியாதா?"

"கணவனும் மனைவியும் ஒருவருக்கொருவர் பிறர் என்று எண்ணக்கூடியவர் அல்ல என்று எண்ணினேன். நான் எண்ணியது தப்பாக இருக்கலாம்" என்றாள் ஜயம்.

"கடிதத்தைப் பிரித்தது தவறு. ஏதாவது பொய்ச்சாக்கு. காரணம் கண்டுபிடித்துக் கொண்டிராதே" என்றான் ஜகந் நாதன்.

"சரி, தவறுதான், ஒப்புக் கொள்ளுகிறேன். இனிமேல் நீங்களும் எனக்கு வரும் கடிதம் ஒன்றையும் பிரித்துப் பார்க்கக் கூடாது" என்றாள் ஜயம்.

உண்மையிலேயே அவளுக்குக் கோபம் வந்துவிட்டது என்று அறிந்து கொண்டான் ஜகந்நாதன். "நான் உனக்கு வரும் கடிதத்தைப் பிரித்துப் பார்த்துவிட்டால் என்ன செய்வாயாம்?" என்று கேட்டு விட்டுக் கலகலவென்று நகைத்தான்.

ஆனால் ஜயம் அவன் சிரிப்பைத் தப்பாக அர்த்தம் பண்ணிக் கொண்டு விட்டாள். மனைவி பலஹீனமானவள், தான் எது செய்தாலும் சகித்துக் கொள் வேண்டியவள் என்ற மமதையுடன், திமிருடன் சிரிக்கிறான் என்று அவள் எண்ணினாள்.

கோபமாகவே பதிலளித்தாள்: "பிரித்துப் பாருங்களேன். என்ன செய்கிறேன் என்று தானே தெரியும்" என்று சுருக்கமாகச் சொல்லிவிட்டுப் பெண்களின் கோட்டையாகிய சமையலறைக்குள் புகுந்து கொண்டு விட்டாள்.

விவாதம் அன்று அதனுடன் முடிந்துவிட்டது. ஆனால் மறுநாள் அவளுடைய கோயம்புத்தூர் சிநேகிதியிடமிருந்து கடிதம் வந்தது அதை எடுத்துக் கொண்டு அவன் நேரே அவளிடம் போய், "இப்போது நான் இதைப் பிரித்துப் பார்க்கப் போகிறேன். நீ என்ன செய்யப் போகிறாய், செய்" என்றான். அவள் தாவிக் குதித்துக் கடிதத்தை அவன் கையி லிருந்து பிடுங்கிக்கொள்ள முயன்றாள். அது சாத்தியப்பட வில்லை. ஜகந்நாதன் கடிதத்தைப் பிரிப்பது போலப் பாவனை செய்தபோது அவள் முகம் குப்பென்று சிவந்துவிட்டது. முகத்தைத் திருப்பிக்கொண்டு அங்கிருந்து மெல்ல நகர்ந்து விட்டாள். அவள் செய்கையில் லஜ்ஜையும், துக்கமுந்தான் இருந்தன. அவள் மனத்தில் பயமோ, கலவரமோ இல்லை என்று அறிந்துகொண்ட ஜகந்நாதனுக்குத் தன் மனைவியைப் பற்றிக் கொஞ்சம் பெருமையாகவே இருந்தது பெண்மையின் எளிய கபடமற்ற ரகசியம் எதுவானாலும் அதை அறிந்து கொள்ள வேணுமென்ற ஆவலே இல்லாமல் அவன் அவளைப் பின் தொடர்ந்து போய்ப் பிரிக்காத கடிதத்தை அவள் கையில் தந்துவிட்டான்.

முகத்தில் ஆனந்தமும் பெருமையும் தவழ, கையில் கடிதத்துடன் நின்றுகொண்டிருந்த ஜகந்நாதனைக் கண்டு, மேலே துண்டை உதறிப் போட்டுக்கொண்டு மேற்கே கிளம்பிக் கொண்டிருந்த அடுத்த வீட்டு அப்புசாமி, "என்னையா ஆனந்தம் பொங்குகிறது? அகமுடையாளிடமிருந்து கடிதம் வந்ததோ?" என்று கேட்டான். அந்தக் கேள்வி ஜகந்நாதன் பிரக்ஞையில் தட்டி, அவன் பதில் சொல்ல யத்தனிக்குமுன் அப்புசாமி தெருக் கோடிக்குப் போய்விட்டான்.

கையில் கடிதத்துடன் ஜகந்நாதன் மேலும் கீழும் பார்த்தான். மணி இன்னும் ஒன்பது அடிக்கவில்லை. ஆனால் வெயில் கடுமையாகத் தகித்துக் கொண்டிருந்தது. மேல் காற்று வீசி விசிறி அடித்துத் தெருப்புழுதியை எல்லாம் மனிதர் தலையிலும்

காதிலும் கண்ணிலும் வாயிலும் ஏற்றிவிடுவது என்ற லக்ஷயத்துடன் இடைவிடாது உழைத்துக் கொண்டிருந்தது. தெருவில் முனிசிபாலிடியார் தயவில் சிறு சிறு காகிதத் துண்டுகள் காற்றில் எழும்பிப் பறந்து கொண்டிருந்தன. புழுதித் தேர்கள் தோன்றித் தோன்றி விசுவரூபமெடுத்து ஆகாயத் துக்கும் பூமிக்குமாக நின்று ஆடிச் சுழன்று மறைந்தன. "சே! என்ன புழுதி! ஆடிக்காற்றுக்கு ஆனி மாசத்திலே என்ன வேலை?" என்று சொல்லிக் கொண்டே ஜகந்நாதன் வாசற் கதவைச் சார்த்தித் தாழிட்டுக் கொண்டு வீட்டிற்குள் போனான்.

அன்று வந்த கடிதம் இன்னமும் அவன் கையில் தான் இருந்தது. அதைப் பிரித்துப் பார்ப்பதா, வேண்டாமா என்பது பற்றி அவன் இன்னமும் ஒரு தீர்மானத்துக்கும் வரவில்லை. பிரித்துப் பார்த்தால் என்ன? ஆனால் ஜயம் அதைத் தவறாக எண்ணிக் கொண்டு விட்டால் என்ன பண்ணுவது? கடிதத்தை மறுபடியும் தூக்கிக் கூர்ந்து கவனித்தான். என்ன விஷயம் இருக்கப் போகிறது? ஒன்றும் இராது. ஜகந்நாதன் மனத்தில் விகற்பமோ, கல்மிஷமோ, சந்தேகமோ ஒன்றும் இல்லை. தன் கிருஹஸ்தாசிரமத்துக்கு முந்திய நாட்களில் நடந்த எதுவும் தன் மனைவியின் காதுக்கு எட்டிவிடாதிருக்க வேணுமே என்று அவனுக்கு விசேஷமான பயம் ஒன்றும் இல்லை. கலாசாலையில் படித்துக் கொண்டிருக்கும் போது அவனுக்கும் காதல் லக்ஷயத்திலெல்லாம் நம்பிக்கை இருந்தது வாஸ்தவந்தான். அதே கலாசாலையில் அவனுடன் படித்துக் கொண்டிருந்த லீலா என்னும் பெண்ணும் அவனும் காதலர்களாக, அன்யோன்யமான அன்புள்ளவர்ளாகக் கொஞ்சம் பழகினார்கள். அது கொஞ்ச நாள்தான். லீலாவுக்கும் வேறு ஒருவனுக்கும் பின்பு கல்யாணமாகிவிட்டது. அதற்கப்புறம் லீலாவும் ஜகந்நாதனும் ஒரே ஒரு சமயந்தான் சந்தித்தார்கள்; ஆனால் அதைக் காதலர்களின் சந்திப்பு என்று சொல்லுவதற்கில்லை; ஏமாற்ற மடைந்த இரு லக்ஷ்யவாதிகளின் சந்திப்பு என்றுதான் சொல்ல வேண்டும். இந்த ஏமாற்றத்தினால் அவர்கள் மனம் கசந்தோ, அமைதியில்லாமலோ போய்விடவில்லை. இதனால் அவர்களுடைய அன்பு ஆழமற்றது என்றும் ஏற்பட்டு விட்டது. அது நீடித்த வரையில் ஆழ்ந்ததாகத்தான் இருந்தது. நிறைவேறாத

காதலால் அவர்களுக்குத் தோன்றிய துக்கமும் ஆழ்ந்ததுதான்; உண்மையானதுதான்.

ஆனால் அந்த ஏமாற்றத்தையும் மீறி வாழ அவர்கள் இருவருக்கும் வாழ்க்கையிலே போதிய பற்றுதல் இருந்தது. ஜகந்நாதனைப் பற்றிய வரையில் லீலாவின் ஞாபகம் நாலைந்து வருஷங்கள் அவனை இடைவிடாது பீடித்தது. ஆனால் அப்பொழுதும் அந்த ஏக்கத்தைப் பற்றி வளர்ப்பதில் சார மில்லை என்று அவனும் அவளும் ஒரு ஒருவருக்கொருவர் கடிதம் எழுதிக் கொள்ளுவதைக்கூட நிறுத்திக்கொண்டு விட்டனர். இப்பொழுது யோசித்துப் பார்க்கும்போதும் ஜகந்நாதனுக்கும் அப்படி நடந்ததே சரி என்று தோன்றிற்று. கற்பாறையில் மோதிக் கொள்ளுவதனால் மண்டை உடையுமே தவிர, லாபம் எதுவும் இருக்குமோ? ஜயத்தின் வருகைக்கப்புறம் ஜகந்நாதனுக்கு லீலாவின் ஞாபகம் கொஞ்சம் கொஞ்சமாகத் தேய ஆரம்பித்துவிட்டது. இப்பொழுதெல்லாம் அவன் லீலாவைப் பற்றி எண்ணுவது கூட இல்லை. இன்று ஏதோ அகஸ்மாத்தாக ஞாபகம் வந்தது.

ஆமாம், ஜயமும் அந்த லீலாவைப் போலவே ஒரு கலா சாலையில் மேல் படிப்புப் படித்தவள்தான். அவளுக்கும் அந்த நாட்களில் காதல் என்று ஒரு லக்ஷ்யம் இருந்திருக்கலாம். அவளுக்கும் ஒரு 'ஜகந்நாதன்' இருந்திருக்கலாம். ஏன் இருந் திருக்கக் கூடாது? ஆங்கிலேயே பாணியில் 'பொறாமை'ப் பட வில்லை ஜகந்நாதன். அந்த மாதிரிப் பொறாமைக்கு ஹிந்து சமூகத்தில் இடம் கிடையாது என்பது அவன் அறியாத விஷய மல்ல. ஹிந்து சமூகத்தில் குல ஸ்திரீகள், குல ஸ்திரீ அல்லாத வர்கள் என்று இரண்டே பகுதிதான் உண்டு. ஆனால் அதைப் பற்றி இப்போது யோசிக்கப் புகுந்தால் லாபம் இராது என்று அவன் தன் சிந்தனைகளை மறுபடியும் தன் கையிலிருந்த கடிதத்தின் பக்கம் திரும்பினான். இவ்வளவு சின்ன விஷயத் தைப் பற்றி இவ்வளவு பிரமாத யோசனைகள் பண்ணுவானேன்? அவளுந்தான் ஊரில் இல்லை. கடிதத்தைப் பிரித்துப் பார்த்து ஏதாவது அவசரமான விஷயமாக இருந்தால், மனைவிக்கு உடனே தெரிவிக்கலாம்; அது தன் கடமை என்று தன் மன சாட்சியை மறைமுகமாகத் திருப்தி செய்துகொண்டு ஜகந்நாதன் உறை யைக் கிழித்தான்.

அப்போதும் அவன் மனம் திடப்படவில்லை. உறையிலிருந்து கடிதத்தை வெளியே எடுக்குமுன் சற்று நேரம் தயங்கினான். அதை அவளுடைய சிநேகிதிகளில் ஒருத்திதான் எழுதி இருக்கவேணும். அதில் தான் பார்க்கக்கூடாது விஷயமாக ஏதாவது இருந்துவிட்டால்...? தன் சிநேகிதியைப் பரிகாசம் செய்து, பழைய ஒரு 'ஜகந்நாதனை'ப் பற்றி அதில் ஏதாவது எழுதப்பட்டிருந்தாலும் இருக்கலாம். கேலியாக எழுதப் பட்டிருக்கும் ஒரு வரி போதும், அவள் மனத்தைத் துன்புறுத்த, அப்படி ஒருவர் இருந்து, அதைத் தன் கணவன் படித்து விட்டான் என்று அறிந்து கொண்டால், அவன் மனைவியின் மனம் என்ன பாடும்படும்? இருவருக்கும் இடையே நீங்காத ஒரு திரை விழுந்துவிடும்!... ஆனால் உறையைக் கிழித்தாய் விட்டதே! படித்துப் பார்த்துவிடுவது; அதில் அப்படி ஏதாவது தன் கண்ணில் படக்கூடாத விஷயம் இருந்தால், அந்தக் கடிதம் வந்ததையோ, அதைத் தான் பார்த்ததையோ காட்டிக் கொள்ளாமல் இருந்துவிடுவது என்று அவன் தீர்மானித்தான். அப்படித் தீர்மானம் செய்வது எளிதுதான். ஆனால் அத் தீர்மானம் நடைமுறையில் சரியாக வருமா? அதைப்பற்றி ஜகந்நாதனுக்கே சந்தேகமாகத்தான் இருந்தது.

கடிதம் தமிழில்தான் எழுதப்பட்டிருந்தது. அதை வாசித்தான் ஜகந்நாதன்.

என் பிரியமுள்ள ஜயத்திற்கு,

இந்த கடிதத்தைப் பிரிக்குமுன்னே இதை எழுதியிருப்பது யார் என்று நீ அறிந்து கொண்டிருப்பாய். நீயும் நானும் சந்தித்தோ கடிதம் எழுதிக் கொண்டோ வெகு காலமாகி விட்டது என்றாலும், என்னையும் என் கையெழுத்தையும் நீ மறந்து போயிருக்க மாட்டாய் என்றே நான் நினைக்கிறேன். கலாசாலையில் நோட்ஸ் எழுதாமல் சோம்பேறியாகத் திரிந்துவிட்டு முழுக்க முழுக்க என் நோட்ஸையே வாங்கிப் படித்து என்னையும் விட அதிக மார்க் வாங்கியவள் அல்லவா நீ?

உன்னையும் என்னையும் நம் சகோதரிகள் லக்ஷ்யவாதிகள், குடும்பத்துக்கு லாயக்கற்றவர்கள் என்று கேலி

செய்வார்களே ஞாபகம் இருக்கிறதா உனக்கு? ஞாபகம் இருக்கும். ஆனால் நான் ஏன் இப்போது அந்தப் புண்ணைக் குத்திக் கிளறுகிறேன் என்று ஆச்சரியப் படுவாய் நீ. 'லக்ஷ்யங்களை எல்லாந்தான் கட்டிப் பரண் மேல் வைத்தாகி விட்டதே! வரிந்து கட்டிக்கொண்டு அடுப்பண்டை நிற்கிறோமே இப்பொழுது?" என்று நீ கேட்கலாம். உண்மைதான்.

எனக்குக் கல்யாணமாகிவிட்ட செய்தி உனக்குத் தெரிந் திருக்கும். என் கணவருக்குக் கல்கத்தாவில் உத்தியோகம். நான் சென்ற நாலு வருஷங்கள் கல்கத்தாவில் இருந்து விட்டு ஊர் திரும்பும்போது கோயம்புத்தூரில் செல்லத் தைப் பார்த்தேன். அவள் தான் உன் செய்திகளை யெல்லாம் சொன்னாள். உன் கணவரின் பெயரையும் விலாசத்தையும் அவள் மூலந்தான் அறிந்து கொண் டேன்.

இப்பொழுது நான் இந்தக் கடிதத்தைக் கலாசாலை மாணவிகள் பாணியில் கேலியாக எழுத வரவில்லை. என் மனத்திலும் உள்ளத்திலும் இருப்பது போன்ற ஏக்கம் உனக்கும் இருக்கும் என்று எனக்குத் தெரியும். தமக்கை யாக உனக்குக் கொஞ்சம் நான் ஆறுதலளிக்க விரும்பி இதை எழுதலானேன்.

என் வாழ்க்கையில், இந்த ஸ்வல்ப காலத்திலும், பல விஷயங்களையும் பற்றிச் சிந்திக்க எனக்கு அவகாசம் இருந்திருக்கிறது. என் சிந்தனையின் முடிவை, நான் சில நாட்களுக்குமுன் கேட்ட ஒரு ரேடியோ நாடகத்தில் வரும் நம்மைப் போன்ற யுவதி ஒருத்தியின் வார்த்தை களில் உனக்குச் சொல்ல விரும்புகிறேன்:

'வாழ்க்கையில் லக்ஷ்யங்கள் என்று சொல்லப்படுவ தெல்லாம் வெறும் பொய்களே. அர்த்தமற்ற வார்த்தைச் சேர்க்கைகள், கொள்கைகள் என்ற பெயருடன் நம்மை ஏமாற்றி நடமாடிக் கொண்டிருக்கின்றன. உதாரணமாக; காதல் என்ற ஒரு லக்ஷ்யத்தை எடுத்துக் கொள்ளுவோம். அது உண்மை என்று சொல்ல - அதிலும் ஹிந்து சமூகத்

திலே உண்மையானது என்று சொல்ல - ஓர் ஆதாரமும் இல்லை. ஆனால் குடும்ப வாழ்க்கை என்பது நித்தியமான உண்மை. பிடுங்கித் தின்னும் குழந்தையும், குடும்பத் தொல்லைகளுமே வாழ்க்கைக்கு ரஸம் அளிப்பவை. ஹிந்து சமுதாயத்திலே கல்யாணத்திற்கு, ஆண்-பெண் உறவுக்கு, வேறு லக்ஷ்யமே இல்லை. நாமாகத் தேடிக் காதலிப்பதாக எண்ணி வரிக்கும் புருஷனுக்கும், நம் பெற்றோராலோ பிறராலோ நம்மேல் சுமத்தப்படும் புருஷனுக்கும் அவ்வளவாக விசேஷமான வித்தியாசம் இல்லை. புல்லை எடுத்துப் புருஷன் என்று நிறுத்தினாலும் அது ஹிந்துக் கணவனாகக் கௌரவம் பெறுவதுடன் நில்லாமல் அப்படியே நடக்கவும் ஆரம்பித்து விடும். கிருஷ்ணமூர்த்தியானால் என்ன? லக்ஷ்மணன் ஆனால் என்ன? எந்தப் புருஷனும் சரிதான், அவன் ஒரு புருஷன் என்பதனால்.

இதுதான் நமக்கு ஏற்ற கொள்கை என்று எனக்குத் தோன்றுகிறது. நீ என்ன சொல்லுகிறாய்?

எனக்கு இரண்டு வயசில் ஒரு குழந்தை இருக்கிறது. அதற்கு ஜகந்நாதன் என்று பெயரிட்டிருக்கிறேன். உனக்கு இன்னும் குழந்தைகள் உண்டாகவில்லை என்று செல்லம் சொன்னாள். சீக்கிரம் பெற்றுக்கொள். அதுதான் நிறைவேறக்கூடிய ஒரு லக்ஷ்யம். நம் ஏக்கங்களை மறக்க அது தான் சாதனம். குடும்பத் தொல்லைகளிலே, குழந்தையுடன் விளையாடுவதிலே எதையும் மறந்துவிடலாம் என்று நான் கண்டு கொண்டு விட்டேன்.

உன் பிரிய
லீலா.

குறிப்பு: உன் கணவரை எனக்குத் தெரியும். அவரும் நானும் கொஞ்ச நாள் ஒரு கலாசாலையில் சேர்ந்து படித்தோம். அவருக்கும் என்னை ஞாபகம் இருக்கலாம்.

இந்தக் கடிதத்தைப் படித்து முடித்த பின் ஜகந்நாதனின் மனத்தில் தோன்றிய எண்ணங்களை விவரிப்பது இயலாத காரியம். அவன் சிந்தனைகள், வழக்கமாக ஒரு கட்டுக்குள் அடங்கி

க.நா. சுப்ரமண்யனின் தேர்ந்தெடுத்த சிறுகதைகள்

அவன் இஷ்டப்படி எழும் தெளிய சிந்தனைகள், குழம்பித் தெளிவுபடாமல் உருவம் பெறாமல் அவனுக்கு ஒரு வேதனையை உண்டாக்கின. அந்தக் கடிதத்தை எழுதியிருந்தவள் அவனுடைய லீலாதான்; சந்தேகத்துக்கு இடமில்லை. என்ன விவேகமும் சாந்தியும் தொனித்தன அந்தக் கடிதத்தில்! உணர்ச்சிகள் அவன் உள்ளத்தில் கொந்தளித்துக் குமுறின. "உன் கணவரை எனக்குத் தெரியும். அவருக்கும் என்னை ஞாபகம் இருக்கலாம்" என்று அவள் எவ்வளவு நாஸூக்காக எழுதி இருந்தாள்!

ஒரு பெருமூச்சுடன் ஜகந்நாதன் பிரித்த கடிதத்தை மேஜை மேல் போட்டுவிட்டுக் கூடத்தில் குறுக்கும் நெடுக்குமாக நடந்தான். செயலற்றவனாகச் சில விநாடிகள் பிரமித்தவன் போல் நின்றான். இந்தப் பெண்மணிகளின் உள்ளத்திலே பழமையும் புதுமையும் மோதின. அதன் பலாபலன்களைத் தற்சமயம் யார்தான் அறியமுடியும்? அதன் முடிவுகள் எப்படி உலகைப் பாதிக்கும்? இன்றைய தலைமுறையில் ஆண்களின் லக்ஷ்யமும் இதேபோன்றது தானே? ஆனால் அறிவாளியாகிய ஜகந்நாதனால்கூட ஒரு சிந்தனையைத் தொடர்ந்து சரியான படி யோசிக்க அப்போது முடியவில்லை. அவன் உள்ளத்திலே மோதிய அலைகள் கட்டுக்கடங்காதவனாக இருந்தன.

வாசற்கதவை யாரோ தட்டு சப்தம் கேட்டது. வீட்டில் ஜகந்நாதனைத் தவிர வேறு யாரும் இல்லை. "இதென்ன நியூஸன்ஸ்!" என்று சொல்லிக்கொண்டே போய்க் கதவைத் திறந்தான். வெளியே வண்டியிலிருந்து அவன் மனைவி ஜயம் இறங்கி உள்ளே வந்தாள். அவளுடைய தகப்பனார் வெளியே நின்று கொண்டிருந்தார்.

அவரை வரவேற்று இரண்டொரு வார்த்தை சொன்னான் ஜகந்நாதன். அவர் வண்டிக்காரனுக்குச் சில்லறையைக் கொடுத்து விட்டுத் தம் மாப்பிள்ளையின் பக்கம் திரும்பி, "என்ன மாப்பிள்ளை உங்களுக்கு? உடம்பு சரியில்லையா என்று கடிதம் எழுதியிருந்தீர்களாமே! என்ன உடம்பு? உடனே போய் விட வேணுமென்று ஜயம் பிடிவாதம் பிடித்தாள். நான் கோர்ட்டிற்கே, ஞாயிற்றுக் கிழமை போகலாம் என்று சொல்லிப் பார்த்தேன். கேட்க மாட்டேன் என்று விட்டாள்" என்றார்.

"நான் அப்படி ஒன்றும் வரச்சொல்லி எழுதவில்லையே!" என்றான் ஜகந்நாதன்.

"அதென்னவோ! 'அவர் உடம்பு சரியில்லை போலிருக்கிறது என்று நேற்றைய கடிதத்தில் எழுதியிருக்கிறார். போகத்தான் வேணும்; கிளம்பு' என்று ஒரே அடியாகச் சாதித்து விட்டாள் ஜயம்" என்றார் அவன் மாமனார்.

எதிர்பாராத அவர்களுடைய வருகையால் ஜகந்நாதன் மேஜைமேல் தான் பிரித்துப் போட்டுவிட்டு வந்த லீலாவின் கடிதத்தை மறந்து விட்டான். ஜயத்தின் கண்ணில் உள்ளே போனவுடன் அந்தக் கடிதந்தான் தட்டுப்படும். அவன் பதற்றமாக உள்ளே நுழைந்தான். கையில் கொண்டு வந்த கூஜாவைக் கூடக் கீழே வைக்காமல் ஜயம் அந்தக் கடிதத்தை எடுத்துப் படித்துக்கொண்டு நிற்பது அவன் கண்ணில் பட்டது. ஜயம் திரும்பி ஒரு விநாடி தன் கணவனைப் பார்த்தாள். அந்த விநாடியில் ஜயத்தின் முகம் அதிகமாகச் சிவந்ததா, ஜகந்நாதனின் முகம் அதிகமாகச் சிவந்ததா என்று தீர்மானிப்பது சிரமமான காரியம்.

ஜயத்துக்கு அவனை நிமிர்ந்து பார்க்கத் தைரியம் வரவில்லை. அதனால் ஜகந்நாதனுக்குக் கொஞ்சம் தைரியம் பிறந்தது. அவளை அணுகி மெதுவாக, அன்பு ததும்பும் குரலில், "பெண்ணாகப் பிறந்தால் லீலா என்று பெயர் வைத்து விடலாம்.. ஆணாகப் பிறந்தால் என்ன பெயர் வைப்பது?" என்று புன்சிரிப்புடன் கேட்டான்.

ஒரு நிமிஷம் தயங்கினாள் ஜயம். அப்புறம் முகத்தைக் கவிழ்த்தபடியே, "அதைப்பற்றி இப்பொழுது என்ன? இன்னம் நாலைந்து மாசம் இருக்கே; யோசித்துக் கொள்ளலாம்" என்றாள்.

ஜகந்நாதனின் மாமனார் ரேழியில் வந்து நின்று கொண்டு, "மாப்பிள்ளை! எனக்கு இன்று கோர்ட்டு இருக்கிறது. நான் அடுத்த ரயிலில் போக வேணும்" என்று சொன்னார்.

"இரு அப்பா, ஒரு கப் காபி போட்டுத் தரேன். சாப்பிட்டு விட்டுப் போ. இன்னும் அரை மணி இருக்கே. அடுத்த வண்டிக்குத்தான்" என்றாள் ஜயம்.

3

முதல் கதை

பழைய ஞாபகங்கள் எப்போதும் மனிதனாகப் பிறந்தவனுக்கு இன்பம் பயப்பதாகவே இருக்கின்றன. அந்த ஞாபகம் எவ்வளவு துக்ககரமான சம்பவத்தைப் பற்றியதாக இருந்தாலும் அது ஞாபகம் என்பதனால் ஓர் இன்ப சாதனமாகவே ஆகிவிடுகிறது. அப்ப . எழும் இன்பத்துக்கு ஈடானது உலகிலே வேறில்லை. நமது முந்திய ஜன்மத்தது என்று சொல்லும் படியாகப் பழமை வாய்ந்ததாக நமக்கு ஒரு ஞாபகம் இருந்துவிடுமானால், அது நமது வாழ்க்கைக்கே ஓர் உரை கல்லாகப் போய்விடும். நமது மற்ற அனுபவங்களை எல்லாம் அந்த உரைகல்லில் தேய்த்துத் தேய்த்து மாற்றுப் பார்க்க ஆரம்பித்து விடுவோம்.

நமது குழந்தைப் பருவமும் இப்போதுள்ள ஆண் பருவம் கிட்டத்தட்ட வேறு வேறு ஜன்மங்கள் என்பதனால் தானோ என்னவோ, நம்மில் அநேகமாக எல்லோருக்கும் குழந்தைப் பருவத்து ஞாபகங்கள் அளவில் அடங்காத மகிழ்ச்சி தருவனவாக அமைந்திருக்கின்றன. மிகவும் சிரமப்பட்ட குடும்பத்தில் பிறந்து, அடியும் உதையும் வாங்கி, சரியான வேளையில் சோறு தண்ணீரில்லாது சிரமப்பட்ட குழந்தைகூடப் பெரியவனான பின், அதைப்பற்றி ஞாபகப்படுத்திக் கொள்ளச் சக்தியும் சிக்குமும் உள்ளவனாகி விட்டால், அந்தக் கஷ்டங்களிலும் ஞாபகத்திலும் ஓர் இன்பம் இருக்கிறது என்று தானாகவே அறிந்து கொள்ளுகிறான்.

இந்தக் கதையை நான் இப்போது எழுதுவதற்கு ஆதி காலத்திய ஞாபகங்களில் ஓர் இன்பம் இருக்கிறது என்பது மட்டும் காரணமல்ல. எவ்வளவோ தூர காலத்தில் அன்று ஒரு நாள் நடந்த ஒரு சம்பவத்தில் நான் என் வாழ்க்கையின் போக்கு முழுவதையும் காண்கிறோம். இந்தச் சம்பவத்தின்

ஞாபகத்தால் எனக்கு அப்பொழுதே இலக்கியகர்த்தா ஆகிவிட வேண்டுமென்ற பேராவல் தோன்றிவிட்டதையும், அப்படி நடக்க அனுமதிப்பதில்லை என்று உலகு அப்பொழுதே தீர்மானித்து விட்டது என்பதையும் நான் அறிகிறேன்.

எனக்கு அப்போது வயசு பத்து. பள்ளிக்கூடத்தில் ஐந்தாம் வகுப்பில் படித்துக் கொண்டிருந்தேன். மேன்மை தங்கிய ஐந்தாம் ஜார்ஜ் சக்கரவர்த்தியின் வெள்ளி விழாக் கொண்டாடத்திற்கு இன்னும் பதினாலு வருஷங்கள் இருந்தன. பள்ளிக்கூடத்தில் சின்ன வகுப்புக்களிலெல்லாம் எனக்கு நல்ல பெயர்தான். நூற்றுக்கு அறுபது எழுபது என்று மார்க் வரும். அதற்குக் காரணம் என் மாமா அந்தப் பள்ளிக்கூடத்தில் உதவித் தலைமை உபாத்தியாயராக இருந்ததுதானோ என்னவோ எனக்குத் தெரியாது. இப்பொழுது யோசிக்கும்போது அப்படித் தான் இருக்கவேணும் என்று தோன்றுகிறது. ஏனென்றால் நான் வேறு பள்ளிக்கூடத்துக்குப் போனபின், மேல் வகுப்புகளில் நல்ல மார்க் வாங்கியதும் இல்லை; நல்ல பையன் என்று பெயரெடுத்ததும் இல்லை.

எனக்குப் பத்து வயசு நடக்கும்போது என்னைப் பற்றிய வரையில் எனக்கே நல்ல அபிப்பிராயந்தான். வீட்டில் ஒரே பிள்ளை. பள்ளிக்கூடத்தில் மார்க்கும் நன்றாகவே வந்து கொண்டிருந்தது. விஷமம் பண்ணி வம்பு தும்புகளில் மாட்டிக் கொள்ள உடம்பில் தெம்பு கிடையாது. உண்மையில், படித்தா லும் படிக்காவிட்டாலும் சதா கையில் புஸ்தகத்துடன் இருப்பது நல்ல பெயரெடுக்க ஒரு சுலபமான வழி என்று நான் அப்பொழுதே கண்டுகொண்டு விட்டேன். அந்தக் குடும்பத் தில் நான் ஒரே பிள்ளை என்பதனால் வந்துவிட்டுப் போகும் பாட்டிகளுக்கும் பெண்மணிகளுக்கும் என்னிடம் அலாதிப் பிரேமை உண்டு. அவர்கள், "சமத்து சமத்து" என்று என்னைப் புகழ்வதில் எனக்குப் பரம திருப்தி. அவர்களிடம் சதா வம்பளந்து கதைத்துக் கொண்டிருப்பதில் தனியான இன்பம் இருந்தது. இந்த மாதிரி பாட்டிகளுடன் நான் கதை பேசிக் கொண்டிருப்பது என் தகப்பனாருக்கு அவ்வளவாகப் பிடிக்காது. அவர் பல தடவை கண்டித்துக் கண்டித்துப் பார்த்துவிட்டுப் பிரயோஜனம் இல்லை என்று விட்டுவிடுவார்.

நான் பேச ஆரம்பித்த நாட்கள் முதல் கொண்டே கதை கேட்பதிலும் கதை சொல்லுவதிலும் அதிக ஆர்வம் காட்டினேன் என்று என் பாட்டி பிற்காலத்தில் சொல்லுவது வழக்கம். எனக்கு நன்றாக ஞாபகமிருக்கிறது; எனக்கு ஆறு வயசு ஆவதற்கு முன்னரே அந்தப் பாட்டி இறந்து விட்டாள். எனினும் அவள் அந்தக் காலத்தில் சொன்ன கதைகள் இன்னும் என் மனத்தைவிட்டு அகன்ற பாடில்லை. ஒவ்வொரு வேளையும் சாதம் போடும்போது அவள் ஏதாவது கதை சொல்லிக் கொண்டே இருப்பாள். சாப்பாட்டை ரசிக்க வைத்தது அவள் கதைதான் என்று சொல்லுவதில் தவறில்லை. இந்த மாதிரி விக்கிரமாதித்தன் கதை, மதன காமராஜன் கதை, நாலு மந்திரி கதை, அல்லி அரசாணி கதை, பாகவதம், ராமாயணம், பாரதம், பெரிய புராணம் முதலியவைகளிலிருந்து கதைகள், அவள் தன்னுடைய ஒப்பற்ற பாணியில் சொல்ல நான் கேட்டிருக்கிறேன். பிற்காலத்தில் நான் எவ்வளவோ சிறுகதை ஆசிரியர்களைப் பார்த்து விட்டேன். ஆனால் அவளைப் போலச் சுவாரசியமான கதைகளைச் சுவாரசியமாகச் சொல்லக் கூடியவர்களை நான் இனிமேல்தான் காண வேணும். அவளுக்குப் பழங்கதைகளைத் திருப்பிச் சொல்லும் திறமை மட்டுந்தான் உண்டு என்று இல்லை. லாகூரில் தன் சின்னப் பிள்ளை வேலையாயிருந்தபோது தான் அங்கே போனதையும், காசி, ஹரித்துவாரம் என்று க்ஷேத்திராடனம் செய்தபோது தனக்கு நேர்ந்த அனுபவங்களையும் பற்றி வெகு சுவாரசியமாகச் சொல்லுவாள். குழந்தை மனத்தில்தான் அவை பதிய முடியும் என்று சொல்லுவது அவள் சாமர்த்தியத்திற்கு இழுக்காகி விடாது. ஏனென்றால் கதை எழுத முயன்று பார்த்தவர்களெல்லாம் குழந்தைகளுக்குக் கதை எழுதுவதுதான் சிரமம் என்பதை ஒப்புக் கொள்ளுவார்கள்.

நான் இப்படி வீட்டுக்கு வரும் பலரிடமும் கதைகள் கேட்பது மட்டுமன்றிக் கேட்ட கதைகளைச் சரியான முறையில் சொல்லவும் பழகிக் கொண்டேன். யாராவது வந்திருப்பவர்களிடம், "ராஜாவுக்கு 'கத்திரிக்காய் தின்ன வயிறு!' கதை தெரியுமே; அழகாகச் சொல்லுவானே" என்பாள் அம்மா. உடனே விருந்தாளிகள் என்னைக் கதை சொல்லச் சொல்ல வேண்டிய

தும் நான் சொல்ல வேண்டியதுந்தான் பாக்கி. பள்ளிக்கூட விடுமுறை நாட்களில் நான் கும்பகோணத்திலிருந்து என் தாத்தா வீட்டுக்குப் போவேன். அங்கும் கதை சொல்லுவதில் எனக்கு நல்ல பயிற்சி கிடைக்கும். ஒவ்வொரு நாளும் மத்தியான்னம் சாப்பிட உட்காரும்போது தாத்தா, “ராஜா வந்திருக்கான். நல்ல கதையாகச் சொல்லுவான்” என்று சொல்லிக் கொண்டே உட்காருவார். நானும் தினம் ஒன்று புதிசு புதிசாகப் பழங்கதைகளைப் பல கைச்சரக்குகளுடன் சேர்த்துச் சொல்லு வேன். விடுமுறைகளில் இது நாள் தவறாத நிகழ்ச்சி.

குழந்தைகளும் பெரியவர்களும் - முக்கியமாக அத்தைப் பாட்டிகளும் கிழவர்களும் - புகழ் வளர்ந்த என் கதை சொல்லும் ஆற்றல், என்னுடைய பத்தாவது வயசில் உச்சத்தை எட்டியது. நான் கதை சொல்லுவதோடு நில்லாமல் என் புஸ்தகங்களில் இருந்ததுபோலக் கதை எழுதிவிட வேண்டுமென்றும் ஆவல் கொண்டேன். ஆனால் இந்த ஆவல் எளிதில் பூர்த்தி ஆகக் கூடியதாக இல்லை. நான் அதுவரையில் கேட்காத ஒரு கதை யைச் சொந்தமாகக் கற்பனை செய்ய எனக்குப் போதிய அனுபவமோ கற்பனையோ இல்லை. பழங்கதைகளை, எல்லோருக்கும் தெரிந்த கதைகளைத், திருப்பி எழுதுவதில் பயனில்லை என்று நான் எண்ணினேன். புதுக்கதை எழுதும் முயற்சியில் நான் வீணாக்கிய காகிதத்தையும் பொழுதையும் கண்டு விஷயம் இன்னதென்று அறியாமல் என் தகப்பனார் என்னைக் கோபித்துக் கொண்டார். என்னுடைய இளைய உள்ளத்து ஆர்வம் இந்த மாதிரிக் கோபத்தினால் எல்லாம் அடங்கி விடுவதாக இல்லை. முன்பெல்லாம் புஸ்தகமும் கையுமாக அலைந்த நான் இப்பொழுது நோட்டுப் புஸ்தகமும் பேனாவும் கையுமாக இருந்தேன். கை எல்லாம் சில சமயம் மூக்கும் மோரையுங்கூட மசி ஆகிவிடும். கையெழுத்துச் சரியாகப் படியாததால் நான் எழுதியதை நானே படிப்பதுகூடச் சிலசமயம் சிரமமாகிவிடும். கதை எழுதி முடிக்கும் ஆர்வத்தில் நான் கால் வாங்கவேண்டிய இடங்களில் கால் வாங்காமல் விடிருப்பேன். சின்ன எழுத்தாக எழுதத் தெரியாத தோஷம் பக்கத்தில் ஏழெட்டு வரிகளே இருக்கும். அதிலும் ஒவ்வொரு வரியிலும் மசியைக் கொட்டி எழுத்தின் உருத் தெரியாமல்

மெழுகி இருப்பேன். ஆனால் இதெல்லாம் இலக்கிய ஆசிரிய னைச் சோர்வு அடையச் செய்யக்கூடிய விஷயமா, என்ன?

இப்படிப் பல நாள் கதை எழுத முயன்றுவிட்டு ஒரு நாள் என் உற்சாக வேகத்தில் ஒரு கதை பூராவையும் எழுதி முடித்து விட்டேன். அதைத் திருப்பிப் படித்துப் பார்க்கும் போது அது சற்று மட்டமான சரக்குப் போலத்தான் தோன்றிற்று. 'கத்தரிக்காய் தின்ன வயிறு' கதையின் சற்று மாறி ரூபந்தான் என் கதை. அதில் வரும் பாத்திரங்களுக்கெல்லாம் நான் விசித்திர வித்திரமாகப் பெயர் கொடுத்திருந்தேன். அதன் கதாநாயகிக்கு நான் சுபாஷிணி என்று பெயரிட்டிருந்தேன். ஏனென்று எனக்கே இப்போது தெரியவில்லை. அந்த நாட்களிலும் வங்காளி நாவல் களைப் போற்றிப் படிக்கும் வழக்கம் இருந்ததா என்று எனக்கு நிச்சயமாகத் தெரியாது. ஆனால் நான் சுபாஷிணி என்ற பெயரை எங்கேயோ கேட்டு விட்டுத் தான் அதை என் கதாநாயகிக்கு வைத்திருக்க வேணும். கதா நாயகிக்கு ஏற்றபடி கதாநாயன் பெயர் அமையவில்லை. அவனுக்கு நான் பொன்னுசாமி என்று சதாரணமாகத்தான் பெயர் வைத்திருந் தேன். அந்தக் கதையில் பல அசம்பாவிதமான, நம்பத்தகாத சம்பவங்கள் காரியங்கள் இருந்திருக்கலாம். ஆனால் அவை இப்போது எனக்குத் தெளிவாகத் தெரியவில்லை.

நான் இந்தக் கதையை எழுதி முடித்தபோது காலை பத்து மணி இருக்கும். அன்று சனிக்கிழமை போலிருக்கிறது; விடு முறை. நான் எழுதிய கதையைக் கையில் எடுத்துக்கொண்டு, "அம்மா! அம்மா!" என்று அடக்க முடியாத ஆர்வத்துடன் கத்திக்கொண்டு சமையலறைப் பக்கம் ஓடினேன். அம்மா சமையல் வேலையில் ஈடுபட்டிருந்தாள். சாதம் வடிக்கும் சமயம். நான் பதற்றத்துடன் உள்ளே வந்ததைக் கண்டதும், ஏதோ சில்லறை விஷமமாகுக்கும் என்று எண்ணிக்கொண்டு, "என்னடா அது?" என்று சற்று அதட்டியே கேட்டாள்.

என் கையில் இருந்த காகிதங்களை அவள் முன் நீட்டி னேன். "நான் ஒரு கதை எழுதியிருக்கிறேன், அம்மா" என்றேன்.

"ரொம்ப சரி; போ!" என்று மெதுவாக என் தோளைப் பிடித்துக் கதவுப்பக்கம் திருப்பி என்னைத் தள்ளினாள் என் தாய்.

"படிக்கிறேன்; கேளம்மா நீ" என்றேன். அம்மாவுக்கு சமையல் வேலை தொந்தரவு அதிகம். பதினொரு மணிக்குள் சமையல் ஆகாவிட்டால், அப்பா கோபித்துக் கொள்ளுவார். "அப்புறம் படிக்கலாண்டா, போ" என்றாள்.

நான் எழுதிய கதையை அவள் அப்படி அலக்ஷ்யம் செய்தது எனக்குப் பிடிக்கவில்லை. "இப்பவே படி" என்று அவள்முன் மறுபடியும் காகிதங்களை நீட்டினேன். ஆனால் அம்மா என் கையில் இருந்த காகிதத்தை வாங்கிக் கொள்ளாமலே ஒரு கையால் புரட்டிப் பார்த்துவிட்டு, "ரொம்ப நன்னா யிருக்கு. கூடத்துக்குப் போய் உன் பாடங்களைப் படி, போ!" என்றாள்.

எனக்குக் கோபம் வந்துவிட்டது. அவள் அதை உடனே படித்தால்தான் அங்கிருந்து நகருவேன் என்று நான் பிடிவாதம் பிடித்தேன். காரியத் தொந்தரவால் அம்மாவுக்கு கோபம் வந்து விட்டது. சற்று ஓங்கியே என் முதுகில் ஓர் அறை வைத்து, "போடா கூடத்துக்கு, உன் கதையும் நீயும். முளைக்கிறதுக்குள் பிடிவாதத்தைப் பார்க்கலை!" என்றாள்.

நான் கதை எழுதி முதல் முதலாகப் பெற்ற சம்மானம் முதுகில் அந்த அறைதான். எனக்கு அழுகை அழுகையாக வந்தது. ஆத்திரத்துடன் கையில் இருந்த காகிதங்களை யெல்லாம் கிழித்து, அடுப்பில் எறிந்துவிட்டுச் சமையல் அறையிலிருந்து வெளியேறினேன்.

அப்போதைக்கு இப்போது நான் கெட்டிக்காரனாகி விட்டேன். நான் எழுதும் கதைகளை யாரும் படிப்பார்கள், புகழ்வார்கள் என்று நான் இப்போது எதிர்ப்பார்ப்பதில்லை!

4

ஆடரங்கு

கூட்டம் ஒன்றும் பிரமாதமாக இல்லை. ஏதோ பொறுக்கி எடுத்த சிலருக்கு, உபயோகப்படக் கூடியவர்களுக்கு, கலை உலகிலே முக்கியஸ்தர்களுக்கு மட்டுந்தான் அழைப்பு அனுப்பப்பட்டிருந்தது. பத்துப் பதினைந்து பெண் மணிகள், ஏழெட்டுக் குழந்தைகள், இருபது ஆண்கள் - இவ்வளவுதான். பெண்களில் சிலரையும் குழந்தைகளையும் தவிர மற்றவர்களெல்லாம் கலை உலகில் பெரிய ஸ்தானம் வகிப்பவர்கள்; அந்தச் சில பெண்களும குழந்தைகளுங்கூடப் பெரியவர்களின் வீட்டுக் குழந்தைகளும் பெண்களுந்தான். லக்ஷ்மி பாக்கியசாலி. அவளுடைய அரங்கேற்றம் நல்ல சுப சூசகங்களுடன் 'கலைத் தூண்'களின் நிழலில் நடக்க இருந்தது.

லக்ஷ்மி உள்ளே வரும்போதே, "கீழே விரிந்திருக்கும் விரிப்பு வழுக்காதே?" என்று சபையில் யாரோ கேட்டதும், "வழுக்காது; அநேகமாக வழுக்காது" என்று யாரோ சொன்னதும் அவள் காதில் விழுந்தன. குனிந்து பார்த்தாள். ரப்பரைப் போல ஏதோ ஒரு விரிப்பானது கீழே விரிக்கப்பட்டிருந்தது. அது அறை அகலம் முழுவதுங்கூட இல்லை. நடு அறையில், நாலடி அகலத்துக்குத்தான் இருந்தது. முழுவதும் அந்த விரிப்பிலேயே நாட்டியம் ஆடிவிட முடியாது. தரையிலும் கால் படத்தான் படும். விரிப்பு வழுக்காது போலத்தான் இருந்தது. ஆனால் காலைத் தரையிலிருந்து விரிப்புக்கு மாற்றும்போது அதிக ஜாக்கிரதையாகத்தான் இருக்க வேண்டும். தடுக்கி விட்டால் ஆபத்து... ஆமாம், ஜாக்கிரதையாகத்தான் இருக்க வேண்டும்! அதென்ன, நாட்டிய மேடையா, எல்லாச் சௌகரியங்களும் இருக்கா? சாதாரண வீட்டில் ஒரு கூடம்; இந்தச் சந்தர்ப்பத்துக்கு நாட்டிய அரங்காக, லக்ஷ்மியின் அரங்

கேற்றத்துக்காக மாறியிருந்தது; அவ்வளவுதானே! எவ்வளவு அசௌகரியமிருந்தாலும் கூட்டம் அதிகம் இல்லாதது பற்றி லக்ஷ்மிக்குப் பரமதிருப்தி. என்ன இருந்தாலும் அவள் சிறுமி தானே? தைரியம் கொஞ்சம் இருந்தது; வாஸ்தவந்தான். இன்று இங்கே சபையில் கூடியிருந்தவர்கள் பெரியவர்கள், கலையைப் பற்றி முற்றும் அறிந்தவர்கள்; வயதானவர்கள்; தன் நாட்டியத்தில் எவ்வளவு குற்றம் குறையிருந்தாலும் சரியாகப் பயிற்சி பெறாதவள், சிறுமி என்பதற்காகத் தன்னை மன்னித்து விடக் கூடியவர்கள் என்று எண்ணினாள் லக்ஷ்மி. அது அவளுக்குக் கொஞ்சம் ஆறுதல் அளித்தது.

எதிரே சுவரில் பெரிய சரஸ்வதி படம் ஒன்று மாட்டியிருந்தது. அதை நோக்கிக் கையைக் கூப்பி வணங்கினாள் லக்ஷ்மி. அப்புறம் மெல்லெனச் சதங்கை ஒலிக்க, இரண்டடி முன்னால் எடுத்து வைத்துச் சபையை நோக்கித் தாழ்ந்து கைகூப்பி வணங்கினாள். அதே விநாடி மத்தளம் முழங்கிற்று. 'வயலின்' இசைத்தது. நட்டுவனாரும் கலந்து பாட ஆரம்பித்து விட்டார். நாட்டியத்தை ஆரம்பிக்க, லக்ஷ்மியின் கையும் காலும் துடித்தன. சுற்றுமுற்றும் பார்த்தாள். அவள் தாய் மட்டும் ஏன் முகத்தை அப்படிச் சிணுக்கிக் கொண்டு உட்கார்ந்திருந்தாள்? 'எதையாவது மறந்துவிட்டேனோ?' என்று எண்ணினாள் லக்ஷ்மி. சதங்கை, கச்சை, டோலக்கு, பொட்டு, தலையணி எல்லாம் சரியாகத்தானே இருந்தன? இதென்ன இப்படி ஆரம்பிக்கும் போதே துடங்கலாகச் சகுனம்? அவள் தாய் ஏதோ சைகை காட்டினாள்... என்ன? என்ன அது? மறுபடியும் வணங்கச் சொன்னாள். யாரை? லக்ஷ்மி சபையைப் பார்த்தாள். ஓ!

லக்ஷ்மி சதங்கை ஒலிக்க லாவகமாக நடந்து போய்ச் சபையில் முன் வரிசையில் உட்கார்ந்திருந்த மிஸ் ஊர்வசியை வணங்கினாள். என்ன பைத்தியக்காரத்தனம்! அவள் தாய் எவ்வளவோ தரம் சொல்லியிருந்தும் ஏன் இது இப்படிக் கடைசி விநாடியில் மறந்துவிட்டது! அசட்டுத் தனம்! அவள் தாய் படித்துப் படித்து சொன்னாளே! கடைசி நிமிஷத்தில் - நல்ல வேளை, கடைசி நிமிஷத்திலாவது ஞாபகம் வந்ததே! அநத மட்டும் சரிதான். மிஸ் ஊர்வசி எவ்வளவு அபூர்வமான,

வசீகரமான பாவத்துடன் அவளுடைய வணக்கத்தை ஏற்றுக் கொண்டாள்? அவளுடைய முகத்திலும் கையிலும் சட்டென்று ஒரு விநாடியில் தோன்றி மறைந்த அசைவுதான் எவ்வளவு அதிசயமானது! உண்மையிலேயே மிஸ் ஊர்வசியை நாட்டிக் கலையின் சிகரத்தை அடைந்தவள் என்று சொல்லுவதில் தவறில்லை என்பது அந்த ஓர் அசைவிலேயே லக்ஷ்மிக்குத் தெரிந்துவிட்டது போல் இருந்தது. இப்படி யோசித்துக் கொண்டே லக்ஷ்மி மெதுவாகத் தன்னுடைய ஆரம்ப ஸ்தானத் துக்கு நகர்ந்தாள். மிஸ் ஊர்வசியைப் போலத் தானும் ஆகிவிட வேண்டுமென்று அவள் உள்ளத்திலே தோன்றிற்று. இன்று ஆரம்பம், முன்னோக்கி நாட்டியமாடி நகர.

இதோ நாட்டியம் ஆரம்பித்துவிட்டது. முதலில் மூன்று பாட்டுக்களுக்கு அபிநயம் பிடிப்பது ரொம்பக் கண்டமான காரியம். லக்ஷ்மியின் மனம் அபிநயத்தைத் தவிர வேறு எதிலும் ஓடவில்லை. வரிசைக்கிரமமாகப் பாட்டனார் சொல்லித் தந்திருந்தபடி, தாளம், பாவம் தவறி, விட்டுப் போகாமல் நாட்டிய மாடினாள். நாலாவதாகப் பாடப்பட்டது ஓர் எளிய பதம். அது லக்ஷ்மிக்கு மிகவும் பழக்கமானது; நாட்டியமாட ஆரம்பித்த நாட்களிலிருந்து அவளுக்குப் பாடமானது. அதற்கு இசைந்து ஆடிக்கொண்டிருக்கும் போது லக்ஷ்மி மறுபடியும் நாட்டியக் கலையையும், மிஸ் ஊர்வசியையும் சபையையும் கவனிக்க ஆரம்பித்தாள்.

மிஸ் ஊர்வசி முகத்தில் சலனமே இல்லாமல் உட்கார்ந் திருந்தாள். தன் நாட்டியம் அவளுக்குப் பிடித்திருந்ததா இல்லையா என்றுஅவள் முகத்திலிருந்து லக்ஷ்மியால் அநுமானிக்க முடிய வில்லை. சிலசமயம் ஊர்வசியின் கண்கள் சபையில் அவள் அருகில் உட்கார்ந்திருந்த ஒருவருடைய கண்களைக் கண்களை நாடித் தேடுவதை லக்ஷ்மி கவனித்தாள். அந்த மனிதர் ஊர்வசி யுடன் வந்தவர் என்று லக்ஷ்மிக்கு ஞாபகம் வந்தது. அவர் அபிப்பிராயத்தை அறிய விரும்பியவள் போல ஊர்வசி ஏன் அப்படி அடிக்கடி அவர் முகத்தை நோக்கினாள்? ஊர்வசியை யும் விட அவர் நாட்டியக் கலையைப் பற்றி அதிகம் அறிந்தவராயிருப்பாரோ? அல்லது, ஒரு தீர்மானத்துக்கு வருமுன் அவர் அபிப்பிராயத்தையும் கலந்து அறிந்து கொள்வது

ஆடரங்கு

நல்லது என்று ஊர்வசி எண்ணி னாளோ? தன் நாட்டியம், தன் வயதுக்கு எவ்வளவுதான் உயர்ந்ததானாலும், ஊர்வசிக்கு உயர்ந்ததகப் படாது என்பது லக்ஷ்மிக்கும் தெரியாத விஷய மல்ல. 'ஏதோ குற்றங் குறைகள் அதிகம் இல்லை, முன்னேற இடமிருக்கிறது' என்று ஊர்வசி சொல்லி விட்டால் போதும் என்று எண்ணினாள் லக்ஷ்மி.

அந்தப் பதம் முடிந்துவிட்டது. அடுத்த பதம் கொஞ்சம் கடினமானது. அது நடக்கும்போது லக்ஷ்மியால் வேறு எதைப் பற்றியும் சிந்திக்க முடியாது. அப்படியும் அவள் வெகு சிரமப் பட்டு ஊர்வசியும், அவளுடன் வந்த நண்பரும் தன் நாட்டியத்தைப் பற்றி என்ன நினைக்கிறார்கள் என்பதை அவர்களுடைய முகபாவத்திலிருந்து அறிந்துகொள்ள முயன்றாள். சபையில் இரண்டொருவர் இடையிடையே, "சபாஷ்!" என்றார்கள். ஆனால் அவர்களுடைய சபாஷால் மட்டும் லக்ஷ்மி திருப்தி அடைவதாக இல்லை. ஊர்வசியும், மற்றவரும்...? ஆனால் நிச்சலனமாயிருந்த அவர் முகத்தில் திடீரென்று ஒரு புன்னகை தோன்றிற்று. அந்தப் புன்னகையின் நிழல்போல ஊர்வசியின் முகத்திலும் லேசான ஒரு புன்னகை படர்ந்தது. அது கேலிப் புன்னகைதான்; சந்தேகமில்லை என்று லக்ஷ்மிக்குத் தோன்றிற்று. அவள் லயம் தவறிவிட்டது. அதைக் கவனித்த அவள் தாயும் பாட்டனும் விதவிதமான சைகைகள் காட்டினார்கள்; முகத் தைச் சிணுங்கிக்கொண்டார்கள். லக்ஷ்மி ஏதோ சமாளித்துக் கொண்டு, ஊர்வசியையோ அவள் நண்பரையோ கவனிப்ப தில்லை என்ற திடசங்கல்பத்துடன் நாட்டியமாடினாள். ஆனால் அவளையும் அறியாமலே அவள் கண்கள் அந்தப் பக்கந்தான் சென்றன. அவர்கள் இருவர் முகத்திலும் ஏளனப் புன்னகை இன்னமும் படர்ந்திருந்தது.

அதற்கடுத்த நாட்டியம் துவக்கும்போது லக்ஷ்மியின் மனத்தில் ஒரு கசப்புத் தோன்றிவிட்டது. பத்து வருஷங்கள் வெற்றியில்லாமல் பொதுஜனத்தில் கீழ்த்தரமான அபிருசி களுடன் போர் தொடுத்து 'ரிடையராகி' விட்ட கலைஞன் மனத்தில்கூட அவ்வளவு கசப்பு ஒருங்கே திரண்டு காணப் படுமா என்பது சந்தேகந்தான். குழந்தை தான் எனினும், வயது அதிகம் ஆகாதவள்தான் எனினும், கலையிலே உள்ள ஒரு

தேர்ச்சியினாலும் பழக்கத்தினாலும் அவள் உள்ளமும் உணர்ச்சிகளும் கனிந்து நிறைந்திருந்தன. அவள் வயதுச் சிறுமிகளுக்கும் சாதாரணமான எட்டாத சிந்தனைகளும் ஆர்வங்களும் உணர்ச்சிகளும் அவளுக்கு எட்டின. அவள் ஊர்வசியையும் சபையில் மற்றவர்களையும் மறந்துவிட்டுப் பாட்டைத் தானும் சொல்லிக் கொண்டு, பாவத்தில் ஈடுபட்டு நாட்டியம் ஆட ஆரம்பித்தாள். தன் நாட்டியம் எப்படியிருக்கும் என்றோ, அதைப்பற்றி மற்றவர்கள் என்ன சொல்லுவார்கள் என்றோ, இந்த ஒரு பாட்டின்போது அவள் கவலைப்படவேயில்லை. அது முடிந்தவுடன் சபையில் ஒரே ஒரு குரல் மட்டும் வெகு உத்சாகத்துடன் 'சபாஷ்' என்றது. யார் அப்படிச் சொன்னவர் என்று லக்ஷ்மி கண்ணைத் திறந்து பார்த்தாள்; இரண்டாவது வரிசையில் உட்கார்ந்திருந்த ஒரு வாலிபன். அவனுக்கு நாட்டியத்தைப் பற்றி ஏதாவது தெரியுமோ, தெரியாதோ; சிறுமிக்கு உற்சாகமூட்ட வேண்டியது அவசியம் என்று தெரிந்திருந்தது. இதைப்பற்றி லக்ஷ்மி யோசித்து முடிக்குமுன் சபையில் சில கைதட்டினார்கள். வேறு சிலர் லேசாகக் கையைத்தட்ட முயன்றார்கள். அதிகச் சப்தம் செய்யாமல், தன்னையும் அறியாமல் லக்ஷ்மியின் கண்கள் ஊர்வசியின் பக்கம் திரும்பின. அவள் முகத்தில் சிறிதும் சலனமில்லாமல், ஓர் உற்சாகமும் இல்லாமலே உட்கார்ந்திருந்தாள். அவள் நண்பரும் அப்படியே, மரக்கட்டைபோல, அவள் நாட்டியத்தையும் அவள் உடலையும் அதற்கப்பாலும் ஊடுருவிப் பார்ப்பவர்போல உட்கார்ந்திருந்தார்.

அடுத்த நாட்டியம் ஆரம்பமாயிற்று. அதுவும் சற்றுக் கடினமானதுதான்; எனினும் லக்ஷ்மி தன் கவனம் முழுவதையும் நாட்டியத்திலே செலுத்ததாமல் சபையிலும் செலுத்தி ஆடினாள். சபையில் ஒருவர் சொல்லிக் கொண்டிருந்தது அவள் காதில் விழுந்தது; "பாவம்! சின்னப் பெண். ரொம்பக் கஷ்டப்படுத்தக் கூடாது" அப்படிச் சொன்னவர் யார் என்று ஊர்வசி திரும்பிப் பார்த்ததை லக்ஷ்மி கவனித்தாள். முந்தி இருந்த கசப்பு மறுபடியும் அவள் மனத்தில் தோன்றிவிட்டது. ஊர்வசி என்ன அவ்வளவு பிரமாதமாகவா நாட்டியமானாள்? அதெல்லாம் ஒன்றுமில்லை. பெரிய இடம்; எது செய்தாலும் புகழுவதற்

கென்ற ஒரு கோஷ்டி சதா இருக்கும். 'ஊர்வசியின் வெற்றியும் புகழும் கலையின் வெற்றியல்ல; அந்தஸ்தின் வெற்றி; அவ்வளவு தான்' என்று பிறர் சொல்லக் கேட்டது லக்ஷ்மிக்கு ஞாபகம் வந்தது. அது உண்மையாகத் தான் இருக்கும்போல் இருக் கிறது என்று தோன்றியது லக்ஷ்மிக்கு. கலையில் படிப்படியாக அடி எடுத்து வைத்துச் சிரமப்பட்டு முன்னேறியிருந்தால் லக்ஷ்மி யின் கஷ்டங்களைக் கண்டு அவளுக்கு அனுதாபம் பிறந்திராதா? முகத்தில் இப்படி எவ்வித அசைவும் இல்லாமலே உட்கார்ந் திருக்க முடியுமா? ஆனால் தானும் நாட்டியத்தில் முழு மனத் தையும் செலுத்தாமல் ஊர்வசியைப் பற்றியே நினைத்துக் கொண்டிருந்தால், நாட்டியம் சரியாக வருமா? அது தன்மேல் பிசகுதானே என்று எண்ணினாள் லக்ஷ்மி.

ஏதோ சிந்தனையாக, அடி எடுத்து வைத்துப் பாவத்தை ஒட்டி வேகமாக நகரும்போது கால் விரிப்பில் தட்டிவிட்டது. தடுமாறிக் கீழே விழுந்து விட்டாள். சபையில் 'த்ஸொ த்ஸொ' என்று அநுதாபக் குரல்கள் கேட்டன. ஓரிரண்டு குழந்தைக சிரித்தன. மற்றவர்கள் தன்னைத் தூக்கிவிட வருமுன், லக்ஷ்மி சமாளித்துக் கொண்டு தானே எழுந்து விட்டாள். அவளுக்கு வெட்கம் பிடுங்கித் தின்றது. உதட்டைப் பிதுக்கி அழுகை வராமல் அடக்கிக் கொள்ள வெகு சிரமப்பட்டாள். என்ன அவமானம் இது, அரங்கேற்றத்திலேயே! ஆடையைச் சரிப் படுத்திக்கொள்ள அவள் ஆடரங்கிலிருந்து உள்ளே ஒரே எட்டில் தாவிப் போய்விட்டாள். அவள் காதில் ஏதோ முரசடிப்பது போல் இருந்தது; சபையில் பேசிக் கொள்ளப்பட்டது ஒன்றும் அவள் காதில் விழவில்லை. அவள் கண்கள் தெளிவாக எதையும் காணவில்லை. அவள் இதயம் படபடவென்று அடித்துக் கொண்டது.

அப்போது சபையில் ஒரு தாடி மீசையுள்ள பெரியவர், பெரிய சரிகை அங்கவஸ்திரத்துடன் எழுந்து நின்று பரத நாட்டியத்தைப் பற்றிப் பொதுவாகவும், அன்று ஆடிய பெண்ணைப் பற்றியும் அவளைப் பயிற்றுவித்த நட்டுவனா ரைப் பற்றியும் புகழ்ந்தும் சில வார்த்தைகள் பேசினார். அதில் பாதிக்குமேல் லக்ஷ்மியின் காதில் விழவில்லை. காதில் விழுந்த தையும் அவள் சரியாக அர்த்தம் பண்ணிக் கொள்ள வில்லை.

ஆடை அணிகளைத் திருத்திக் கொண்டு, மறுபடியும் அரங்குகள் பிரவேசிக்கத் தயாராகி நின்றாள். அப்பொழுது அவள் கண்கள் ஊர்வசியையே நாடின. என்ன ஆச்சரியம்! பெரியவர் பேசிவிட்டு உட்கார்ந்ததும் ஊர்வசி எழுந்து நின்று சாவதானமாக லக்ஷ்மியின் நாட்டியத்தைப் பற்றிப் பேசினாள். நாலைந்து நிமிஷங்களே பேசினாள்; வழக்கமான, சம்பிரதாயமான, சில வார்த்தைகளே சொன்னாள். ஆனால் அந்த வார்த்தைகளில் தனிப்பட்ட ஓர் அர்த்தம் தொனித்தது. லக்ஷ்மியின் காதில், ஊர்வசி முதலில் எழுந்து எதுவும் பேசுவதாக இல்லை என்றும், ஆனால் சிறுமியாகிய அவள் கால் தடுக்கி விழுந்ததும் அநுதாபம் பிறந்து சிறுமியாதலால் உற்சாகமூட்ட இரண்டொரு வார்த்தைகள் சொல்ல வேண்டும் என்று சொல்லுகிறாள் என்றும் லக்ஷ்மிக்குத் தோன்றிற்று. முதலில் ஊர்வசியிடம் அவளுக்குக் கோபம் வந்தது. ஆனால் ஊர்வசி சிறுமியை ஆசீர்வதித்துத் தன் பேச்சை முடித்தபோது அவள் மனதில் இருந்த கோபம் மறைந்து விட்டது. ஊர்வசி உட்கார்ந்ததும் உள்ளம் நிறைந்த ஒரு கனிவுடன் அரங்குக்குள் பிரவேசித்து லக்ஷ்மி சபையையும் ஊர்வசியையும் மறுபடியும் ஒருதரம் வணங்கிவிட்டு ஆட ஆரம்பித்தாள்.

இந்தத் தடவை அவள் மனத்தில் கலையைத் தவிர வேறு எந்த ஞாபகமும் இல்லை.

5

கிரகப் பிரவேசம்

மறுநாள் பொழுது விடிந்தால், ராவ்பகதூர் நரசிம்ம ஐயருடைய வாழ்நாட்களிலேயே முக்கியமான நாள். அந்தத் தினம், அவர் வாழ்க்கைக்கே ஒரு சிகரம் போல் அமைய இருந்தது.

எந்தக் காலத்திலேயோ - சுமார் முப்பது வருஷங்களுக்கு முன் - யாரும் கேள்விப்பட்டிராத ஒரு தாழ்ந்த இலாகாவில் ஒரு தாழ்ந்த குமாஸ்தாவாக ஆரம்பித்த நரசிம்மன், இப்போது ராவ்பகதூர் நரசிம்ம ஐயர் ஆகியிருக்கிறார். மயிலாப்பூரில் சொந்தமாகப் பங்களா கட்டிக்கொண்டு, அதில் குடியேற இருந்தார் - நாளைக்குப் பொழுது விடிந்தால் கிரகப் பிரவேசம்.

முந்திய இரவு ஆகவேண்டிய காரியங்களை எல்லாம் அவரே நேரில் நின்று கவனித்தார். அப்படிக் கவனிக்க வேண்டிய அவசியம் ஒன்றும் இல்லை என்றாலும், தாமே செய்தார். ராவ்பகதூருக்கு ஓடியாடிப் பணிவிடை செய்யப் போதிய ஆட்கள் - பிள்ளையும் உள்பட - இருந்தார்கள். ஆனால், எல்லாவற்றையும் தாமே செய்தால்தான் திருப்தியாக இருக்கும் என்ற எண்ணத்தில், ராவ்பகதூரே வேலைகள் எல்லா வற்றையும் மேற்பார்வை பார்த்தார். பந்தல் போட்டுத் தோரணம், வாழைகள் முதலியவை கட்டுவது முதல், வைதிகக் காரியங்களுக்கு ஏற்ற சாஸ்திரிகளாகப் பொறுக்கி எடுப்பது வரையில், விருந்துக்குச் சமையல் திட்டம் போட்டுச் சாமான் கள் சேகரிப்பது முதல் அழைப்பிதழ்கள் அனுப்புவது வரையில், எல்லாக் காரியங்களையும் அவரே முன்னின்று பார்த்தார். பகல் முப்பது நாழிகை நேரமும் ஓடியாடி உழைத்து அலுத்தவர்;

இரவிலும் வெகுநேரம் கழித்தே படுக்கை போட முடிந்தது.

உடம்பு அயர்ந்து படுத்தவர், படுக்கையில் புரண்டு புரண்டு படுத்தாரே தவிர, சரியானபடி தூங்க முடியவில்லை. பல தினுசான சிந்தனைகள் அவர் மனசில் புகுந்து குழப்பின. ஓடிக் கொண்டிருந்த எஞ்ஜினைத் திடுதிப்பென்று பிரேக் போட்டு நிறுத்தியது போன்றதோர் உணர்ச்சி அவருக்கு உண்டாயிற்று. உடம்பையும் மனசையும் என்னவோ செய்தது.

பொழுது எப்பொழுது விடியும் என்று அவர் தம்மையே கேட்டுக்கொண்டார். 'விடியுமா, விடிந்து விடாதா' என்றிருந்தது அவருக்கு.

தம்மை அறியாமலே சற்று கண் அயர்ந்து விட்டார். மணி மூன்றடித்தது தெரியாது. ஆனால், நாலடிப்பதற்கு அரை மணி நேரத்துக்கு முன்பே விழிப்பு கொடுத்துவிட்டது. நாலடிக்கும் வரையில், படுக்கையில் புரண்டு புரண்டு படுத்துக் கொண்டே இருந்தார். பிறகு, இனியும் படுத்திருப்பதில் சார மில்லை என்று எழுந்து, தாம் அப்போது குடியிருந்த வீட்டில் மாடி வெளி வராந்தாவில் ஓர் ஈஸிச் சேரைக் கொண்டு போய்ப் போட்டுக்கொண்டு, "அப்பாடா!" என்று அதில் சாய்ந்தார்.

வீட்டில் எல்லோரும் ஆழ்ந்து உறங்கிக் கொண்டிருந் தார்கள். வேலைக்காரர்கள் நிஷ்கவலைகளாகத் தூங்கினார் கள். எந்தப் பட்டணம் எப்படிக் கொள்ளை போனால்தான் அவர்களுக்கென்ன? ராவ்பகதூரின் சொந்தக்காரர்கள் - இருந்தவர்கள் ஒருசிலரே - முந்திய தினம் அவருடன் ஓடி யாடி உழைத்தவர்கள்; அவர்களுக்கு அந்த அலுப்பு! தவிரவும் பொழுது விடிந்தால், மறுபடியும் வேலையிருக்கும் என்று அவர்களுக்குத் தெரியும். அவர்கள் தூங்காமல் என்ன செய்வார்கள்?

ஈஸிச்சேரில் சாய்ந்தபடியே, எதிரே நோக்கினார் ராவ் பகதூர் நரசிம்ம ஐயர். இப்போது அவர் குடியிருந்த இந்தச் சிறு வீட்டுக்கு எதிரேதான் இருந்தது அவர் புதுசாகக் கட்டி யிருந்த பங்களா, இருளில் பங்களா தெரியவில்லை; தவிரவும், அதைச் சுற்றிலும் அடர்ந்த தென்னந்தோப்பு இருந்தது. ஒரு

விதத்தில் சென்னையில் சிறந்த மயிலாப்பூரில் சிறந்த இடம் அது என்றே சொல்ல வேண்டும். பெருமை யுடன் இருளில் எதிரே நோக்கியவராக, ராவ்பதூர் நரசிம்ம ஐயர், தமது ஈஸிச்சேரில் வீற்றிருந்தார்.

அவருடைய வாழ்க்கை ஜார்ஜ் டவுனில் ஏதோ ஒரு சாக்கடைச் சந்தில் ஆரம்பமாயிற்று. சிந்தாதிரிப்பேட்டை, திருவல்லிக்கேணி, மயிலாப்பூரில் கீழண்டைக்கோடி முதலிய இடங்களிலெல்லாம் தங்கிவிட்டு, அவர் தம்முடைய லட்சிய பூமியாகிய மயிலாப்பூரை - அசல் மயிலாப்பூரை அடைந்து விட்டார். இங்கே அவர் குடியேறி ஐந்தாறு வருஷங்கள் ஆகி விட்டன. நாளைக்குச் சொந்த வீட்டில் குடிபுக இருந்தார்.

புதுப்பங்களா - ராவ்பகதூர் நரசிம்ம ஐயரின் கௌரவத் துக்கும் பதவிக்கும் உத்தியோகத்துக்கும் ஏற்ற பங்களா, கட்டடம் கட்ட மட்டுமே எத்தனையோ ஆயிரக்கணக்காய்ப் பிடித்தது என்று, இந்த விஷயத்தில் கணக்கெடுப்பவர்கள், கணக்கெடுத்திருப்பார்கள். அதைச்சுற்றி அடர்ந்த விசாலமான தென்னந்தோப்பும் தோட்டமும்.

இவ்வளவுக்கும் வேண்டிய பணமெல்லாம் சென்ற ஏழெட்டு வருஷங்களுக்குள்ளாகவே சேர்த்ததுதான் என்பதை ராவ்பகதூர் எண்ணிப் பார்த்தார். அதற்குமுன் அவருக்குச் சம்பளமாகக் கிடைத்துக் கொண்டிருந்த இருநூறு, இரு நூற்றைம்பது - பிச்சைக்காசில் அவரால் அதிகமாய் மீதம் பிடித்திருக்க முடியாது. சென்ற ஏழெட்டு வருஷங்களாகத் தான் நரசிம்ம ஐயர், பெரிய உத்தியோகஸ்தர் - அவர் பெயர் அடிக்கடி சர்க்கார் கெஜட்டுகளில் வெளிவர ஆரம்பித்தது. அவர் இலாக்கா விஸ்தரிக்கப்பட்டது. அவர் உத்தியோகப் பதவி, தாண்டிக் குதித்துக் குதித்து உயர்ந்தது. கேட்பானேன்? சம்பளமும் உயர்ந்தது. தனி ஓர் இலாக்காவுக்கே தலைவரானார் அவர். ஒரு குட்டிச் சர்வாதிகாரியானார். ராவ்பகதூர் பட்ட மும் கிடைத்தது. தமக்கென்று சொந்தமாக ஒரு பங்களா மயிலாப்பூரில் நிர்மாணித்துக் கொள்ள வேண்டும் என்று ஓர் ஆசை அவர உள்ளத்தில் உதித்ததும், சற்றேறக் குறைய இதே காலத்தில்தான். நாலைந்து வருஷங்களுக்குள்ளாகவே அந்த ஆசை நிறைவேறு காலம் வந்துவிடும் என்று அவர் எதிர்

பார்க்கவில்லை.

ஆனால், அவர் ஆசை நிறைவேறும் காலம் நெருங்கிக் கொண்டிருந்தது. பொழுது விடிந்தால் கிரகப் பிரவேசசம். ராவ்பகதூர் நரசிம்ம ஐயர், மறுநாள் தம் சொந்த வீட்டில் குடிபுகுந்து விடுவார்.

தனக்கு என்று ஒரு வீடு இல்லாதவனுக்குத்தான் இந்த ஆசையின் முழுவேகமும், இந்தச் சிந்தனையின் கொந்தளிப்பும் தெரிய முடியும். ஆயுள் பூராவும் வாடகை வீடுகளிலேயே குடியிருந்து விட்டு, இறந்த பின்பும் மயானத்தில் எட்டு மணி நேரத்துக்கு ஆறடி நிலத்தைக் குத்தகை எடுத்துக்கொண்டு இந்தப் பிரபஞ்சத்திலிருந்து வெளியேறும் பிரக்ருதிகளின் மனம் எப்படிப்பட்டது என்று யாருக்கும் - ஏன், அவர்களுக்கே சரியாகத் தெரியாது. எவனாவது புது வீடு கட்டிக் கிரகப் பிரவேசம் செய்கிறான் என்று கேள்விப்பட்டால், அவர்கள் மனசு பொங்கும்; வயிறு எரியும். வீடு கட்டிக் கிரகப் பிரவேசம் செய்கிறவர்கள், இந்த விஷயத்தில் கொஞ்சம் ஜாக்கிரதையாகத் தான் இருக்க வேண்டும். வீடில்லாதவர்களைத் தங்கள் கிரகப் பிரவேச மகோத்ஸவத்துக்கு அழைக்காதிருப்பதே நல்லது.

ராவ்பகதூர் நரசிம்ம ஐயரின் கிரகப்பிரவேசத்துக்கு ஆயிரக்கணக்கானவர்கள் வருவார்கள். அநேகமாக அவர்கள் எல்லோருமே சென்னையில் வெவ்றேறிடத்தில் நல்ல நல்ல பங்களாக்கள் உடையவர்களாகத்தான் இருப்பார்கள் - நல்ல நல்ல கார்களில்தான் வந்து இறங்குவார்கள். யார் யார் வருவார்கள் என்று எண்ணிப் பார்த்தார் ராவ்பகதூர் நரசிம்ம ஐயர். சர் சீனிவாசன். ஸ்டோன் துரை, திவான் பகதூர் லட்சுமி காந்தம், மிஸஸ் பார்வதி - இப்படியாக அவர்கள் பெயரை உச்சரித்துப் பார்ப்பதிலேயே எவ்வளவு ஆனந்தம் இருக்கிறது என்று எண்ணினார் அவர். அவரது முகம் இருளிலே மலர்ந்தது.

ஆனால், அது சட்டென்று இருண்டது. வேண்டுமென்றே, தம்மை அவமரியாதை செய்யவேண்டும் என்ற ஒரே காரணத்துக் காகச் சிலர் வராமலும் இருக்கக் கூடுமே! பெரிய மனிதர்கள் பலருக்கு இந்த வக்கிர புத்தி உண்டு என்று எண்ணிய போது, ராவ்பகதூர் நரசிம்ம ஐயருக்குக் கோபம் கோபமாக வந்தது.

ஆத்திரத்துடனும் வெறுப்புடனும் அவர் தனக்குள்ளேயே ஏதோ முணுமுணுத்துக் கொண்டார்.

இந்த பாவம் இரண்டே விநாடியில் மாறிவிட்டது. காரண காரியமில்லாமல் திடீரென்று அவருக்கு அவர் மனைவியின் ஞாபகம் வந்தது .அந்த ஞாபகம் வருவது அவருக்குச் சகஜ மான காரியம் அல்ல. அவர் கூடிய வரையில் அவளைப் பற்றி நினைப்பதையே விட்டு விட்டார். இப்பொழுது ஏனோ தெரியவில்லை; இந்தப் புனிதமான தினத்தில் அதிகாலையில் அவள் ஞாபகம் வந்தது. இது சுபசூசகம் அல்ல என்று எண்ணினார் ராவ்பகதூர் நரசிம்ம ஐயர்.

மனைவி உயிருடன் இருக்கும்போது அவளைப் படாத பாடெல்லாம் படுத்தி வைப்பவர்கள், அவள் போனபின் அவளைப் பற்றி இரக்கத்துடனும் ஆசையோடும் - சில சமயம் அன்பும் காதலும் ததும்ப - சிந்திப்பது மனித இயற்கை. உண்மையில் அப்படி இருந்திரா விட்டாலும், ஞாபகத்திலே அவர்களுடைய இல்லற வாழ்க்கை கட்டித் தங்கமாக மாறி விடும். ஆனால் ராவ்பகதூர் நரசிம்ம ஐயர், இந்த விதிக்கு விலக்கானவர். அவள் உயிருடன் இருந்தபோது தம்முடைய சகல உரிமைகளையும் பூராத் திட்டமும் கொண்டாடி அவளைப் படுத்தி வைத்தவர், அவள் இறந்த பின் அவளைப் பற்றிய ஞாபகத்தையே தம் மனத்திலிருந்து ஒதுக்கி வைத்து விட்டார். வேறு ஸ்திரீக்கும் அவர் அங்கே இடம் கொடுத்து விட வில்லை. ராவ்பகதூர் நரசிம்ம ஐயரை, அன்பென்னும் உரிமை யுடன் யாரும் அணுகி விடுவது அவ்வளவாகச் சுலபமான காரியம் அல்ல. இருந்த வரையில் வீட்டில் மற்ற வேலைக் காரிகளிடையே ஒரு வேலைக்காரியாக - முக்கியமான வேலைக் காரியாக- இருந்தாள் அவர் மனைவி. அவள் போனபின், வேறு வேலைக்காரி வந்தாள் - அவளுக்கு வீட்டிலே முக்கியத்துவமோ உரிமைகளோ இல்லவே இல்லை.

தம்முடைய மனைவி போய்விட்டது தம்மைப் பிடித்த சனியன் ஒழிந்தமாதிரி என்றுதான், நரசிம்ம ஐயர் எண்ணினார். அப்படி அவர் எண்ணுவதற்குக் கடவுளே உதவி புரிந்தார் என்றுதான் சொல்லவேண்டும். நரசிம்ம ஐயரின் உத்தியோகம், சம்பளம் எல்லாம் உயர்ந்ததும், அவருக்குப் பட்டம் கிடைத்த

தும், எல்லாம் அவள் போன பின்தான். இப்படி இருக்கையில் அவள் இறந்தது பற்றி, 'சனியன் தொலைந்தது' என்று நரசிம்ம ஐயர் எண்ணியது பூராவும் தவறு என்று யார்தான் சொல்ல முடியும்?

அவருக்கு மனைவியாக இருந்தவளைக் கெட்டவள் என்றோ, நல்லவள் என்றோ சொல்லமுடியாது. அவள் இரண்டும் இல்லை. மிகவும் சாதாரணமான ஒரு ஸ்திரீ. கிராமத்தில் ஏழ்மையில் பிறந்து, பட்டணத்துக் குமாஸ்தாவுக்கு வாழ்க்கைப் பட்டு, அன்போ உளியோ, ஆதரவோ இல்லாமல் நாற்பது வருஷ காலம் வாழ்ந்து விட்டு, 'ஏன் பிறந்தோம், ஏன் வாழ்ந் தோம்?' என்று சஞ்சலங்கூடக் கொள்ளப் போதிய அறிவோ, மனத்தெம்போ இல் ாத ஓர் அற்பப் பிராணி அவள். அவள் வாழ்க்கை, அவளுக் ப பிறந்த ஒரே குழந்தையால், கொஞ்ச காலம் பளிச்சென்று பிர ாசம் பொருந்தியாக ஆயிற்று. அந்த ஒளி நீடித்ததெல்லாப் ஒரு விநாடியே என்று அவள் எண்ணினாள். அந்த விநாடி, உண்மையில் காலண்ட ர் கணக்கில், பதினாறு வருஷங்கள் என்பதை அவள் உணரவே ில்லை. அவள் உணர்ந்த தெல்லாம் ஒரு கண் இன்பம்தான். பிறகு, தன் பதினாறு வயதுப் பிள்ளையை விட்விட்டு, அவள் உயிர் நீத்தாள். அந்தப் பிள்ளையும் ராவ்பகதூர் நரசிம்ம ஐயரின் உள்ளத்தைத் தொட வில்லை.

ராவ்பகதூர் நரசிம்ம ஐயரை உண்மையிலேயே அசாதாரண மான பிறவியாகத்தான் சொல்லவேண்டும். அன்பின் தேவைகளை, அவர் என்றுமே கண்டதில்லை. அன்பைப் பற்றிக் கேட்டறிந்து, ஒரு காலத்தில் உண்டோ, என்னவோ? இப்போது அதை மறந்து விட்டார். தம் காரியாலயத்தில் ஆகட்டும் வெளியே நண்பர்களிடையேதான் ஆகட்டும் - அவர் என்றுமே யாருட னும் நெருங்கிப் பழகியதில்லை. இதற்கு மற்றவர்கள் மேல் பிசகு சொல்ல முடியாது. உதாரணமாக, பிள்ளையே எடுத்துக் கொள்வேம். அவன் என்ன பாவம் செய்தான்? ஒன்றுமில்லை. அதாவது ராவ்பகதூர் நரசிம்ம ஐயரின் பிள்ளையாக வந்து அவதரித்துவிட்ட ஒரு பாவத்தைத் தவிர, அவன் வேறு ஒரு பாவமும் அறியான். சர்க்கார் காரியாலயத்திலே, அவர் இலாகா நாணயத்துக்கும் யோக்கியதைக்கும் பேர் போனது.

ஆனால், அதிலுள்ள குமாஸ்தாக்களையோ, உத்தியோகஸ்தர் களையோ, அவர் என்றுமே தம்மை அணுகவும் விட்டது கிடையாது, ஏன்? ஏனோ, யார் சொல்ல முடியும்?

மறுநாள் - அதாவது இன்று - பொழுது விடிந்தால், புது வீட்டுக்குக் கிரகப்பிரவேசம், எதற்காக, யாருக்காக, அவர் புது வீடு கட்டிக் குடி போகிறார்? யாருக்காகவும் இல்லை. ராவ் பகதூர் நரசிம்ம ஐயர் - தாம் புது வீட்டில், சொந்த வீட்டில் குடிபுக இருந்தார் - அவ்வளவுதான் ராவ்பகதூரின் உள்ளத் திலே உறைத்தது. இந்தக் காரியத்துக்கு வேறு காரணம் தேவை யாய் இருப்பதாகவும் அவருக்குத் தோன்றவில்லை.

ஐம்பத்து நாலு வருஷங்கள் நாம் வாழ்ந்தது யாருக்காக, எதற்காக?

ஈஸிச்சேருக்கு அண்டையில் யாரோ வந்து நின்று லேசாக நகைப்பது போன்ற உணர்ச்சி, ராவ்பகதூர் நரசிம்ம ஐயருக்கு ஏற்பட்டது. சட்டென்று பதறித் திரும்பிப் பார்த்தார். காளி சொரூபமாகத் தம் மனைவி தலைவிரித்துப் பல்லை இளித்துக் கொண்டு அண்டையில் வந்து நிற்பதுபோல, ஒரு விநாடி அவர் கண்ணில் பட்டது. அடுத்த விநாடி பிரமை நீங்கி விட்டது. அண்டையில் யாரும் இல்லை. 'என்ன பைத்தியக்காரச் சிந்தனைகள் இன்று' என்று எண்ணியவராக, ஈஸிச் சேரில் அசைந்து நிமிர்ந்து உட்கார்ந்தார் ராவ்பகதூர் நரசிம்ம ஐயர்.

வானம் வெளிரிட்டுக் கொண்டிருந்தது. அதிகாலையில் எழுந்து சிலர் அவசரமான தங்கள் அலுவல்களைப் பார்க்கத் தெருவோடு விரைந்து கொண்டிருந்தார்கள். அவர்கள் ஏழைகள்! கூலி வேலை செய்பவர்கள்; ரிக்ஷா இழுப்பவர்கள்; அல்லது இது போன்ற வேறு ஏதாவது வேலை செய்து அன்றாடம் சம்பாதித்துப் பிழைப்பவர்கள். இவர்களைப் போன்றவர்கள் பலர் சேர்ந்துதான். தமது புதுப் பங்களாவைக் கட்டி முடித் தார்கள் என்று எண்ணினார் ராவ்பகதூர். ஆனால், அதற்கு மேல் அவர்களைப் பற்றிச் சிந்திக்க, அவருக்குத் தேவையில்லை. அவர்களுக்குச் சேர வேண்டிய கூலியெல்லாந் தான் ஜாடா வும் கொடுத்துப் பட்டுவாடா ஆகிவிட்டதே!

எதிரே தமது புதுப்பங்களாவின் பக்கம் திரும்பினார் ராவ் பகதூர் நரசிம்ம ஐயர். மரங்களினூடே புலர்ந்து கொண்டிருந்த இளம் ஒளியில் தெரிந்தது பங்களா. 'மிகவும் அழகாகத்தான் கட்டியிருக்கிறது!' என்று எண்ணினார். வீட்டை வந்து பார்த்த ராவ்பகதூர் சீனுவும் அப்படித்தான் சொன்னார். இன்று வரும் மற்றவர்களும் தம்மிடம் அப்படியேதான் சொல்லுவார்கள் என்று நினைத்தபோது, ராவ்பகதூரின் உடல் புளகித்தது.

மறுபடியும் யாரோ அண்டையில் வந்து நின்று நகைப்பது போன்ற ஓர் உணர்ச்சி ஏற்பட்டது நரசிம்ம ஐயருக்கு. ஆனால் இந்தத் தடவை அவர் திரும்பிக்கூடப் பார்க்க வில்லை. தமது பிரமையை அடுத்த விநாடியே தீர்த்துக் கொண்டு விட்டார் அவர்.

இதற்குமுன் எவ்வளவோ நாட்கள் - அவரது வாழ்க்கை யின் சிகரங்கள் என்று சொல்லக்கூடியவை - வந்து போய் விட்டன. முக்கியமாக, அவருக்கு ராவ்பகதூர்ப் பட்டம் வந்த செய்தி பத்திரிகையில் வெளிவந்திருந்த அன்று காலை முதல் இரவு தூக்கம் வந்தது வரையில் நடந்த எல்லா விஷயங்களும், அற்பமான சிறு விஷயங்கள் கூட, அவருக்கு நன்றாக ஞாபக மிருந்தன. அதேபோன்ற இன்னொரு நாள், இன்று அவர் கண்முன் உதயமாகிக் கொண்டிருந்தது.

வானத்திலே விசித்திரங்கள் - ஏக வர்ண விசித்திரங்கள் - நிறைந்திருந்தன.

வீட்டிலும் வெளியேயும் ஜனசந்தடி கேட்க ஆரம்பித்து விட்டது. நாதசுரக்காரர்கள் வந்துவிட்டார்கள். இன்னும் ஐந்து நிமிஷத்தில் அவர்கள் ஊத ஆரம்பித்து விடுவார்கள். அவர்கள் வாசிக்க ஆரம்பித்தவுடனே எழுந்து ஆகவேண்டிய காரியங் களைக் கவனிப்பது என்று எண்ணினார் ராவ்பகதூர் நரசிம்ம ஐயர்.

இந்த எண்ணம் அவர் மனதில் தோன்றியவுடனே, யாரோ குனிந்து அவர் காதண்டையில் வந்து, "ஹோ! ஹோ!" என்று நகைப்பதுபோல் கேட்டது. அந்த நகையொலி காதின் வழியாகப் புகுந்து தம் உள்ளததைப் பற்றிக்கொண்டது போலவும், தம் உடலில் இருந்த ரத்தத்தை எல்லாம் உறிஞ்சி

விட்டது போலவும், அவர் உணர்ந்தார். கைகளையும் கால்களையும் உதறிக்கொண்டு ஈஸிச் சேரிலிருந்து எழுந்திருக்க முயன்றார். முடியவில்லை. யாரோ மார்பிலே ஆணி அடித்து அவரை அசைய வொட்டாமல் தடுப்பது போல் இருந்தது.

புதுப்பங்களாவிலிருந்து மெல்லிய இனிய நாதசுர கானம், காலைக் காற்றிலே மிதந்து வந்தது.

6
பேரன்பு

"இன்னிக்கு ஏதாவது நல்ல ராஜா ராணிக் கதை சொல்லு பாட்டி" என்று சுந்தாப் பாட்டியின் மடிமேல் ஏறி உட்கார்ந்து கொண்டு அதிகாரம் பண்ணினாள் சரோஜா.

"ராஜா ராணிக் கதையா? எனக்குத் தெரிஞ்ச ராஜா ராணிக் கதைகளையெல்லாம் உனக்குச் சொல்லியாயிடுத்தே!" என்றாள் சுந்தாப் பாட்டி.

"புதுசா ஏதாவது சொல்லேன், பாட்டி!" என்று சரோஜா உத்தரவிட்டாள்.

"புதுசா எனக்கு ஒண்ணும் தெரியாதேடி, கண்ணு!"

"உனக்கா தெரியாது? பொய் சொல்றே நீ" என்றாள் சரோஜா ஆச்சர்யத்துடன். இவ்வளவு பெரிய பாட்டி இப்படிப் பொய் சொல்றாளே என்று குழந்தைக்கு ஆச்சரியமாக இருந்தது.

என்ன பதில் சொல்வது என்று அறியாமல் சுந்தாப் பாட்டி சிறிது நேரம் மௌனமாக இருந்தாள்.

"பொய் சொல்லாதே பாட்டி, ராஜா ராணிக் கதை சொல்லு பாட்டி" என்று சரோஜா மேலும் வற்புறுத்தினாள். சுந்தாப் பாட்டி சொன்னாள்.

வெகு காலத்துக்கு முன் ஒரே ஒரு ஊரிலே ஒரு ராஜா இருந்தான். அவனுக்கு அழகிலே சிறந்த ஒரு ராணியும், அறிவிலே சிறந்த ஒரு மந்திரியும் இருந்தார்கள். வீரப்போர்கள் பல புரிந்து அவனுடைய முன்னோர்கள் ஜயித்துக் கொடுத் திருந்த பரந்த ராஜ்யம் இருந்தது.

அவனுடைய ராஜ்யத்திலே சுபீட்சம் குடி கொண்டிருந்தது. தாது வருஷத்திலேகூட அங்கே பஞ்சம் வருவது கிடையாது. மாசம் மும்மாரி பெய்தது. நிலங்கள் தக்க காலத்தில் சாகுபடி செய்யப்பட்டுச் செழித்துக் கொழித்தன. வருஷம் பூராவும் ஆறுகளும் நீர்நிலைகளும் நிறைந்திருந்தன. மலைவளமும் நிலவளமும் கடல் வளமும் நிரம்பிச் செழித்திருந்தது அந்தத் தேசம்.

இவ்வளவு இருந்தும் அரசனுக்கும் அரசிக்கும் மந்திரிக்கும் மற்றுமுள்ள ஜனங்களுக்கும் மனசிலே பெருங்குறை ஒன்றிருந்தது. வெகு காலம் வரையில் ராஜாவுக்குப் புத்திரனே பிறக்கவில்லை.

ராஜாவும் ராணியும் செய்யாத தான தருமங்கள் இல்லை. பூஜை புனஸ்காரங்கள் இல்லை, தங்கள் நாட்டுத் தெய்வங் களை மட்டுமின்றிக் கடல் கடந்து வந்திருந்த அன்னிய தெய்வங் களையும் பூஜித்து வேண்டிக் கொண்டார்கள். நாடெங்கும் பற்பல தெய்வங்களுக்கும் பற்பல கோயில்கள் கட்டுவித்தார் கள். பட்டினியும் பாரணையும் மாறிமாறி ஏற்றார்கள். கைலாசம் முதல் குமரி வரை உள்ள புண்ணியத் தீர்த்தங்கள் ஒரு கோடியி லும் முழுகி எழுந்தார்கள். புத்திரனில்லாத குறை தீரவில்லை.

விதியுடன் போராடுவது வீண் என்று மனமுடைந்து அலுத்துப் போன சமயம் ஒருகிழ ஜோசியர் வந்தார். அவர் எல்லாக் கிரகங்களையும் சரிவரப் பரிசீலனை செய்து பார்த்து விட்டுச் சொன்னார்: "இன்னும் இரண்டு வருஷத்தில் நீங்கள் இருவரும் குமரித்துறையில் நீராடிவிட்டு வருவீர்கள். திரும்பிய ஒரு வருஷத்தில் கோடி சூரியனைப் போல ஒளிவீசும் ஒரு பிள்ளை பிறப்பான்" என்றார் ஜோசியர்.

ஜோசியருக்கு மன்னர் ஏராளமாகப் பொன்னும் வெள்ளி யும் தானமாகக் கொடுக்கப் போனார். ஆனால் ஜோசியர் அவற்றை அங்கீகரிக்க மறுத்துவிட்டார். நவக்கிரகங்களை மேலும் பரிசீலனை செய்தார். ஏதோ சொல்ல வாயெடுத்தார்; சற்றுத் தயங்கினார்.

ஆவலே உருவாக நின்ற அரசர், "தாராளமாகச் சொல்லுங்கள், தயங்க வேண்டாம். கிரகங்கள் என்ன சொல்கின்றன?" என்று

கேட்டான்.

"அப்படிப் பிறக்கும் அந்தக் குமாரனால் நீங்கள் கிழ வயதில் ராஜ்யத்தை இழந்து நாடோடிகளாகத் தேச சஞ்சாரம் செய்ய நேரிடும்" என்றார் ஜோசியர்.

"ஹா!" என்றான் அரசன். "பிறகு...?" என்று கேட்டான்.

"தங்கள் புத்திரன் இழந்துவிட்ட ராஜ்யத்துக்குப் பதில் இப்பிரபஞ்சம் முழுவதுமே பந்துள்ளதாக மக்களின் மனத்திலே ஒரு சாம்ராஜ்யத்தை ஸ்தாபிப்பான். அன்பு என்னும் நித்யத்துவத்துக்குப் புத்துயிர் கொடுப்பான் அவன்" என்றார் ஜோசியர்.

அண்டையில் நின்ற ராணிக்கு ஜோசியர் சொன்ன வார்த்தைகளின் அர்த்தம் புரியவில்லை. ஆனால் அவள் மனம் கனிந்து குளிர்ந்திருந்தது. அரசனுடைய முகமும் ஆனந்தத்தா லும் வியப்பாலும் மலர்ந்தது. தன் பொக்கிஷத்திருந்ததை எல்லாம் அள்ளி ஜோசியர் கையில் கொடுக்க விரும்பினான் அரசன். மந்திரி தடுத்தான். ஜோசியரும் அங்கீகரிக்க மறுத்து விட்டார்.

அக்கிழ ஜோசியர் சொன்னதையே வேதவாக்காக நம்பிக் கொண்டு ராஜாவும் ராணியும் புது உத்சாகத்துடன் வாழ்க்கை நடத்தினார்கள். கிழவர் சொன்னபடியே நடக்கவும் நடந்தது.

உலகத்திலுள்ள ஒளியெல்லாம் திரண்டு உருவெடுத்து வந்தது போல அவர்களுக்கு ஒரு குழந்தை பிறந்தது. அவனைச் சீராட்டிப் பாராட்டி வளர்த்தார்கள் ராஜாவும் ராணியும். ராஜகுமாரனும் நாளொரு மேனியும் பொழுதொரு வண்ணமு மாக வளர்ந்து பெரியவனானான். அரச குமாரர்களுக்கு ஏற்ற எல்லாக் கலைகளையும் அவன் நன்கு கற்றுணர்ந்தான். யானை ஏற்றம், குதிரை ஏற்றம், வில்வித்தை, வாள் வித்தை எல்லாவற்றி லுமே நல்ல தேர்ச்சி பெற்று அவன் பதவியினால் மட்டுமின்றி பலத்திலும் அறிவிலும் பயிற்சியிலும் மட்டு மின்றிப் பலத்தி லும் அறிவிலும் பயிற்சியிலும் தேசத்திலேயே முதல்வனானான். அவனுக்கு வயதை மீறிய ஞானமும் அறிவும் இருந்தன. தங்களி டையே இரண்டாவது ராமன் அவதரித்து விட்டான் என்று எண்ணி மக்கள் அவனைப் போற்றிப் புகழ்ந்தார்கள்.

வேட்டையாடுவதும் வில்வித்தையும் மல்யுத்தமும் இராஜ குமாரனுடைய மனத்துக்குகந்த பொழுது போக்குகளாக இருந்தன.

இப்படியிருக்கையில் ராஜாவுக்கும் ராணிக்கும் வயதாகிக் கொண்டிருந்தது. ராஜகுமாரனுக்கும் கல்யாண வயது வந்து விட்டது. அவனுக்குத் தக்க பெண்ணாகப் பார்த்துக் கல்யாணம் செய்து வைத்துவிட்டு, பின்னர் நாட்டுக்கு அவனை மன்னனாக முடிசூட்டி விட்டு, தாங்கள் நிம்மதியாக இருக்க வேண்மே என்று ராஜாவும் ராணியும் விரும்பினார்கள்.

இராஜகுமாரனின் புகழ் - அழகன் என்றும் வீரன் என்றும் அறிஞன் என்றும் நாடெங்கும் பரவியிருந்தது. ஐம்பத்திரண்டு தேசத்து அரசர்களும் அவனுக்குத் தங்கள் தங்கள் பெண்ணைக் கொடுத்துச் சம்பந்தம் செய்து கொள்ள வேண்டுமென்று விரும்பினார்கள். ராஜகுமாரத்திகளின் சித்திரங்களைத் தீட்டித் தூதுவர்களிடம் கொடுத்தனுப்பி ஓலை விட்டார்கள்.

சித்திரங்கள் எல்லாமே அழகாகத்தான் இருந்தன என்று பட்டது ராஜகுமாரனுக்கு. ராஜகுமாரிகளை நேரில் பார்த்தாலும் அழகாகத்தான் இருப்பார்கள். ஓரிருவரின் சித்திரம் அதி அற்புதமான அழகைக் காட்டியது. ஆனால் அவர்களில் யாரிடமும் ராஜகுமாரனின் மனம் செல்லவில்லை. இதைத் தன் தகப்பனாரிடமும் மந்திரியிடமும் ராஜகுமாரன் ஒளிக்காமல் சொல்லிவிட்டான்.

வேடிக்கையாக அவன் மேலும் சொன்னான்: "இந்த ஐம்பத்திரண்டு தேசத்து ராஜகுமாரிகளையுமே கல்யாணம் பண்ணிக் கொண்டுவிட நான் தயார் - நீங்கள் அப்படி விரும்பினால், ஆனால் அவர்களில் யாரிடமும் என் மனம் ஈடுபடாது என்பது மட்டும் நிச்சயம்."

அரசன் வருந்தினானே தவிரத் தன் பிள்ளையை வற்புறுத்தவில்லை.

இதற்கிடையில் ராஜகுமாரன் அடிக்கடி தனியாகவும் வேடுவர்களுடனும் வேட்டையாடக் காட்டுக்குப் போய் வந்து கொண்டிருந்தான். இப்படி அவன் ஒருதரம் தனியாகப் போய் விட்டுத் திரும்பி வரும்பொழுது தனியாக வரவில்லை. ஓர்

அழகியையும் உடன் அழைத்து வந்தான்.

அந்த அழகியின் கண்கள்... ஒவ்வொன்றாகச் சொல்லிக் கொண்டிருப்பானேன்? தவிரவும் அவள் அழகை வர்ணிப்பது என்பது கவிகளால்கூட ஆகாத காரியம். அவ்வளவு அழகி அவள்.

"இவளையேதான் கல்யாணம் செய்துகொள்ளப் போகிறேன்" என்றான் ராஜகுமாரன்.

அரசன் எதுவும் தடுத்துக் கூறவில்லை. ஆனால் அந்த அழகி யார்? தன் மகன் எங்கே எப்படி அவளைச் சந்தித்தான் என்பதை அறிய முயன்றான். காட்டில் ஒரு தடாகக் கரையில் அவள் உட்கார்ந்து அழுது கொண்டிருந்ததைக் கண்டு தேற்றி ராஜகுமாரன் அவளை அழைத்து வந்திருந்தான். அவளைப் பற்றி வேறு ஒரு விவரமும் அவனுக்கும் தெரியாது. "ஆனால் இவள் தான் என் துணைவி என்று என் மனம் அங்கீகரித்து விட்டது. அவ்வளவுதானே வேண்டியது?" என்றான் அவன்.

ராணி அந்த அழகியையே விசாரித்துப் பார்த்தாள். கன்னி வாயைத் திறக்கவேயில்லை. ராணிக்குத் தாழ்ந்து நமஸ்காரம் செய்து விட்டுக்குனிந்த தலை குனிந்தபடியே ஒதுங்கி நின்றாள் அவள். அந்த அழகி ஊமையோ என்று ராணிக்குச் சந்தேகம் தோன்றிவிட்டது.

ஆனால் சந்தேகத்துக்கு அவசியமில்லை. மாலையில் வீணையை மீட்டிக்கொண்டு அந்த அழகி சரஸ்வதியே போல வீற்றிருந்து இனிய கீதங்களை இசைத்தாள். அக்கீதங்கள் கேட்போர் காதில் தேவகானமாக ஒலித்தன; கேட்பவரை ஆனந்த மயமான ஒரு புது உலகிலே கொண்டுபோய்ச் சேர்த்தன.

கல்யாணம் வெகு சிறப்பாக நடைபெற்றது.

காட்டுக்கு வேட்டையாடப் போவதையும், மல்யுத்தங்களில் ஈடுபடுவதையும் அரசகுமாரன் நிறுத்திவிட்டான். ஆற்றங் கரையிலே அழகான வசந்த மாளிகை நிர்மாணித்துக் கொண்டு தன் காதலியுடன் இன்ப வாரிதியிலேயே ஆழ்ந்து விட்டான். அறுபது நாழிகையும் அங்கே இன்னிசையும் நடனமும் கதையும் கவிதையுந்தான்.

ராஜ்ய காரியங்கள் எல்லாம் கிழராஜாவின் மேற்பார்வையில், மந்திரியின் திறமையால் ஒழுங்காகவே நடைபெற்று வந்தன. எனினும், ராஜாவும் ராணியும் மந்திரியும் பல வருஷங்களுக்கு முன் கிழ ஜோசியர் சொன்ன வார்த்தைகளை எண்ணித் துக்கித்தனர். ஜோசியரின் வார்த்தைகள் பலிக்கும் காலம் வந்து விட்டது போல் இருக்கிறதே என்று அஞ்சித் துணுக்குற்றனர்.

"நடப்பது நடக்கும். நடந்தே தீரும்" என்று எண்ணி அவர்கள் தங்களையே தேற்றிக் கொண்டார்கள்.

எனினும், அரசகுமாரனின் மனத்தைச் 'சரியான வழியில்' திருப்பி அவர்கள் தங்களாலான முயற்சிகளையும் செய்யயாமல் இல்லை. இன்பம் திகட்டியிருந்த ஒரு சமயம் ராஜ குமாரனை வேட்டையாடக் காட்டிற்கு அழைத்துச் சென்றார்கள். சித்தப் பிரமை பிடித்தவன்போல, மனத்தை எதிலோ பறிகொடுத்தவன் போலச் சுய ஞாபகம் இல்லாமல் வந்தான் அவன். ஆனால் வேட்டை ஆரம்பித்ததும் அவன் மனம் சற்றே மாறுவதுபோல் இருந்தது.

ஒரு மானைத் துரத்திப்போய், அதை வீழ்த்த ஓர் அம்பை வில்லில் பூட்டினான். அந்த நிமிஷமே விதி குறுக்கிட்டது. மேலும், தெய்வத்தின் தூண்டுதலால், ஓடிக்கொண்டிருந்த மான், சுபாவத்துக்கு மாறாக நின்று திரும்பி ராஜகுமாரனைப் பார்த்தது. அதன் பார்வை அவனுடைய இதயத்தைப் பிளப்பது போல் இருந்தது. வில்லும் வில்லில் பூட்டிய அம்பும் கை நழுவிக் காலடியில் விழுந்துவிட்டன. அவற்றைத் திரும்பவும் அரசகுமாரன் எடுக்கக்கூட இல்லை.

"அந்தக் கண்கள்!... அவள் கண்களேதான்!" என்று ராஜ குமாரன் தனக்குள்ளேயே சொல்லிக்கொண்டது அண்டையில் நின்றவர்கள் காதில் விழுந்தது.

மான் தப்பி ஓடிவிட்டது. அதற்குமேல் அரசகுமாரன் வேட்டையில் கலந்துகொள்ளவில்லை. சித்தத்தையும் சிந்தனையையும் பறிகொடுத்தவன்போல அவன் இன்ப மாளிகை திரும்பினான். அவன் கண்களிலே அன்பு ஒளி நிறைந்திருந்தது. அவன் உள்ளத்திலே ஆனந்தம் நிறைந்திருந்தது.

காலக்கிரமத்தில் அவனுக்கு ஒரு குழந்தை பிறந்தது. அன்புப் பிள்ளை அவன் நெஞ்சத்தை இன்னும் இறுக்கிப் பிடித்தது. ஒரு காலத்தில் முரட்டு மல்லர்களின் குத்து வரிசை களில் ஈடுபட்டு நின்ற அவன் இப்பொழுது மல்லிகைப் புஷ்பம் போன்ற மிருதுவான சிறு கரங்கங்களுடன் மல்லுக்கு நின்றான்.

கிழ அரசனும் அவன் தேவியும் ஜோசியனின் வார்த்தை களை உன்னி உன்னித் துன்பத்திற்கு ஆளாகிக் கொண்டிருந் தார்கள். ஆனால் அவர்களுக்கும் மறதி என்ற ஆறுதல் கிடைத்தது சில சமயம்.

குழந்தை பிறந்து ஒரு வருஷம் ஆவதற்கு முன்னரே தெற்கேயிருந்து செய்தி வந்தது. பெரும் படையைத் திரட்டிக் கொண்டு பகை மன்னன் ஒருவன் படையெடுத்து வந்து கொண்டிருந்தான். அரசகுமாரன் பழைய போர் லக்ஷ்யங்கள் தன் உள்ளத்திலே கொதித்து எழுந்து மூள, ஒரு பெருஞ் சேனையுடன் பகைவனை எதிர்த்துச் சென்றான். எட்டு மாதங்கள் கடும் போர் செய்து வெற்றியும் பெற்றான். ஆனால் ஜயலக்ஷ்மியின் கோயிலில் வெற்றி விழாக் கொண்டாடி பூஜை செய்யும்போது அரசகுமாரன் இனித்தான் யுத்த காரியங்களில் ஈடுபடுவதில்லை என்று ஜயலக்ஷ்மியின் சந்நிதியிலேயே பிரதிக்ஞை செய்து விட்டான். கிழ மந்திரியும் அரசனும் இந்தத் திடீர்ப் பிரதிக்ஞையைக் கேட்டுத் திடுக்கிட்டார்கள். ஆனால் வந்த காரியம் பூர்த்தியாக இன்னும் சில நாட்களே உள்ளன போலும்" என்று தனக்குள் கூறிக்கொண்டாள்.

இரண்டொரு வருஷங்களுக்குள்ளாகவே நாலா பக்கங்களி லிருந்தும் பகைவர்கள் படை திரட்டிக்கொண் நமது அரசனை எதிர்த்து வந்துவிட்டார்கள். அரசன் கிழவன். அரச குமாரனோ போர்த்தொழில் செய்வதில்லை என்று பிரதிக்ஞை செய்து விட்டான். நாடு சிறிது சிறிதாகப் பகைவர் வசம் ஆகிக் கொண்டிருந்தது.

"என் ராஜ்யத்தைத்தானே அவர்கள் எடுத்துக்கொள்ள விரும்புகிறார்கள்? எடுத்துக்கொள்ளட்டுமே! இதற்காக ஏழை மக்களையும், போர் வீரர்களையும் துன்புறுத்துவானேன்? நான் என்றுமே இந்த ராஜ்ய விஷயங்களிலிருந்து விடுபட்டு நின்றவன்

தான்" என்றான் ராஜகுமாரன்.

"பிரியே! உனக்கு ஏதாவது ஆட்சேபம் உண்டோ, நமது நாட்டை அவர்களிடம் ஒப்பித்துவிட்டு வெளியேற?" என்று கேட்டான் அவன்.

"ஆட்சேபமா? எதற்கு வில்லும் வித்தையும் ராஜ்யமும் என்றும் நமது அன்பிற்குக் குறுக்கே தானே நின்றன?" என்றாள் அவள்.

தானாகவே தன் ராஜ்யத்தைத் தன் பகைவர்களுக்குப் பகிர்ந்தளித்துவிட்டு அவன் வெளியேறி விட்டான்.

அதற்குப் பின்னர் அவன் வெகுநாள் உயிருடன் இருந்தான். கடைசி வரையில் தான் செய்தது அசாதாரணமான காரியம் என்றே அவனுக்குத் தெரியவில்லை. சாதாரண மனிதன் தன் மனைவியிடமும் குழந்தையிடமும் காட்டும் அன்பே தன் காரியத்துக்கெல்லாம் அடிப்படையானது என்று அவன் நம்பி இருந்தான்.

ஆனால் அவன் காதலி தெய்வாம்சமானவள் என்று ஜனங்கள் சொல்லிக் கொண்டார்கள். அன்புத் தேவியே அவ் வடிவு எடுத்து வந்து அவனை ஆட்கொண்டு, அடிமைப் படுத்தி விட்டாள் என்று சொல்லிக் கொண்டார்கள். கணவன் இறந்த போது, ஒரு துளி கண்ணீர்கூட வடிக்காமல் அவள், "நாம் இருத்தலும் வாழ்தலும் பூராவும் வியர்த்தமாகி விடாது" என்று சொல்லிவிட்டு அந்தர்த்தயானமாகி விட்டாள் என்று ஜனங்கள் சொல்லிக் கொண்டார்கள். சொல்லியது மட்டுமல்ல; நம்பவும் நம்பினார்கள்.

பேரன்புக்குப் பெரும் உதாரணமாக அவனைக் கவிகள் பாடினார்கள்; சாதாரண மக்கள் அவனைப் போற்றிப் புகழ்ந்தார்கள்.

ஆனால் நாளடைவில் அவன் பெயர்கூட மக்கள் மனத்திலிருந்து அகன்று விட்டது.

*   *   *

"கதை சரியாகப் புரியவில்லையே!" என்றேன் நான்.

"உனக்கு என்னடாமா புரியும்? புரியாதுதான். குழந்தைக்குப் புரிந்திருக்கும். சரோஜா! உனக்குப் புரிந்ததோ?" என்றாள் சுந்தாப்பாட்டி.

"ஊம்" என்றாள் சரோஜா.

7
படித்த பெண்

டெல்லியிலிருந்து சுந்தாப்பாட்டியினுடைய மூத்த பிள்ளையின் பெண் வயிற்றுப் பேத்தி வந்திருந்தாள். வரும் போதே பேத்திக்கும் பாட்டிக்கும் சம்வாதம் ஆரம்பமாகி விட்டது.

பேத்தியின் பெயர் பத்மாஸனி. வயசு இருபத்திரண்டா கிறது. கல்யாணம் இன்னும் ஆகவில்லை. மெடிகல் காலேஜில் படித்துக் கொண்டிருக்கிறாள். இன்னும் இரண்டு மூன்று வருஷங்களில் 'டாக்டர்' என்று போர்டு போட்டு விடுவாள்.

கையில் அழகான சிறு பையும், உதட்டில் அவ்வளவு அழகில்லாத செயற்கைச் சிவப்பும், முகத்தில் பட்டை பட்டை யாகப் பவுடரும், குதிகால் உயர்ந்த பூட்ஸுமாக 'டக் டக்' கென்று நடந்து வந்தவளைச் சுந்தாப்பாட்டி, "வாடியம்மா! துரை சாணியம்மா, வா!" என்று வரவேற்றாள்.

"இது நான் எதிர்பார்த்ததைவிடப் பெரிய குக்கிராமமா இருக்கிறதே." என்றாள் பத்மாஸனி. அவளுக்கு நினைவு தெரிந்து இதுவரை சாத்தனூருக்கு வந்ததில்லை.

"டெல்லியிலே வளர்ந்தாலும்கூடத் துரைசாணியம்மா பிறந்ததெல்லாம் இந்தக் குக்கிராமத்தில்தான்" என்றாள் சுந்தாப் பாட்டி.

சுந்தாப் பாட்டி நடுக்கூட்டத்தில் போட்டிருந்த ஊஞ்சலில் உட்கார்ந்திருந்தாள். சுவரோரமாகப் போட்டிருந்த ஒரு நாற்காலியிலே உட்கார்ந்துகொண்டு பத்மாஸனி தன் பூட்ஸு களைக் கழற்றினாள். கடைத் தெருவுக்குப் போய் விட்டுத் திரும்பிய நான், "வா பத்மா, வா!" எனறு வந்தவளை

வரவேற்றேன். பிறகு, "பாட்டியும் பேத்தியும் அதற்குள்ளேயே சிநேகமாகி விட்டாற்போல் இருக்கிறது" என்றேன் தமாஷாக.

பத்மாஸனி சிரித்தாள். "பாட்டியும் நானும் ஒண்ணுதான். அம்மாகூட அடிக்கடி சொல்லுவாளே!" என்றாள். கால் பூட்ஸைக் கழற்றிவிட்டு, ஒரு பூட்ஸில் பட்டிருந்த அழுக்கைத் தன் கைக்குட்டையால் துடைத்தாள்.

"அப்படி என்னடியம்மா உங்கம்மா என்னைப் பற்றிச் சொல்லியிருக்கிறாள்?" என்று விசாரித்தாள் சுந்தாப் பாட்டி.

தலைமயிர் பறக்காமல் இருப்பதற்காக அணிந்திருந்த கறுப்பு வலையை அவிழ்த்துக்கொண்டே பத்மாஸனி மீண்டும் சிரித்தாள். "பாட்டி ச்கும் பேத்திக்கும் யார் என்ன சொன்ன போதிலும் கோப( ) வராது என்று அம்மா சொல்லுவாள்" என்றாள்.

"அப்படிச் சொல்லுடி மருத்துவ ச்சியம்மா!" என்றாள் சுந்தாப் பாட்டி.

"அம்மாகூடச் சொல்லுவாள்: 'ஊ ரிலே யாருக்குப் பிரசவம் பார்க்கணும் என்றாலும் சுந்தாதான் போவாள். அதே மாதிரி என் பெண்ணும் டாக்டருக்குப் படிக்கிறேன் என்கிறது' என்பாள். "நான் கூட உன்னைப் போல லேடி டாக்டர்தான், பாட்டி!"

"கோபம் வராத இந்தக் குணசாலியைக் கல்யாணம் பண்ணிக் கொள்கிறவன் மிகவும் புண்ணியவாளாக இருக்க வேண்டும். அத்துடன் ரொம்ப ரொம்ப அதிர்ஷ்டக்காரனாகத் தான் இருக்க வேண்டும்."

பத்மாஸனி கலகலவென்று சிரித்தாள். "சந்தேகம் என்ன, பாட்டி? ரொம்ப அதிர்ஷ்டக்காரனாகத்தான் இருக்க வேண்டும். லாட்டரியிலே லட்சம், இரண்டு லட்சம் என்று யாருக்காவது எப்பொழுதாவது கிடைத்து விடும். ஆனால் அதைவிட அதிர்ஷ்டக்காரனாகத்தான் இருக்க வேண்டும். இந்தப் பத்மாஸனி பாயைக் கல்யாணம் செய்து கொள்கிறவன். ஏனென்றால் நான் கல்யாணமே செய்து கொள்ளப் போவ தில்லையே!"

"அது யாரடி அது, பத்மாஸனி பாய்! பாயாமே பாய்!

தலைகாணி, மெத்தையில்லாமே!" என்று கேலி செய்தாள் சுந்தாப் பாட்டி.

கோபமே வராத பத்மாஸனிக்குக்கூடக் கோபம் வந்து விடும் போல இருந்தது. ஒரு விநாடிதான்; அதற்குள்ளாகவே சமாளித்துக் கொண்டு விட்டாள். ஆனால் அதைக் கவனிக் காமல் இருந்து விடுவாளா சுந்தாப்பாட்டி? "கோபமே வராது என்று சொன்னாயே உனக்கு. அதுமாதிரிதானாக்கும் இதுவும்!" என்றாள்.

"பாரேன்!"

"அதுதான் பார்க்கப்போகிறேனே! இந்த மாதிரி கல்யாணமே பண்ணிக்கொள்ள மாட்டேன் என்று சொன்ன வர்கள் ரொம்பப் பேரை நான் பார்த்திருக்கிறேன்" என்றாள் சுந்தாப் பாட்டி.

தன் கைப்பையிலிருந்து சின்ன முகம் பார்க்கும் கண்ணாடி ஒன்றை எடுத்து அதில் தன் முகத்தைப் பார்த்துக் கொண்டு, உதட்டுச் சிவப்பைக் கைக்குட்டையால் லேசாக அழித்து விட்டுக்கொண்டு, பத்மாஸனி சொன்னாள்: "இந்த வீட்டிலே காப்பி-கீப்பி உண்டானால் வரட்டுமே!"

என் பெண், எட்டு வயசிருக்கும் அவளுக்கு, வேடிக்கை பார்த்துக்கொண்டு நின்றவள் உள்ளே போனாள். இரண்டு டம்ளரை எடுத்து வந்தாள். "இதில் காப்பி, இதில் கீப்பி" என்று இரண்டு டம்ளரையும் பத்மாஸனியின் முன் வைத்தாள்.

சுந்தாப்பாட்டி சொன்னாள்: "இது குக்கிராமம் தானேடியம்மா; நீ பல் தேய்த்துவிட் டுத்தான் காப்பி சாப்பிடு வாயாக்கும் என்று நினைத்திருப்பா ர்கள்."

"பல் தேய்க்கிறதெல்லாம் குளிக்கும்பொழுதுதான்!"

"அப்படியே? பூட்ஸைத் துடைக்கிற கைக்குட்டையா லேயே, உதட்டையும் துடைக்கிற நாகரிகத்தைச் சேர்ந்த தாக்கும் இதுவும்!" என்றாள் சுந்தாப்பாட்டி.

தெருக்குழந்தைகளெல்லாம் என் வீட்டில் ஏதோ காரியம் இருக்கிற மாதிரி வந்து வந்து போய்க்கொண்டிருந்தன. அவர்

கள் நவயுக நாகரிகத்தை அதிகம் காணாதவர்கள்; பாவம் மாலையில் தெரு ஸ்திரீகளெல்லோரும் டெல்லியிலிருந்து வந்திருந்த பத்மாஸனியைப் பார்க்க வந்துவிட்டுப் போவார் கள். உண்மையிலேயே சாத்தனூர், குக்கிராமந்தான் என்று எண்ணியவனாக நான் சொன்னேன்: "இரண்டுமே கை நகத்தைக் கடிக்கிற நாகரிகத்தைச் சேர்ந்ததுதான்!"

பத்மாஸனி தன் கை நகங்களைப் பார்த்துக் கொண்டாள். பளபளவென்று வர்ணம் தீட்டப்பட்டிருந்தன, அவள் நகங்கள்; ஆனால் கடிக்கப்பட்ட நகங்கள்தாம்.

நான் பின்னும் சொன்னேன். "பாட்டியும் பேத்தியும் இப்படி ஆரம்பத்திலேயே சண்டை போட்டுக் கொள்கிறீர்களே?"

"சண்டையா ராஜா, இதெல்லாம்?" என்றாள் சுந்தாப் பாட்டி.

"சண்டையில்லை மாமா, சண்டையில்லை. ஒருவரை ஒருவர் அறிமுகம் செய்து கொள்ளுகிறோம்" என்றாள் பத்மாஸனி.

பிறகு என்னைப் பார்த்து ஆங்கிலத்தில் சொன்னாள்: "இந்தப் பாட்டி ரொம்ப ரொம்பக் கெட்டிக்காரி என்று எங்கம்மா சொல்லுவாள். நான் பேசுகிறதெல்லாங்கூட இந்தப் பாட்டி மாதிரியேதான் பேசுகிறேன் என்று சொல்லுவாள்" என்றாள்.

பத்மாஸனி இதை என்னிடம் சொன்னதில் தவறில்லை. ஆனால் இதை ஆங்கிலத்தில் சொன்னதுதான் தவறு. சுந்தாப் பாட்டிக்குப் புரியக்கூடாது என்றால் ஆங்கிலமும் ஹிந்தியும் தவிர வேறு எந்தப் பாஷையில் வேண்டுமானாலும் சொல்லி யிருக்க வேண்டும். சுந்தாப்பாட்டி ஆங்கிலம் பேசமாட்டார் கள்; ஆங்கில வார்த்தைகளைக்கூட அதிகம் உபயோகப்படுத்த மாட்டாள்.ஆனால் யார் என்ன பேசினாலும் புரிந்து கொண்டு விடுவாள். மிடில் ஸ்கூல் ஹெட்மாஸ்டரின் மனைவியாக நாற்பது வருஷம் வாழ்க்கை நடத்தியவள் அல்லவா? அதிலும் வீட்டிலேயே நடந்த ஸ்கூல். தவிரவும் அந்தக் காலத்து மிடில் ஸ்கூல் என்றால்... மிடில் ஸ்கூல் ஆங்கிலப் பரீட்சைத் தாள்

களுக்கு இந்தக் காலத்து பி.ஏ. மாணவன்கூட விடை எழுத திணறிவிடுவானே!

நான் பத்மாஸனிக்கு எதுவும் பதில் சொல்லாமல், சுந்தாப் பாட்டியைப் பார்த்தேன். சுந்தாப் பாட்டி சொன்னாள்: 'தஸ் புஸ்னு நீ படித்திருக்கிற இங்கிலீஷிலே இரண்டு வார்த்தை பேசிவிட்டால், நான் பயந்து போய்விடுவேன் என்று நினைத் தாயா? நீயும் கெட்டிக்காரிதான் - நானு கெட்டிக்காரிதான் - உங்கம்மாவும் கெட்டிக்காரிதான். உனக்குப் பிறக்கப் போகிற பெண், பேத்தி, எல்லோருமே உன்னைப் போலவும் என்னைப் போலவும் கெட்டிக்காரியாகத்தான் இருப்பார்கள்!"

பத்மாஸனி பதில் சொல்லவில்லை.

"டில்லிக்குப் போனால் என்ன? அதற்கப்பால் சீமைக்குப் போனால்தான் என்ன? பிறந்து நாலு வருஷம் இந்தக் கால் களிலே படுத்துக்கொண்டு, எண்ணெய் தேய்க்கிற போதெல் லாம் 'வராட்டு வராட்டு' என்று முகம் சிவக்க அழுத ஜன்மந்தானேடியம்மா இது!" என்றாள் சுந்தாப் பாட்டி.

பத்மாஸனி இதற்குப் பதில் சொல்லவில்லை. சுந்தாப் பாட்டியுடன் பேசுவதென்பது அவளுக்கு ஒரு புதிய அநுபவ மாக அமைந்து கொண்டிருந்தது.

"இந்தக் கொள்ளுப் பேத்திக்குப் பெண் பிறந்தாலும், நீதானே பாட்டி எண்ணெய் தேய்த்துவிடப் போகிறாய்?" என்றேன் நான்.

"நானா? நான் அதுவரையிலும் இருப்பேன். அதற்கப்புறம் அந்தப் பேத்திக்குப் பேத்தி பிறக்கிற வரைக்குங்கூட இருப்பேன். ஆனால் டாக்டருக்குப் படித்து பெரிய மருத்து வச்சியாகி விட்ட துரைசாணியம்மா, தனக்குத்தானே பிரசவம் பார்த்துக் கொண்டு விட்டாலும் பார்த்துக் கொண்டு விடுவாள்! இந்தக் கர்நாடகத்தைக் கிட்ட அண்ட விடுவாளோ, என்னவோ?" என்றாள் சுந்தாப் பாட்டி.

"குறைபட்டுக் கொள்ளாதே பாட்டி, உனக்காகவாவது நான் கல்யாணம் பண்ணிக்கொண்டு அடுத்த வருஷமே பிள்ளையைப் பெற்றுக் கொள்கிறேன்" என்றாள் பத்மாஸனி.

இதைச் சொல்லிவிட்டுக் கலகலவென்று சிரித்தாள்.

நானும் சொன்னேன்: "ஆமாம் பாட்டி, நீ குறைபட்டுக் கொள்ளாதே! பத்மாஸனி படித்த பெண்தான் என்றாலும், நம் வீட்டுப் பெண் இல்லையா? ஏதாவது கொஞ்சம் நல்ல குணங்களும் இருக்கும்" என்றேன்.

"நல்ல குணங்கள் நாலு பழகிக்கொண்டு போகலாம் என்று தானே, லீவுக்கு இரண்டு மாசம் பாட்டியிடம் தங்கி விட்டுப் போக வந்திருக்கிறேன்" என்றாள் பத்மாஸனி.

"ஏன் பாட்டி! இந்தப் படித்த பெண்களெல்லாமே...!" என்று நான் ஆரம்பித்தேன்.

"நிறை குடம் தளும்பாதபடி, தளும்பாது! நிறையாத குடந்தான் தளும்பும். எனக்குக்கூட, அந்தக் காலத்திலேயே ஒருத்தி, மாட்டுப் பெண்ணாக வந்து வாய்த்தாளே, அவளும் படித்த பெண்தான்..." என்று ஆரம்பித்து நிறுத்தினாள் பாட்டி.

"கதையா பாட்டி? சொல்லு" என்று கேட்டவாறே பத்மாஸனியும் பாட்டியின் பக்கத்தில் ஊஞ்சலில் உட்கார்ந்து கொண்டாள்.

"கதையில்லையடி அம்மா, கதையில்லை!" என்றாள் பாட்டி.

"சொல்லு பாட்டி!" என்றேன்.

* * *

ஊஞ்சலை லேசாக ஆட்டிக்கொண்டே சுந்தாப் பாட்டி சொன்னாள்:

"எனக்கு ஸ்ரீனிவாசன், ஸ்ரீனிவாசன் என்று உருப்படாத பிள்ளை ஒன்று இருந்தது. பெயர் மட்டும் லட்சுமிகரமாக இருந்ததே தவிர அவனிடம் மூதேவிதான் குடியிருந்தாள். அப்பாவுக்கோ அம்மாவுக்கோ வீட்டிலிருந்த மற்ற பெரியவர்களுக்கோ சிறிதும் அடங்காத பிள்ளை.

குழந்தையாக இருக்கும்போது முதலே வீட்டிலேயும் வெளியிலேயும் அவனுக்கு எப்போதும் ஓயாத ஒழியாத சண்டை

தான். அவன் உடம்பில் காயமில்லாத நாள் கிடையாது. ஊர் வம்பு, ஊர்ச்சண்டை எல்லாவற்றையும் விலை கொடுத்தும் விலை கொடுக்காமலும் வாங்கி வந்து விடுவான். அவனை நம்ம வீட்டுப் பிள்ளை என்று சொல்லிக் கொள்ளவே வெட்கமாக இருக்கும்.

கெட்டிக்காரன்தான். ஆனால் அவனுக்குப் படிப்பே வரவில்லை. பள்ளிக்கூடத்து வாத்தியார் வீட்டுப் பிள்ளைக்கே பாடமும் படிப்பும் வரவில்லையே என்று ஊரார் கேலி செய்தார்கள்.

கல்யாணம் பண்ணி வைத்தாலாவது பையன் திருந்திவிட மாட்டானா என்று எனக்கும் உங்கள் கொள்ளுத் தாத்தாவுக்கும் ஆசை. அவனுக்குப் பத்து வயசு நடக்கும்போதே ஒரு நல்ல இடத்தில் பார்த்துக் கல்யாணம் செய்து விட்டோம். பிரபலமான ஒரு பண்டிதர் வீட்டுப் பெண் - சாஸ்திர விற்பன்னர் வீட்டுப் பெண் - அலமேலு என்று பெயர். கல்யாணத்தின்போது அவளுக்கு ஏழு வயசு இருக்கும்.

கல்யாணமான பிறகுங்கூட ஸ்ரீனிவாசன் அப்படி ஒன்றும் திருந்திவிடவில்லை. பாடம், படிப்பு ஒன்றுமில்லாமல் தத்தாரியாகத் திரிந்து கொண்டிருந்தான். துடுக்கும் குறையவில்லை அவனுக்கு; திமிரும் ஏறிக்கொண்டிருந்தது- ஊரிலே அவன் அடிபடாத நாளே கிடையாது. வாத்தியார் வீட்டுப் பிள்ளை என்று எத்தனை நாள்தான் எத்தனை பேர் சலுகை தருவார்கள்? என்றைக்காவது உயிருக்கே ஆபத்து வந்துவிடப் போகிறதே என்று நான் மடியில் நெருப்பைக் கட்டிக் கொண்டுதான் இருந்தேன்.

வயசு ஆக ஆக அவனுடைய அக்கிரமங்கள் அதிகரித்துக் கொண்டிருந்தன. 'நம்மாலாகாது; மனைவி வந்த பிறகு திருந்துகிறானா, பார்க்கலாம்!' என்று அலமேலுவை வர வழைத்து வைத்துக் கொண்டேன். அப்போது அவளுக்கு வயசு பதின்மூன்று இருக்கும்.

பெண்டாட்டி வீட்டுக்கு வந்த பிறகுங்கூட ஸ்ரீனிவாஸன் திருந்தவில்லை. அப்படியேதான் இருந்தான். அலமேலு அழகி, அறிவுள்ளவள்தான். ரொம்பவும் அடக்கமானவள். அவள் நம்

வீட்டுக்கு வந்து நாலைந்து வருஷங்களுக்கும் பிறகுதான் எனக்கே தெரியும் - அவள் தகப்பனார் பண்டிதர் அல்லவா? தமிழும் சமஸ்கிருதமும் முறையாகத் தன் பெண்ணுக்குச் சொல்லித் தந்திருக்கிறார். படித்ததிலே பெருமை உண்டு அந்தப் பெண்ணுக்கு; ஆனால் ஜம்பம் இல்லை. குணங்களி லும் அறிவிலும் நிறைந்திருந்தாள் அவள்.

என் மூத்த பிள்ளைக்கும் மூன்றாவது பிள்ளைக்கும் சர்க்கார் இலாக்காக்களில் வேலையாயிருந்தது. அவர்கள் தங்கள் குடும்பங்களுடன் ஊர் ஊராகச் சென்று கொண்டிருந்தார்கள். இருந்ததை வைத்துக்கொண்டு கிராமத்தோடு பழைய ஆளாகவே முப்பது வயது இருந்தான் ஸ்ரீனிவாசன். ஊர்வம்பு ஊர்ச் சண்டை கோர்ட்டு விவகாரம் - இதுதான் அவனுக்கு ஆயுசுள்ள வரையில் வேலை. அவனுக்கு ஒரே ஒரு பிள்ளை தான் பிறந்தது. அந்தப் பிள்ளை பிறப்பதற்கு முன் என் கணவர் இறந்து விட்டார். அலமேலுவின் தகப்பனாரும் இறந்து விட்டார்.

என் வீட்டிலே லட்சணமாக அலமேலு பதினைந்து பதினாறு வருஷங்கள் இருந்தாள். பிறகு ஸ்ரீனிவாசன் திடீரென்று ஏதோ ஜுரத்தில் அல்பாயுளாகப் போய் விட்டான். மீளாத அந்தத் துக்கத்தில் விழுந்த பிறகுதான் அலமேலுவின் அரிய குணாதிசயங்கள் எனக்கே சரிவரத் தெரிய வந்தன. தன்னு டைய ஒரே பிள்ளையை வைத்துக்கொண்டு இதே அக்கிர காரத்தில் அலமேலு நாலைந்து வருஷம் இருந்தாள். பிறகு அந்தப் பிள்ளை மேல் படிப்புப் படித்தது - நல்ல வேளை! படிப்பில் அது அம்மாவைக் கொண்டிருந்தது; அப்பா வைக் கொண்டில்லை.

அந்த அலமேலுவைப் போலப் படித்த பெண்ணையும் நான் பார்த்ததில்லை; அடக்கமான பெண்ணையும் நான் பார்த்ததில்லை."

* * *

கதையைச் சொல்லி முடித்ததும் சுந்தாப் பாட்டியின் கண்களிலே நீர் துளித்திருந்ததை நான் கவனித்தேன். எனக்குப் பெரியப்பா ஸ்ரீனிவாசன் கதை தெரியும். எதற்காக அதை இப்போது சுந்தாப் பாட்டி தன் கொள்ளுப் பேத்திக்குச் சொன்னாள் என்று

எனக்குப் புரியவில்லை.

பத்மாஸனி கேட்டாள்: "அது சரி, அலமேலு படித்தவள் தான். ஆனால் அவன் படிப்பெல்லாம் பயனடைய வில்லையே!"

"பல் துருத்திக்கொண்டிருக்கிற மாதிரி படிப்பும் துருத்திக் கொண்டிருந்தால்தான் பிரயோசனப்பட்டதாக அர்த்தமோ?" என்று கேட்டாள் சுந்தாப் பாட்டி.

"துருத்த வேண்டாம். ஆனால் மூடனைத் திருத்த முடியாத படிப்பு...?"

"உனக்கு ஒரு மூடன் புருஷனாக வரணும். அவனை நீ திருத்துகிறதை நான் பார்க்கணும்" என்றாள் சுந்தாப் பாட்டி.

"அது சரி, பாட்டி! இருந்தாலும் உன் கதை என்னவோ எனக்குத் திருப்தியாக இல்லை" என்றாள் பத்மாஸனி.

"நான் என்ன உன்னைப்போல் புஸ்தகம் படித்தவளா? கதை சொல்ல எனக்கென்ன தெரியும்? நம் வீட்டுக் கதை ஒன்றைச் சொன்னேன்" என்றாள் சுந்தாப் பாட்டி. ஒரு நிமிஷம் கழித்து அவள் சொன்னாள்: "இந்தக் காலமானால் விவாகரத்து, ஜீவனாம்சம் என்று அமர்க்கப்படும். அந்த நாளில் அடக்க மாக இருந்து குப்பை கொட்டி, மூடனான ஒரு கணவனுடன் வாழ்ந்து பிள்ளைப் பெற்றெடுத்துப் படிக்க வைத்து..."

"சரி, இப்போது அந்த மேமேலுவும் அவளுடைய பிள்ளை யும் எங்கே இருக்கிறார்கள்?" என்று கேட்டாள் பத்மாஸனி.

"அலமேலுவின் பிள்ளைக்குப் பெயர் உங்கள் கொள்ளுத் தாத்தா பெயர்தான். சீமைக்கெல்லாம் போய் விட்டு வந்து இப்பொழுது ஒரு மெடிகல் கல்லூரியில் பிரபலப் பேராசிரியராக இருக்கிறான்" என்றாள் சுந்தாப் பாட்டி.

"யாரு? டெிகல் கல்லூரியிலா? டாக்டர் சுப்ரமணியனா? ஆமாம், இரண்டு மூன்று வருஷங்களுக்கு முன்னாடிகூடப் பத்திரிகைகளில் அமர்க்களப்பட்டதே! எனக்குக்கூட ஞாபகம் இருக்கிறது!" என்றாள் நெற்றியை அழகாகச் சுளித்துக் கொண்டு பத்மாஸனி.

“நாளைக்கு அம்மாவும் பிள்ளையும் இங்கே லீவுக்குத் தங்குவதற்காக வருகிறார்கள்” என்றாள் சுந்தாப் பாட்டி.

“ஏது? எனக்குக்கூட தெரியாதே” என்றேன் நான். விஷயம் புரிய ஆரம்பித்தது எனக்கு.

“ஏதோ, என் லீவு வீணாகப் போகாது” என்றாள் பத்மாஸனி.

“வீணாகப் போகிறதாவது? லீவு கல்யாணத்திலேதான் முடியும். சுந்தாப்பாட்டி மனசு வைத்தால் அதற்கப்புறம் அதிலேயிருந்து யாராவது தப்ப முடியுமா?” என்று கேட்டுக் கொண்டே சமையல் உள்ளேயிருந்து என் மனைவி வந்தாள்.

பத்மாஸனி, “யாருக்குக் கல்யாணம்?” என்று கேட்டாள்.

“உனக்கு மாமாவாகணும் அவன் வயசு முப்பதாகிறது. இன்னும் கல்யாணமாகவில்லை” என்றாள் சுந்தாப்பாட்டி.

“நான் கல்யாணமே...” என்று ஆரம்பித்த பத்மாஸனி பாய், ஏதோ யோசனையில் ஆழ்ந்தவளாகப் பாதி வாக்கியத்தில் நிறுத்தினாள்.

நான் அவளைப் பார்த்தேன். எவ்வவளவு படித்தவளாக இருந்தால்தான் என்ன? சுந்தாப் பாட்டியின் சூழ்ச்சியிலிருந்து அப்படி ஒன்றும் சுலபமாகத் தப்பிவிட முடியாது என்று எனக்குத் தெரியும்.

8

மகாத் தியாகம்

"தான் ஆடாவிட்டாலும் சதை ஆடத்தானேடா செய்கிறது.. என்ன செய்ய?" என்றார் கிழவர்

"இதோ பார் அப்பா! இந்த வயசில் நீ இன்னமும் என்னால் கஷ்டப்பட்டுக் கொண்டிருப்பது சரியல்ல; நியாயமல்ல. நீ உன் பாட்டைப் பார்த்துக்கொள். ஏதோ சர்க்கார் தயவு பண்ணித் தருகிற பென்ஷன் வருகிறது, உனக்குப் போதும்..." என்றான் ராஜாமணி.

"பிரமாதப் பென்ஷன்தான்... இருபத்தெட்டு ரூபாய்" என்றார் கிழவர்.

"பிரமாதமோ பிரமாதமில்லையோ, அது போதும் உனக்கு. தவிரவும் அந்தப் பென்ஷன் குறைந்ததும் என்னாலே தானே. இருபது ரூபாயைக் கம்யூட் பண்ணிப் பணமாகக் கொடுத்தே. கடைசியாக, அதையும் தீர்த்து விட்டேன். நான் தொட்டதெல்லாம் ஏனோ துலங்கவே மாட்டேன் என்கிறது..." என்றான் ராஜாமணி.

"போக வேண்டியதெல்லாம் போகட்டும்" என்றார் கிழவர். அவர் மனசிலிருந்த ஆத்திரத்தில் ஆயிரத்தில் ஒரு பங்குகூட அவருடைய குரலில் தொனிக்கவில்லை.

"நீ என்னை விட்டுப் பிரிந்து தனியாக இருப்பதுதான் நல்லது என்று எனக்குத் தோன்றுகிறது. இந்த வயசில் என் கஷ்ட நஷ்டங்களில் உன்னையும் பங்கெடுத்துக் கொள்ளச் சொல்வது சரியல்ல. காலம் வராதா? நல்ல காலம் வந்ததும் மறுபடியும் சேர்ந்துகொள்வது!" என்றான் ராஜாமணி.

"சின்னப் பையனுக்குச் சொல்ற மாதிரி ஏதேதோ சொல்றயே! வயசு அறுபத்துநாலு ஆயிடுத்து. போன சித்திரைக்கு. இந்த மார்கழி மாசம்வரை தாங்கினால் பெரிசு..."

"சாகறதுக்கு ஆசைப்படற மாதிரி பேசறயே!"

"சாகறதுக்கு யாருடா ஆசைப்படறா? வயசு அறுபத்து நாலு ஆச்சே! படற கஷ்டமெல்லாம் பட்டாச்சு, போகலா மின்னா மனசு கேக்கறதா? கேக்க மாட்டேன் என்கிறது. இப்படியே இருக்கலாமே, இருந்துண்டே இருக்கலாமேன்னு தான் இருக்கு" என்றார் கிழவர்.

ராஜாமணி அவரை நிமிர்ந்து பார்த்தான். அவன் தகப்பனார் கெட்டிக்காரர்தான். அதாவது ஒரு காலத்தில் கெட்டிக்காரராக இருந்தவராம். இப்பொழுது அறிவு மழுங்கி விட்டது. மற்றபடி புலன்கள் அதிகமாக அடங்கி விடவில்லை. கண் தெரிந்தது - பல்லெல்லாம் சரியாகத்தான் பாராட்டாமல் இருந்தது; இன்னமும் நாலு மைலானாலும் நடந்து வருவார். தெய்வசித்தம் அப்படியானால் அவர் இன்னும் பத்து வருஷங்கள் சுகமாக இருக்கலாம்.

ஆனால் அவருக்குக் கஷ்டமெல்லாம் அவர் பிள்ளை யால் ஏற்பட்டதுதான். அதை ராஜாமணியே ஒப்புக் கொண்டான்.

"மார்கழி, தை என்று கணக்குப் பண்ணாதே அப்பா. எனக்கு இதுவரையில் நேர்ந்த கஷ்டங்களை எல்லாம்விட அது மகாப்பெரிய கஷ்டமாகி விடும்" என்றான் ராஜாமணி.

உண்மையிலேயே அது மகாப் பெரிய கஷ்டமாகத் தான் போய்விடும். முதலில் அப்பா மூலம் கிடைத்துக் கொண்டிருந்த பென்ஷன் தொகை போய்விடும்.

கிழவர் கிருஷ்ணாசமி சாஸ்திரி சொன்னார்: "இத்தனை வயசு இருந்தாச்சு. எனக்கு இனிமேல் கஷ்டம் நஷ்டம் வந்தாலும் கூடத் தொடாதுன்னுதான் சொல்லணும். உன்னைத் தவிர வேறு யார் எனக்கு? வேறே எங்கே போய் நான் எப்படிச் சௌகரிய மாக இருக்க முடியும்? எங்கே போய்நான் எதற்காக உசிர் வச்சிண்டிருக்கணும்? நீ கஷ்டப்பறச்சே, உன் கண்ணில் படாமே, உன்னுடன் இருக்காமல் நான் சுகப்படணும்னு

மகாத் தியாகம் 77

நினைக்கப்படுமாடா?"

ராஜாமணி பதில் எதுவும் சொல்லவில்லை. கிழவருக்குப் போக வேறு இடம் இல்லைதான். அதுதான் எல்லாவற்றிலும் மகா கஷ்டமாகப் போய்விட்டது. போ என்று நிர்தாட்சிண்ய மாக எப்படிச் சொல்வது?

"கஷ்டமோ நஷ்டமோ நானும் பட்டுண்டு உன்னோடே இருப்பதுதாண்டா எனக்குச் சுகம்" என்றார் கிழவர்.

ராஜாமணி தனக்குள்ளாகவே சொல்லிக்கொண்டான்: "நீ போற வரையிலும் என் கஷ்டங்களும் என்னைவிட்டு அகலா. நீ போன பிறகுதான் என் நிலைமையும் திருந்தும் என்று தோன்றுகிறது. அது உன் அதிர்ஷ்டமோ என் அதிர்ஷ்டமோ, எப்படிச் சொல்றது?" பிறகு உரக்கச் சொன்னான்: "என்னோடே இருந்து நீ என்ன சுகத்தைக் கண்டு விட்டாயோ? இனிமேல் என்ன சுகத்தைக் காணப்போறியோ, அது கடவுளுக்குத்தான் வெளிச்சம்" என்றான். அவன் குரல் எதிர்பாராத துக்கத்தால் சற்றுக் கம்மியது. அவன் கண்கள் கண்ணீரால் மங்கின. அவன் உள்ளத்திலே ஓர் ஏக்கம் குடி புகுந்தது. உணர்ச்சி வேகம் அவன் உடலை ஒரு தூக்குத் தூக்கி உலுக்கியது. "சீ! இதுவும் ஒரு வாழ்க்கையா!" என்று தன்னையே நொந்து கொண்டான்.

* * *

தன் தகப்பனாருடைய அறுபத்து நாலு வருஷ வாழ்க் கையும், தன்னுடைய முப்பத்தைந்து வருஷ வாழ்க்கையும் அவன் கண்முன் திரை ஓடின.

தன் ஆதி நாளையக் கதையை எல்லாம் கிருஷ்ண ஸ்வாமி சாஸ்திரிகளே அவனுக்குப் பல தடவைகளில் சொல்லியிருந் தார். அதலப் பாதாளத்திலிருந்து கரையேறி மெல்ல மெல்ல அடி வைத்து அவர் ஒரு சிறு சிகரத்தை எட்டிப் பிடித்தவர். ஆனால் அந்தச் சிறு சிகரத்தின் மேல்கூட அவரால் அதிக நேரம் நிலைத்து ற்க முடியாமல் போய்விட்டது. அச்சிரகத்தை அடுத்திருந்த சிகரத்தை நோக்கி இரண்டடி எடுத்து வைத்திருந் தால் போதும்; நிலைத்துக் கொள்ளலாம். ஆனால் ஓரடி எடுத்து வைத்தால் ஒன்பதடி சறுக்கி விட்டது. முன்னேற ராஜாமணி

அவருக்கு உதவியிருக்க வேண்டும். அந்த விஷயத் தில் ராஜாமணி அவருக்குச் சற்றும் உதவவில்லை என்பது மட்டு மல்ல; அவர் சறுக்கி விழ அதிகம் உதவினான்.

அவர் மகன் ராஜாமணியின் வாழ்க்கை... 'சே! அதுவும் ஒரு வாழ்க்கையா!' என்றிருந்தது கிருஷ்ணஸ்வாமி சாஸ்திரி களுக்கு.

அறுபத்துநாலு வருஷ வாழ்க்கையில் அவர் கண்டு அநுபவித்த சுக வாழ்வெல்லாம் ஏழெட்டு வருஷங்களுக்கு மேல் இராது. அதற்குப் பிறகு வந்துபோன வருஷங்களை எல்லாம் அவர் அந்த ஏழெட்டு வருஷ இன்ப ஞாபகங்க ளோடுதான் ஒட்டிக் கொண்டிருக்கும்படி நேர்ந்து விட்டது.

அவரே எத்தனையோ தரம் தம் தகப்பனாரைப் பற்றி ராஜாமணியிடம் சொல்லியிருந்தார். "என் அப்பா நல்லவர் தாம், ஆனால் அவருடைய ஒரே ஒரு கெட்ட பழக்கம் அவர் வாழ்க்கையை மட்டுமின்றி என் வாழ்க்கையையும் பாழாக்கி விட்டது. அவர் ஸ்திரிலோலர். அவர் அந்தக் காலத்துக்குச் சற்றுச் சிறப்பாகவே சம்பாதித்தார். சம்பளத்தைப் போல நாலைந்து மடங்கு அதிகமாகவே கடன் வாங்கித் தாசிகளுக்குப் பங்கிட்டுக் கொடுத்து விட்டார். அவர் இறந்த பிறகு என் இருபது வருஷ சம்பாத்தியம் பூராவும் கொடுத்து நான் அவர் பட்ட கடன் களைத் தீர்க்க வேண்டியிருந்தது. அந்த இருபது வருஷங் களில் ஏழை இந்தியாவில் என் போல ஏழை வாழ்வு வாழ்ந்தவன் யாரும் இருக்க மாட்டான் என்பது நிச்சயம்" என்பார் கிருஷ்ணஸ்வாமி சாஸ்திரிகள்.

"அந்த வறுமையில் எனக்குத் தைரியமும் ஆதரவும் தந்தது என் தாய்தான். மகாலட்சுமி என்றுதான் அவளைச் சொல்ல வேணும். வேறு என்ன சொல்ல முடியும்? அவளுக்கும் கணவன் கொடுத்து விட்டுப்போன பிரசாதம் நீங்காத வியாதி ஒன்றுதான். என்ன பொறுமை! என்ன சாமர்த்தியம்..." என்பார் கிருஷ்ணஸ்வாமி சாஸ்திரிகள்.

ராஜாமணி சொல்வான், "வியாதியோ வியாதியில்லையோ, பாட்டி தன் கணவனுடன் பட்ட கஷ்டங்களுக்கெல்லாம் ஈடு செய்யக்கூடிய வழியிலே உன்னோடு - தன் பிள்ளையோ,

திருப்திகரமான வாழ்வு வாழ்ந்து விட்டாள்!"

கிருஷ்ணஸ்வாமி சாஸ்திரிகளுக்கே இது பெரிய பெருமை தான். அந்தத் தாயின் மனம் கோணாமல் நடந்து கொள்வது அவருக்குச் சாத்தியமாக இருந்தது. அவர் மனைவியின் உதவியால்தான். மாமியாரே போற்றிய மாட்டுப்பெண் அவள். ஆனால் அவளைப் பற்றி எல்லாம் நன்றியுடன் கிருஷ்ண ஸ்வாமி சாஸ்திரிகள் நினைப்பது கூடக் கிடையாது. அவளைப் பற்றி நினைக்க ராஜாமணிக்கு இடமேயில்லை. அவனுடைய சிறு வயசிலேயே அவள் இறந்துவிட்டாள். பத்து வயசுக்குப் பிறகு தன் தாயை அறிய ராஜாமணிக்குச் சந்தர்ப்பமே தராமல் போய்விட்டாள்.

அவள் கணவனுக்கும் மாமியாருக்கும் கணவரின் தம்பி மார்களுக்கும் திருப்திகரமாக எப்படியோ நடந்து கொண்டு நடத்தி விட்டாளே தவிர, அவ்வளவாகக் கெட்டிக்காரியல்ல. ஏழெட்டுக் குழந்தைகள் பெற்றெடுத்தாள். அவற்றில் மூத்தது ஒரு பெண்ணும் கடைசிக் குழந்தை ஒரு பிள்ளையுந்தான் மிஞ்சியது. பெண்ணுக்கு உரிய காலத்தில் உரியபடி கல்யாணம் செய்து வைத்தார் கிருஷ்ணசாமி சாஸ்திரிகள். ஆனால் அந்தப் பெண்ணின் அதிர்ஷ்டம் சரியாக இல்லை. மகா சுய நலக்காரர் களான அவள் கணவனும், கணவனின் தாயுமாகச் சேர்ந்து, பெண்ணின் நடத்தை சரியாக இல்லை என்று கதை கட்டி விட்டு அவளைப் பிறந்த வீட்டுக்கே திருப்பியனுப்பி விட்டார் கள். இதைவிடப் பெரிய துக்கம் தாய்க்காரிக்கு வேறு என்ன வேண்டும்?

எப்போதும் பலவீனமாக இருந்த தாய் தன் பெண் வீடு திரும்பிய இரண்டொரு வருஷங்களுக்குள்ளாகவே மன முடைந்து இறந்து விட்டாள். தன் தகப்பனுக்கும் தம்பிக்கும் அதிகக் கஷ்டம் கொடுக்கக்கூடாது என்று எண்ணியவள் போல, அந்தப் பெண்ணும் தன் தாய் இறந்து நாலைந்து வருஷங்களுக் குள்ளாகவே இறந்து விட்டது. அவள் அப்படி இறந்து விட்டது பற்றி ராஜாமணிக்கோ அவன் தகப்பனாருக்கோ ஒன்றும் துக்கம் இல்லை. இருந்து சகிக்க முடியாத கஷ்டங்களை அனுபவித்துக் கொண்டிருப்பதைவிட, அவள் போய் விட்டதே மேல் என்றுதான் இருவருக்கும் தோன்றிற்று. இருந்தாலும் சில

சமயங்களில் அந்தப் பெண்ணினுடைய அர்த்தமற்ற வாழ்க்கையை அவர்களால் நினைக்காமல் இருக்க முடிந்த தில்லை.

ராஜாமணி செய்கையற்றுப் போனதற்கெல்லாம் அடி நாளிலிருந்து இதை ஒரு காரணமாகச் சொல்லலாம். அவனுக்கு நினைவு தெரிந்த நாளிலிருந்து அவன் அக்கா வீட்டில் இருந்தாள். 'தாயின் மரணம் - தொடர்ந்து சகோதரியின் மரணம்!' 'என் செயலால் ஆவது இனி ஒன்றும் இல்லை' என்று செயலற்று விட இளம் பிராயத்திலேயே கற்றுக் கொண்டு விட்டான் ராஜாமணி. முடிவு காணாத தத்துவ விசாரங்களைத் தவிர அவனுக்கு வேறு ஒன்றும் கை வரவில்லை.

கிருண்ணஸ்வாமி சாஸ்திரிகளின் தம்பிமார்கள் இருவரும் சகல விதங்களிலும் தங்கள் அண்ணாவுக்கும், தங்கள் அண்ணா பிள்ளைக்கும் எதிர்மாறான குணங்கள் உள்ளவர்கள். மூத்த வரைப் பிடித்த மாதிரி குடும்பக் கவலைகள் ஆரம்பமுதலே அவர்களைப் பிடிக்கவில்லை. அவர்கள் அந்தக் குடும்பத்தில் வேர் ஊன்றவேயில்லை என்றுகூடச் சொல்லலாம். அவர்கள் வேர் ஊன்றாமலே, முத்தண்ணாவின் செலவில் வளர்ந்து மர மாகிப் பூத்துக் காய்த்தும் விட்டார்கள்.

அவர்கள் வடக்கே வெவ்வேறு இடங்களில் மிகவும் சௌகரியமாக இருந்தார்கள். முத்தண்ணா அவர்களில் யாரை யாவது பார்ப்பது மாமாங்கத்துக்கு ஒரு முறைதான். முத்தாண்ணாவின் குடும்பக் கவலைகளோ கஷ்டங்களோ அவர்களைத் தொடவே இல்லை. யாரோ மூன்றாவது மனுஷனைப் பற்றி நினைப்பது போலத்தான் அவர்கள் முத்தண்ணாவைப் பற்றி நினைத்தார்கள் என்று சொல்வது மிகையாகாது.

இதுபற்றி ராஜாமணிக்கு ரொம்பவும் கோபம். விஷயம் தெரிந்தது முதல் அவன் தன் சிற்றப்பன்களிடம் பேசியது கூடக் கிடையாது. ஆனால் கிருஷ்ணஸ்வாமி சாஸ்திரிகள் இதைக் எல்லாம் பாராட்டுகிற மாதிரி காட்டிக்கொள்வது கிடையாது: "அவர்கள் என்னை லட்சியம் செய்யாவிட்டால் என்ன? எங்கேயாவது நன்றாக இருந்தால் சரிதான்" என்று சொல்லுவார்கள். ஆனால் அவருக்கும் மனசில் இது ஒரு பெரிய குறை தான்.

மகாத் தியாகம்

ஓரோரு சமயம் ராஜாமணியே சொல்லுவான்: "நம்மோடு சேர்ந்து கொண்டாவர்களால் அவர்களையும் நம்முடைய துரதிருஷ்டம் பிடித்துக்கொண்டாலும் பிடித்துக் கொண்டு விடும். சேராமல் இருப்பது நல்லது தான். அவர்களாவது சௌகரியமாக இருக்கட்டும்" என்பான்.

கிருஷ்ணஸ்வாமி சாஸ்திரிகள் அறுபத்து நாலு வருஷங்களில் ஒரு தவறுகூடச் செய்ததில்லை. மனசில் உறுத்தக் கூடியதாக ஒரு தவறுகூடச் செய்ததில்லை என்பது அவருக்கு மிகவும் ஆறுதல் அளித்த விஷயம்.

"அப்பாவின் வாழ்க்கையிலிருந்து ஒன்றதான் நான் கற்றுக் கொண்டேன். ஸ்திரீகள் விஷயத்தில் கெட்டவனாக இருப்பவன், குடும்பத்துக்கு லாயக்கற்றவன் என்று கண்டு கொண்டேன். ஸ்திரீலோலனாக இருப்பவன் தன் வாழ்வு மட்டுமல்ல, தனக்குப் பின் வருகிற சந்ததியின் வாழ்வையும் குலைத்து விடுகிறான் என்று அறிந்து கொண்டேன். ஸ்திரீகள் விஷயத்தில் நல்லவனாக இருப்பது என்று அன்றே தீர்மானித்துக் கொண்டு விட்டேன், நான்."

ஸ்திரீகளைப் பற்றிய மட்டிலுந்தான் என்றில்லை. மற்ற எல்லா விஷயங்களிலுமே அவர் நல்லவராகவே தம் வாழ்நாட்களைக் கழித்து விட்டார். யாரும் அவரைப் பற்றிக் குறை கூறவே துணிய மாட்டார்கள். அவர் புறம் கூறியதில்லை; பிறர் சொத்துக்கு ஆசைப்பட்டதில்லை; பிறருக்குக் கெடுதல் நினைத்துமில்லை, செய்ததுமில்லை. அவர் பிறர் காரியங்களில் கலந்து கொண்டதுமில்லை. தாம் உண்டு தம் காரியம் உண்டு என்று இருந்து விட்டவர்.

நல்லவர்களுக்கு இகபோகத்தில் எதுவும் கிடையாது என்பதற்கு எடுத்துக்காட்டு, கிருஷ்ணஸ்வாமி சாஸ்திரிகள்.

"மற்றதெல்லாம் பார்த்தாகிவிட்டது உண்மைதான் என்றாலும், எனக்கு எஞ்சியிருப்பது ராஜாமணி. அவன் தலைப்பட்டு என் துக்கங்களையெல்லாம் துடைத்து விடுவான். அவன் உள்ள வரையில் எனக்கு என்ன கஷ்டம்! என்றுதான் ஆரம்பத்தில் கிருஷ்ணஸ்வாமி சாஸ்திரிகள் எண்ணினார். அவர் அப்படி எண்ணியதில் தவறு ஒன்றும் இல்லையே! ஒரு நாளில் அறுபது

நாழிகை நேரமுமா இருட்டாகவே இருந்து விடும்?

இதுதான் விசேஷம். நாளில் அறுபது நாழிகை நேரமும் இருட்டாகவே இருந்துவிட்டது என்பது மாத்திரமல்ல, அடுத்த நாளும் இருட்டிலேயே தொடங்கிற்று.

ராஜாமணி நன்றாகவேதான் படித்தான். திருப்திகரமாகவே தான் பரீட்சைகளில் தேறினான். சூட்டோடு சூடாக ஒரு வேலையிலும் அமர்ந்தான். 'என் கஷ்டங்களெல்லாம் தீர்ந்தன' என்று எண்ணிக் கிருஷ்ணஸ்வாமி சாஸ்திரிகள் மனம் பூரித்தார்.

ஆனால் அந்தப் பூரிப்பு ஏழெட்டு மாசங்களுக்குக் கூட நீடிக்கவில்லை. ராஜாமணிக்குத் திடீரென்று வேலை போய் விட்டது. காரியாலயத்தில் ஓர் அயோக்கியன் செய்த காரியம் அஜாக்கிரதையுள்ள ராஜாமணியின் தலையில் சுமத்தப்பட்டது. ஜெயிலுக்குப் போயிருக்க வேண்டிய ராஜாமணி தெய்வாதீனமாகத் தப்பித்துக் கொண்டான்.

சில நாட்களிலேயே ராஜாமணிக்கு மீண்டும் வேலை கிடைத்தது. செய்கையற்று, தான் செய்யாத காரியங்களுக்கெல்லாம் அளவுமீறி தண்டனையை எதிர்பார்த்த வண்ணமே ராஜாமணி தன் வேலையைச் செய்தான்; நாட்களைக் கடத்தினான். தண்டனை ஒன்றும் கிடைக்கவில்லை. இச்சமயம் - வேலை சீக்கிரமே போய்விட்டது. சாமர்த்தியமான வேலைக்கு லாயக்கற்றவன் என்பது அவன் காரியாலயத்தில் அவனைப் பற்றி ஏற்பட்ட அபிப்பிராயம்.

இதற்குள் ராஜாமணியைப் பற்றி கிருஷ்ணஸ்வாமி சாஸ்திரிகள் வைத்திருந்த நம்பிக்கைகளும் ஆசைகளும் படிப்படியாக இறங்கிக்கொண்டே வந்துவிட்டன. தம்முடைய கடைசித் துயரத்தை ஏற்றுக்கொள்ள, சிகித்துக் கொள்ள தயாரானார் கிருஷ்ணசாமி சாஸ்திரிகள்.

இடையில் ராஜாமணிக்குக் கல்யாணம் ஆயிற்று. மீண்டும் தகப்பனுக்கும் பிள்ளைக்கும் வாழ்க்கையில் நம்பிக்கை பிறந்து விடும்போல் இருந்தது. மிகவும் நல்ல இடத்தில் எப்படியோ எக்கச்சக்கமாக நேர்ந்துவிட்டது அது. ராஜாமணிக்குக் கல்யாணம் ஆயிற்று. அழகான பெண், பணக்கார வீட்டுப் பெண். அந்தக்

கல்யாணத்திற்குப் பிறகு ராஜாமணிக்குங்கூட வாழ்க்கையில் ஒரு பிடிப்பு உண்டாவதுபோல் இருந்தது. மீண்டும் மனிதனாக வாழ்க்கை நடத்திவிடுவது என்று தீர்மானித்தவனாக ராஜா மணி, பல வருஷங்களுக்கு முன் விட்ட இடத்திலிருந்து அடி எடுத்து வைத்து முன்னேற முயன்றான். மனைவி என்கிற புதுத் தெம்பின் உதவியால் இரண்டொரு படிகள் ஏறக்கூட ஏறினான்.

ஆனால் அந்த மனைவி என்கிற தெம்பு அதிக நாள் இருக்கவில்லை. கல்யாணமான இரண்டாவது வருஷத்தில் டைபாய்டில் படுத்தாள். கணவன் மனசில் ஏராளமான ஏக்கங் களைப் போராட விட்டுவிட்டு அவள் ஒருநாள் போய் விட்டாள்.

அதற்குப் பிறகு ராஜாமணி தலை நிமரவேயில்லை. விதி யுடன் போராடத் தனக்குத் தெம்பு இல்லை என்று தீர்மானித்து விட்டான். வாழ்க்கையிலிருந்து ஒதுங்கிவிட முயன்றான். கிழத் தகப்பனுக்காகத்தான் அவன் வாழ்க்கையுடன் ஒட்டிக் கொண்டிருந்தான் என்றுகூடச் சொல்லலாம்.

அவனைத் தூண்டிவிடக் கிருஷ்ணஸ்வாமி சாஸ்திரி களுக்குத் தான் எங்கிருந்து, இவ்வளவும் ஆனபிறகு தெம்பு வரும்? ஒருசமயம் தம் பிள்ளைக்கு இரண்டாவது கல்யாணம் செய்து வைக்க முயன்றார். அந்தப் பேச்சு காதில் விழுந்ததும் தம் பிள்ளை தம்மைப் பார்த்த பார்வையை அவரால் ஆறு வருஷங்களுக்குப் பிறகு இன்னமும் மறக்க முடியவில்லை.

சாவை எதிர்பார்த்துக் கொண்டு நாட்களை எண்ணிக் கொண்டிருப்பதைத் தவிர அவருக்கு வேறு ஒன்றும் வாழ்க்கை யில் சாத்தியமில்லை. ஆனாலும் சாவு என்று எண்ணினால் அவர் மனசு துணுக்குற்றது. அறுபத்தது நாலு வயசிலும் அவர் மரணத்தை வரவேற்கத் தயாராக இல்லை.

* * *

ராஜாமணியினுடைய சிந்தனைகளில் கிழவரின் குரல் குறுக்கிட்டது. “போ! போய்க் காரியத்தைப் பாரு. களி சாப்பிடலாம்” என்றார் கிழவர்.

ராஜாமணி எழுந்தான். கொடியில் இருந்து துண்டை எடுத்துக் கொண்டு அவன் கிளம்பும் சமயம் கிருஷ்ண ஸ்வாமி சாஸ்திரிகள் சொன்னார்: "மார்கழி, தை என்று தள்ளிப் போட்டுக் கொண்டே போகிறேனே தவிர, சாவை இன்றே வரவேற்க எனக்குத் தைரியம் இல்லை."

ராஜாமணி சற்றுத் தயங்கினான்: "ஏனப்பா இன்றைக்கு இப்படிப் பேசறே!" என்றான்.

கிழவன் அவன் கேள்விக்கு நேரடியாகப் பதில் சொல்ல வில்லை. ஆனால் அவர் மனசில் ஒரு விஷயம் அன்று பளிச்சிட்டது. 'என் துரதிருஷ்டந்தான் என் பிள்ளையையும் இப்படி விடாமல் பாதிக்கிறது. நான் போய்விட்டால் ஒரு வேளை அவன் சுகமாகவே இருப்பான். அது சாத்தியமே!' என்று எண்ணினார். அந்த எண்ணம் அவர் மனசிலே விசுவரூபம் எடுத்தது.

தம் பிள்ளை தம்மையே பார்த்துக்கொண்டு நின்றதைப் பார்த்தார் கிருஷ்ணஸ்வாமி சாஸ்திரிகள். "போ, போய்க் குளித்து விட்டு வா, எனக்குப் பசிக்கிறது" என்றார்.

ராஜாமணி பதில் சொல்லாமல் மனம் நிறைந்தவனாகச் சென்றான். கிணற்றிலிருந்து நாலு குடம் ஜலம் இழுத்து விட்டுக் கொண்டபின்தான் அவனுக்கு ஞாபகம் வந்தது. சற்று முன் அவன் மனசில் ஓர் எண்ணம் தோன்றியது: 'அவன் போன பிறகுதான் எனக்கு நல்ல காலம் தொடங்கும்' என்ற சிந்தனை யின் எதிரொலி அவர் மனசிலும் எழுந்திருந்தால்...? கிணற்றில் விட்ட குடத்தை அப்படியே விட்டுவிட்டுத் துண்டால் தலையைப் பரபரப்பாகத் துடைத்துக்கொண்டு உடம்பி லிருந்து ஈரம் சொட்டச் சொட்டக் கூடத்துக்கு வந்தான்.

நடுக்கூடத்தில் தெற்கு வடக்காகத் துணியை விரித்துக் கொண்டு படுத்திருந்தார் கிருஷ்ணஸ்வாமி சாஸ்திரிகள். அவர் முகத்தில் ஒரு புன்னகை படர்ந்திருந்தது.

"அப்பா" என்றான் ராஜாமணி.

பதில் சொல்லுவார் என்று அவன் எதிர்பார்க்கவில்லை. அவர் பதில் சொல்லவில்லை.

பிரேதத்தைத் தொட்டுப் பார்க்க வேண்டிய அவசியமே இல்லை ராஜாமணிக்கு. ஈரத் துணியால் முகத்தை மூடிக் கொண்டு, கூடத்துத் தூணில் சாய்ந்தான் ராஜாமணி. அவன் ஈர முதுகிலிருந்து ஜலம் தரையில் ஓடியது.

"முதலில் தாய் இருந்தாள் - கடைசியில் பிள்ளை இருந்தான். அவர்களுக்கென்று தியாகம் செய்வது அவருக்குச் சாத்தியமாக இருந்தது. எனக்கு யார் இருக்கிறார்கள்? யாருக்கென்று நான் என்ன தியாகம் செய்வதற்காக உயிர்வாழ வேண்டும்?" என்று தன்னையே கேட்டுக்கொண்டான் ராஜாமணி.

இந்தக் கேள்விக்குப் பதில் இல்லை.

"வயசு முப்பத்தைந்துதான் ஆகிறது. நானும அவர் வயசு வரை இருக்கும்படி நேர்ந்துவிட்டால்...?"

இந்தக் கேள்விக்கும் பதில் ஏது?

அவன் மீண்டும் சுயநினைவு பெற்றபோது, இருட்டத் தொடங்கி விட்டது.

9

பாத ஸரம்

வழக்கத்துக்கு மாறாக அன்று ரெயிலில் சிதம்பரத்தி லேயே கூட்டமாகத்தான் இருந்தது. வழக்கத்துக்கு மாறாக நானும் ராஜியையும் பாப்பாவையும் அழைத்துக்கொண்டு கிளம்பியிருந்தேன். இந்த வண்டிக்கு இப்படிக் கூட்டமாக இருக்குமென்று தெரிந்திருந்தால், நான் முந்திய வண்டியி லேயே கிளம்பியிருப்பேன்; அல்லது அடுத்த மெயிலுக்கும் போயிருக்கலாம். எனக்கு எவ்விதமான அவசரமும் இல்லை.

ஆனால் கிளம்பியாகி விட்டது. திரும்புவது சரியல்ல. வண்டியில் ஏறிக்கொண்டோம். அதிகக் கூட்டமில்லாத இரண்டாம் வகுப்பு வண்டியில் சீட்டுக்கு நாலு பேர் உட்கார்ந் திருந்தார்கள். யாரும் நகர்ந்து இடம் தருகிற மாதிரியும் முதலில் தோன்றவில்லை.

"இத்தனை கூட்டமாக இருக்கும் என்று தெரிந்திருந்தால், மூன்றாம் வகுப்பு டிக்கட்டே வாங்கியிருக்கலாமே!" என்றாள் ராஜி.

நான் அநாவசியமாக அதிகச் செலவு செய்கிறேன் என்பது என் மனைவியின் அபிப்பிராயம். அதற்கு மாற்றாக அவசியம் கிடைத்தபோதெல்லாம் செட்டாகப் பேசிவிட வேண்டியது தன் கடமை என்று அவள் எண்ணி இப்படிப் பேசுவது வழக்க மாகி விட்டது.

"கூட்டமாக இருந்தால்தான் என்ன? ஒருமணி நேரம் தானே! மாயவரத்தில் இறங்கி வேறு வண்டி மாற்ற வேண்டும்" என்றேன் நான்.

கையிலிருந்த பையை ஆசனத்துக்கடியில் வைத்தேன்.

"இப்போதெல்லாம் கூட்டமில்லாமல், சௌகரியமாகப் போக வேணுமானால் முதல் வகுப்பில்தான் போகவேணும்" என்றார் வண்டியில் சௌகரியமாக உட்கார்ந்திருந்த ஒருவர்.

"தாங்க்ஸ்" என்று சொல்லிக்கொண்டே, இந்தப் புத்திமதி கூறிய மனிதர் யார் என்று திரும்பிப் பார்த்தேன். எங்கேயோ பார்த்த முகமாகத்தான் தோன்றியது. ஆனால் எங்கே என்று தான் என்னால நிச்சயிக்க முடியவில்லை.

அவர் ஓர் ஆசனத்தில் கிட்டத்தட்டப் பாதி இடத்தை அடைத்துக்கொண்டு உட்கார்ந்திருந்தார். அவருக்கு வயசு நாற்பதுக்கும் அதிகமிருக்கும் என்பதில் சந்தேகமில்லை. ஆனால் அவருடைய நடை உடை பாவனைகள், அலங்காரங்கள் எல்லாம் பதினாறு வயசு தாண்டிய பையனுடைய மனோ பாவத்தைக் காட்டிய மாதிரியிருந்தன. அவருடைய சட்டை, கதர்ச்சட்டை தான். ஆனால் அதில் மாட்டியிருந்த பொத்தான்களெல்லாம் வைரப் பொத்தான்கள். வலது கையில் நவரத்தினங்கள் இழைத்த வீரச்சங்கிலி, இடது கையில் தங்கக் கைக்கடியாரம், தங்கச் சங்கிலியில் இணைத்துக் கட்டி யிருந்தது; கை விரல்கள் பத்துக்குமாகப் பதினைந்து பதினாறு மோதிரங்கள். அவர் கையை அசைக்காமல் உட்கார்ந் திருந்துக்கும் போதே பச்சையும், நீலமும், சிவப்புமாக டால் வீசின. கழுத்திலே ஏழெட்டுப் பவுனாவது இருக்கும், மைனர் செயின்; முகப்பிலே ஏழெட்டு வைரம். கறுப்பு நெற்றிப் பரப்பிலே பளீரிட்ட வெள்ளைச் சந்தனப் பொட்டு; அந்தப் பொட்டில் வைரம், தங்கம் ஏதாவது பதித்திருந்ததா என்பதை என்னால் நிச்சயிக்க முடியவில்லை. கண் கூசிற்று. வாய்ப் பற்களிலும் கோடை இரவு வானத்தில் நட்சத்திரங்கள் போல் தங்கம் அங்கங்கே ஒளிவீசியது.

வீட்டிலேயும், தன் ஆஸ்தியில் ஒரு பகுதியையாவது விட்டுவிட்டு வந்திருப்பார் இவர்; இல்லையா? என்று என்னால் எண்ணாமல் இருக்க முடியவில்லை.

எதிர் ஆசனத்திலிருந்த ஒருவர் இதற்குள் எழுந்து எங்களுக்கு இடம் கொடுத்தார். நான் ஏதோ முணுமுணுத்த

தற்கு, "பரவாயில்லை; நான் கொள்ளிடம் வரையில் தான் போகிறேன்" என்றார். அவர் தந்த இடத்தில் நெருக்கியடித்துக் கொண்டு நானும் ராஜியும் பாப்பாவும் உட்கார்ந்து கொண்டோம்.

"நம்ப ஆத்திலே இருக்காப்லே இங்கேயும் சின்ன 'பான்' இருக்கே?" என்றாள் பாப்பா உயரச் சுற்றிக்கொண்டிருந்த மின்சார விசிறியைப் பார்த்து.

"பேசாதிரு!" என்று பாப்பாவை அதட்டினாள் ராஜி.

"ஏண்டி! இங்கே எல்லாம் பேசப்படாதா?" என்று கேட்டாள் பாப்பா.

இதற்கு ராஜி பதில் சொல்லுமுன் வண்டிக்குள் ஒரு காலேஜ் மாணவி வந்தாள். அவள் காலேஜ் மாணவியாகத்தான் இருக்க வேண்டும். இல்லாவிட்டால் இந்தச் சிதம்பரத்தில் இப்படி எல்லாம் அலங்காரமாக வேறு யார்? அவள் வண்டிக்குள் வந்ததே அலங்காரமாகத்தான் இருந்தது. அவளு டைய பெட்டி, படுக்கை முதலியனவும் - உபயோகமாகிற சாமான்களோ அல்லவோ - மிகவும் அலங்காரமாகத்தான் இருந்தன.

அந்தக் காலேஜ் பெண்ணைப் பறிய விவரமாக வர்ணனை செய்யவேண்டிய அவசியம் எதுவும் இல்லை என்றே எண்ணுகிறேன். இந்தக் காலத்தில் எல்லா ஊர்களிலும், எல்லாருக்கும் தான் காலேஜ் மாணவிகளின் உருவம் பழக்கமான காட்சியாகிக் கொண்டிருக்கிறதே.

வண்டியில் வேறு யாரும் ஸ்திரீகள் இல்லாததால் என் மனைவி (பாவம்! அவள் கொஞ்சம் கர்நாடகந்தான்!) அந்தப் பெண் தனக்குப் பக்கத்தில்தான் வந்து உட்காருவாள் என்று எண்ணினாள். ஓரத்தில் அவளுக்கு இடம்விட்டு நகர்ந்து கொண்டாள்.

ஆனால் ராஜி ஒதுங்கி நகர்ந்துகொண்டதைக் கவனிக்காதவள் மாதிரியே இருந்துவிட்டாள் அந்தக் காலேஜ் பெண். எதிர் சீட்டில் உட்கார்ந்திருந்த நவரத்தின சகிதமான பெரிய மனிதரைப் பார்த்து, "எக்ஸ்க்யூஸ்மீ! எனக்குக் கொஞ்சம் இடம் தரேளா?" என்று கொஞ்சலாகக் கேட்டாள்.

நவரத்தின மனிதர் சற்றுப் பதட்டமாகவே நகர்ந்து இடம் கொடுத்தார். அவருக்கும் அந்த ஆசனத்தில் உட்கார்ந்து கொண்டிருந்த மற்றவர்களுக்கும் இடையில் நாஸூக்காக சீட் ஓரத்தில் உட்கார்ந்துகொண்டாள் அந்தப் பெண். மற்றவர் களும் சற்றுப் பரபரப்புடனேயே நகர்ந்து கொண்டார்கள்.

சிதம்பரம் ஸ்டேஷனை விட்டு ரெயில் கிளம்பியது. ராஜி அந்த மாணவியை விட்டுக் கண்களை எடுக்காமல் பார்த்துக் கொண்டு உட்கார்ந்திருந்தது எனக்குக் கொஞ்சம் சிரமமாக இருந்தது. ராஜி கர்நாடகமாயிருப்பது பற்றி எனக்குச் சிறிதும் ஆடசேபம் கிடையாது; சற்றுப் பெருமைகூட என்று தான் சொல்லவேண்டும். ஆனால் சில சந்தர்ப்பங்களில் அவள் பிறத்தியார் கவனிக்கும்படியாக நடந்துகொண்டு விடுவாள். காலேஜ் பெண்கள் என்கிற ஜாதியையே பார்க்காதவள்போல அவள் பார்த்துக்கொண்டு உட்கார்ந்திருந்தது எனக்குப் பிடிக்க வில்லை.

அவள் கவனத்தைத் திருப்புவதற்காக நான் சொன்னேன்: "அதோ தெரிகிறது பார், அதுதான் சிவபுரிக்கோயில்" என்று.

"அதுவா?" என்றாளே தவிர ராஜி, நான் சுட்டிக் காட்டிய பக்கம் பார்க்கவே இல்லை.

பாப்பா மட்டும் நான் காட்டிய கோபுரத்தைப் பார்த்தாள். பிறகு, "அவாத்து சரோஜா மாதிரியிருக்கா அப்பா" என்றாள் உரக்க.

"இந்தாடி!" என்று பாப்பாவை அதட்டினாள் ராஜி.

"அம்மாவுக்குப் பெண்தானே" என்றேன் நான். பிறகு, "போக்கிரி!" என்று பாப்பாவை அதட்டினேன்.

ஆனால் என் அதட்டல் முழுக்கோப அதட்டல் அல்ல. அதில் கொஞ்சம் பெருமையும் கலந்திருந்தது. நாலு வயசு நிரம்பாத இந்தக் குழந்தைதான் எத்தனை விஷயங்களைக் கவனித்து மனசில் வைத்துக் கொண்டிருந்தாள்!

சிதம்பரத்தில் நாங்கள் குடியிருந்த தெருவில் ஒரு மாசத் துக்கு முன், எங்கள் வீட்டுக்கு நாலைந்து வீடுகள் கிழக்கே ஒரு வீட்டில் புதுசாக ஒரு குடும்பம் வந்து குடியேறியது.

அந்தக் குடும்பத்தின் நடையுடை பாவனைகள், போக்குவரத்து எல்லாம் ஒரு தினுசாக இருப்பதாகத் தெருவார் சில காலம் பேசிக் கொண்டிருநூதார்கள். பிறகு நிச்சயமாகிவிட்டது. அந்தக் குடும்பத்துப் பெண்கள் உலகத்தின் மிகவும் பழமையான தொழிலில் ஈடுபட்டிருப்பவர்கள் என்பது தெளிவாகி விட்டது. அந்தக் குடும்பத்தின் இன்றைய, 'பொருளாதார நம்பிக்கை' தான் பாப்பா சொன்ன சரோஜா.

பாவம்! பாப்பாவுக்கு என்ன தெரியும்? இந்த மாதிரி விஷயங்களில் யார் காதிலும் விழும்படியாக எதுவும் பேசக்கூடாது என்று! ஆனால் இந்தச் சந்தர்ப்பத்தில் அந்த சரோஜாவைப் பற்றிப் பாப்பா பேசினாலும் பாதகமில்லை தான். எங்கள் தெரு சரோஜாவைப் பற்றி அந்தக் காலேஜ் மாணவிக்கு என்ன தெரிந்திருக்கப் போகிறது?

ஆனால் தெரிந்திருந்தால்தான் என்ன? இந்த நாட்களில் அதையெல்லாம் படித்தவர்கள் பொருட்படுத்துவதுதான் கிடையாதே.

ரெயில் வல்லம்படுகையில் நிற்காமல் வேகமாகவே சென்றது. "சின்ன ஸ்டேஷனிலெல்லாம் இந்த வண்டி நிற்காது" என்றேன் நான், என் மனைவின் கவனத்தைச் சற்றுத் திருப்புவதற்காக.

"அப்படியானால் மாயவரம் சீக்கிரமே வந்துவிடும்" என்றாள் ராஜி. அவள் குரலில் வருத்தம் தொனித்தது.

நவரத்தின ஆசாமி ஆங்கிலத்தில் அந்தப் பெண்ணைக் கேட்டாள். "அண்ணாமலைச் சர்வகலாசாலையில் படிக்கிறேளா?"

"ஆமாம்; ஆனர்ஸ் கடைசி வருஷம் படிக்கிறேன்" என்றாள் அந்தப் பெண்.

"என்ன சப்ஜெக்ட்?"

"சரித்திரம்" என்று சுருக்கமாகவே பதில் அளித்தாள் மாணவி.

காலேஜில் படிக்கிற தேவிகளுக்கும் சினிமாவில் நடிக்கிற

பாத ஸாரம்

லட்சுமிகளுக்கும் கடவுள் ஏன்தான் தனியாக, பிரத்தியேக மாக ஒரு பொய்க்குரல் அளித்திருக்கிறாரோ என்கிற தத்துவ விசாரத்தில் ஈடுபட்டேன் நான். தத்துவ விசாரத்துக்குத்தான் முடிவே கிடையாதே!

"உங்களுக்கெல்லாம் அதுக்குள்ளாகவே விடுமுறை ஆரம்ப மாகி விட்டாதா?" என்று கேட்டார் நவரத்தின ஆசாமி.

காலேஜ் பெண் பதில் சொல்லுமுன் ரெயில் கொள்ளிடத் துப் பாலத்தில் ஓடத்தொடங்கியது. அந்தச் சப்தத்தில்பேச்சு சாத்தியமில்லை.

கொள்ளிடம் ஸ்டேஷனில் வண்டி நின்றதும் எங்கள் வண்டியிலிருந்து நாலைந்து பேர் இறங்கிவிட்டார்கள். இப்பொழுது வண்டியில் சற்றுச் சௌகரிகயமாக இடம் இருந்தது. எல்லோரும் நகர்ந்து உட்கார்ந்து கொண்டோம்.

கொள்ளிடத்தில் கால் மணி நின்றுவிட்டு ரெயில் கிளம்பியதும் அந்தக் காலேஜ் மாணவி அந்த நவரத்தின ஆசாமியின் கேள்விக்குப் பதில் சொன்னாள். "லீவு இன்னும் பதினைந்து நாள் இருக்கு. நான் இரண்டு நாள் லீவு எடுத்துண்டு தஞ்சாவூர் வரையில் போகிறேன்" என்றாள்.

இதைச் சொல்லிக்கொண்டே அவள் சீட்டில் சாய்ந்து கொண்டு கால்மேல் கால் போட்டுக்கொண்டு உட்கார்ந்தாள்.

மிகவும் ரகசியமான குரலில் ராஜி சொன்னாள். "இத்தனை அலங்காரத்துக்கும் மேலே, காலிலே பாத சரம் போட்டிண்டிருக்கேளே! அழகாத்தான் இருக்கு!" என்றாள்.

ராஜி சொல்லுகிறவரைக்கும் நான் கவனிக்கவில்லை. அந்தப் பெண் காலில் பாத சரம் அணிந்திருந்ததை. இப்பொழுது பார்த்தேன். எனக்கு என்னவோ, பாதஸரம் அணிந்துள்ள கால்களுக்கு அழகு கூடியிருப்பது மாதிரிதான் தோன்றுகிறது! ராஜி அப்படி எண்ணவில்லை என்று தோன்றியது. "அதுவும் ஒரு அழகாகத்தான் இருக்கிறது" என்றேன்.

"எந்த நாகரிகத்திலே சேர்த்தியாம் அது?" என்று கேட்டாள் ராஜி.

“என்னைக் கேட்டால்...?” என்றேன் நான், தப்பித்துக் கொள்கிற மாதிரியில்.

“நான் கூடப் போட்டிண்டிருக்கேனே காலில், கொலுசு” என்றாள் பாப்பா. தன் காலை நீட்டிக் காட்டினாள்.

அந்தக் காலேஜ் மாணவி பாப்பாவைத் திரும்பிப் பார்த்தாள்; சிரித்தாள். பாப்பா வெட்கத்துடன் தன் அம்மா வின் மடியில் முகத்தைப் புதைத்துக் கொண்டாள்.

“இங்கே வாயேன், என்கிட்ட” என்று கூப்பிட்டாள் அந்தக் காலேஜ் பெண்.

பாப்பா தன் வெ்கத்தைச் சமாளித்துக்கொண்டு நிமிர்ந்து பார்த்தாள், சொன்னாள்: “நான் உன்கிட்ட வர மாட்டேன். எங்காத்து லீலாகிட்டத்தான் போவேன்.”

“என் பேரும் லீலாதான், வாயேன்” என்றாள் அந்தக் காலேஜ் மாணவி. தன் பெயர் லீலா என்று நாசுக்காகத் தெரிவித்துக் கொண்டாள் அவள் என்று எனக்குத் தோன்றியது.

“அவள் பேரும் லீலாதானாம் அம்மா” என்றாள், பாப்பா அவள் அம்மாவிடம்.

“கூப்பிடறாளே போயேன்...” என்றாள் ராஜி.

“நான் அப்பா கிட்டத்தான் உட்கார்ந்துப்பேன்” என்று என் மடியில் தாவி உட்கார்ந்து கொண்டாள் பாப்பா.

நவரத்தின ஆசாமி கேட்டார்: “தஞ்சாவூரில்...”

“எங்கப்பாவுக்கு மாத்தலாயிருக்கு. பார்த்துவிட்டு வரப் போறேன்” என்றாள் லீலா.

“உங்கப்பா என்ன வேலையிலிருக்கிறார்?” என்று விடாமல் கேட்டார் நவரத்தின ஆசாமி.

“மெடிகல் சர்வீசிலிருக்கிறார்” என்றாள் லீலா.

இந்த மனிதனின் பேச்சைச் சற்று என் பக்கம் திரும்பினால் அந்தப் பெண்ணுக்கு உதவியாக இருக்கும் என்று எண்ணி நான் சொன்னேன். “உங்களை நான் எங்கேயோ பார்த்திருக்கிற மாதிரியிருக்கு! ஆனால் எங்கேன்னுதான் தெரியவில்லை”

என்றேன்.

"நீங்க தெரிஞ்சுக்கல்லே என்கிறது எனக்கும் தெரிகிறது" என்றார் அவர்.

அவரைத் தெரிந்துகொள்ளாதது என் பிசகு என்று அவர் சுட்டிக் காட்டிய மாதிரி தோன்றியது. என்னைத் தெரிந்து கொண்டவர் மாதிரியும் பேசினார் அவர். நான் இதைப்பற்றி யோசித்துக் கொண்டிருக்கும்போது ரெயில் சீர்காழியில் நின்றது.

சீர்காழி பிளாட்பாரத்தில் ஏதோ அல்லோலகல்லோல மாக இருந்தது. ஒருவருடைய சட்டைப் பையிலிருந்து பர்ஸைக் களவாடிய திருடனைச் சிலர் பிடித்துப் போலீஸாரிடம் ஒப்பித்து விட்டார்கள் என்று யாரையுமே விசாரிக்காமல் அறிந்து கொண்டோம்.

சீர்காழியை விட்டு ரெயில் கிளம்பியதும் நான் அவரிடம் சொன்னேன்: "எனக்கு எப்பவுமே மறதி அதிகந்தான். உங்க பேரைச் சொன்னால்..."

"மறதி என்பது சௌகரியமாக இருக்கிறது சில சமயம்" என்று கூறி நகைத்தார் அவர். பிறகு சென்னையை விட்டுப் போக இருந்த ஒரு தமிழறிஞருக்கு நடந்த ஒரு விருந்தில் என்னைச் சந்தித்திருப்பதாக அவர் ஒரு குறிப்பாகச் சொன்னார். எனக்குச் சட்டென்று ஞாபகம் வந்தது. அவரை அறிந்து கொள்ளாதது பிசகுதான்.

"என்னை மன்னிக்க வேணும்" என்றேன். "நாராயண செட்டியாரை நான் உடனே தெரிந்து கொள்ளாதது என்மேல் பிசகுதான்" என்றேன்.

"இப்பவாவது ஞாபகம் வந்ததே?" என்றார் நாராயண செட்டியார்.

உண்மையிலேயே நாராயண செட்டியார் பெரிய மனிதர் தான். நவகோடியில்லாவிட்டாலும் நல்ல சொத்துள்ளவர். கலையிலும் நல்ல ஈடுபாடுள்ளவர். கலையை விட அதிகமாகக் கலைஞர்களிடம் ஈடுபாடுள்ளவர். கலைஞர்களிலும், பெண் கலைஞர்களிடத்து நிரம்ப அன்புள்ளவர் என்பது அவரைப்

பற்றிய பிரசித்தமான ரகசியம். சமீபத்தில் கூட அவர் பெயர் பத்திரிகைகளில் நிறைய அடிபட்டது; ஒரு ஜீவனாம்ச வழக்கு விஷயத்தில்.

வைத்தீசுவரன் கோயில் கோபுர தரிசனமாயிற்று, ரெயிலி லிருந்தபடியே என்னையும் அந்தக் காலேஜ் மாணவியையும் தவிர அந்த வண்டியிலிருந்த மற்றவர்களெல்லோரும் கை விரல்களால் தங்கள் கன்னங்களைத் தொட்டுக்கொண்டு, வைத்தியநாத சுவாமியிடம் தங்களுக்குள்ள பக்தியை வெளி யிட்டுக் கொண்டார்கள்.

ரெயில் வைத்தீசுவரன் கோயிலில் நின்றுவிட்டுக் கிளம்பிய பிறகுதான் நான் கவனித்தேன். அந்தக் காலேஜ் மாணவி நாராயண செட்டியார் பெயரைக் கேள்விப்பட்டதிலிருந்து ஒரு மாறுதல் அடைந்திருந்த மாதிரி தோன்றிற்று எனக்கு. என்ன மாறுதல்? எப்படி மாறுதல்? ஏன் மாறுதல்? எனக்குப் புரியவில்லை.

ஆனால் ஒன்று நிச்சயமாயிற்று எனக்கு. அந்தக் காலேஜ் மாணவி லீலாவும் சமீபத்திய பத்திரிகைகளில் நாராயண செட்டியாரின் பெயரைப் பார்த்திருக்க வேண்டும் என்பது நிச்சயமாயிற்று. சற்று விரசமான விஷயம். அதையும் கூடிய வரைவில் விரசமாகவே பத்திரிகைகள் வெளியிட்டிருந்தன. பத்திரிகைகள் பேரில் பிசகா என்ன? விரசமான விஷயங்களை விரசமான பாஷையில் படிக்க விரும்புகிறவர்கள்தாமே இன்று நம்மிடையே அதிகம் பேர் இருக்கிற மாதிரி இருக்கிறது!

ரெயில் ஆனதாண்டவபுரம் ஸ்டேஷனில் நிற்காமல் தாண்டிக் கொண்டிருக்கும் போது, அந்தப் பெண் லீலா தானாகவே நாராயண செட்டியாரிடம் சொன்னாள்! “எங்கப்பா பெயர் காப்டன் ஸ்ரீநிவாசன்.”

“அப்படியா?” என்றார் நாராயண செட்டியார். பிறகு, “இந்த ரெயில் தஞ்சாவூருக்கு எத்தனை மணிக்குப போகிறது?” என்று கேட்டார்.

“ஒன்பதரைக்கெல்லாம் போய்விடும்” என்றேன் நான்.

“இப்பொழுதுதெல்லாம் நீங்கள் அதிகம் எழுதுகிற

தில்லை போல் இருக்கே!" என்றார் நாராயண செட்டியார்.

"எங்கே எழுதுகிறது? தவிரவும் பத்திரிகைகளுக்குப் பலதரப்பட்ட ரசமான விஷயங்கள்தாம் கிடைத்துக் கொண்டே இருக்கின்றனவே!" என்றேன் நான்.

நான் இப்படிச் சொன்னது அந்தக் காலேஜ் மாணவிக்குப் பிடிக்கவில்லை என்பதை ஓரக் கண்ணால் கவனித்துக் கொண்டேன். அவள் முகத்தைச் சுளித்துக் கொண்டாள்.

"நீங்கள் எதுவரையில் போகிறீர்கள்?" என்று நாராயண செட்டியாரைக் கேட்டார் லீலா.

"திருவாரூர் போகணும்" என்றார் நாராயண செட்டியார்.

"மாயவரத்தில் இறங்கிவிடறேளா?" என்றாள் லீலா. அவள் குரலில் ஏதோ கொஞ்சம் வருத்தம் தொனித்த மாதிரி பட்டது எனக்கு.

"நானும் திருவாரூர் வரையில்தான் போகிறேன்" என்றேன் நான்.

ரெயில் நீடூரில் நிற்காமல் தாண்டியது. "அடுத்து மாயவரமா?" என்றார் நாராயண செட்டியார்.

"தஞ்சாவூருக்கு எப்பவாவது வந்தால் வீட்டுக்கு வாங்களேன்" என்று நாராயண செட்டியாரை லீலா அழைத்தாள்.

இந்தத் திடீர் அழைப்பு என்னைத் திடுக்கிடச் செய்தது. இதென்ன விபரீதமாக இருக்கிறதே என்று எண்ணினேன் நான். நாராயண செட்டியாரையும் கூடத்தான் திடுக்கிடச் செய்தது இந்த அழைப்பு என்று எனக்குத் தோன்றியது. திரும்பி என்னைப் பார்த்தார். பிறகு, லீலாவிடம் "அதற்கென்ன? தஞ்சாவூர் வந்தால் வருகிறேன்" என்றார்.

பேச்சை மேலே தொடர விருப்பப்படாதவர் போல நாராயண செட்டியார் எழுந்து ஒரு டவலைக் கையில் எடுத்துக் கொண்டு முகம் கழுவிக்கொள்ளச் சென்றார். மாயவரம் ஜங்ஷனில் ரெயில் நின்ற பிறகுதான் அவர் வெளியே வந்தார்.

மாயவரத்தில் இறங்கித் திருவாரூர் ரெயிலைத் தேடிக்

கொண்டு போகும்போது நான் ராஜியைக் கேட்டேன். பாத ஸரம் என்ன அநாகரிகமான நகையா?

"அநாகரிகம் என்று சொல்லவில்லை. மற்றதெல்லாம் நாஸுக்கும் நாகரிகமுமாக இருக்கச்சே, பாத ஸரத்தைப் பார்த்ததும் எனக்கு வேடிக்கையாக இருந்தது."

மாடிப்படிகள் ஏறத் தொடங்கும் வரையில் மௌனமாக இருந்துவிட்டு நான் சொன்னேன். "பாத ஸரம் என்பது ஒரு சின்னம். பெண்களைப் பூமியுடன் பிணைக்கும் ஒரு தத்துவம்" என்றேன்.

"அப்படி என்றால்...?"

"ரொம்ப ரொம்பப் படிக்கிற பெண்களுக்கு இறக்கை முளைத்துப் பறந்து போய்விடாமல் இருப்பதற்காக, அவர் களைப் பூமியுடன் பிணைக்கும் சங்கிலி இந்தப் பாத ஸரந்தான்."

"விலங்கு மாதிரிதான் இருக்கு அது" என்றாள் ராஜி.

மாடிப்படிகள் இறங்கும்போது நான் ராஜியைக் கேட்டேன். "கடைசியாக அந்தப் பெண் நாராயண செட்டியரைத் தஞ்சாவூருக்கு அழைத்தாளே..."

"அழைத்தாளா? நான் கவனிக்கவில்லையே!" என்றாள் ராஜி.

திருவாரூர் வண்டியில் ஏறிக்கொண்டோம். "அந்தச் செட்டியார்தான் எத்தனை வைரம் போட்டிண்டிருக்கார்? அடேயப்பா! ஆளை அழிச்சால் இரண்டு மூணு லட்சம் தேறும் போல் இருக்கு" என்றாள்.

நான் ஜன்னல் வழியாக எட்டிப்பார்த்தேன். நவரத்தின ஆசாமி நாராயணசாமி செட்டியார். அவர் உடலின் பல பாகங்களிலிருந்தும் ஒரே சமயத்தில் டால் வீச மாடிப்படிகள் ஏறி வந்துகொண்டிருந்தார்.

"அதென்னவோ ராஜி, நம் பாப்பாவைப் படிக்க வைக்கப்படாதுன்னுதான் எனக்குத் தோணறது?" என்றேன் நான்.

10

வாழ்க்கைப் பந்தயத்தில்

ராஜாவும் சிவசங்கரனும் முப்பது வருஷங்களாகச் சிநேகிதர்கள். அவர்கள் இருவரும் அந்தக் காலத்தில் ஒரு வகுப்பில் அல்ல, ஒரே பள்ளிக்கூடத்தில் படித்தவர்கள். இருவருக்கும் ஒரு வயது வித்தியாசம். படிப்பிலும் ஒரு வகுப்பு வித்தியாசம். ராஜா பெரியவன் - ஆறாவது பாரத்தில் வாசித்துக் கொண்டிருந்தான். சிவசங்கரன் ஐந்தாவது பாரத்தில் வாசித்துக் கொண்டிருந்தான்.

பல வருஷங்களுக்குப் பிறகு அந்த நண்பர்கள் இருவரும் சந்தித்திருக்கிறார்கள். பேசுவதற்கு நிறையவே இருந்தன விஷயங்கள். முப்பது வருஷங்களில் அவர்கள் ஏழெட்டுத் தடவைகள் தான் சந்தித்திருப்பார்கள். கடைசியாகச் சந்தித்தது பத்து வருஷங்களுக்கு முன், 1940 வாக்கில். ஒருவருக்கு மற்றவருடைய க்ஷேமலாபங்கள் பொதுவாகத் தெரியும். பரஸ்பரம் நண்பர்கள் மூலமாக விசாரித்து அறிந்து கொள்வார்கள். கடிதம் எழுதிக் கொள்ளுகிற வழக்கம் மட்டும் கிடையாது. ஆனால் ஹிட்லர் யுத்தம் தொடங்கியதற்குப் பின் அவர்களுடைய தொடர்பு விட்டுப் போய்விட்டது என்றுதான் சொல்ல வேண்டும். அதற்குப் பிறகு சென்றுவிட்ட வருஷங்களில் அவர்கள் பரஸ்பர நண்பர்களில் கூட யாரையும் சந்திக்கச் சந்தர்ப்பம் ஏற்படவில்லை. பேசுவதற்கு உண்மையிலேயே விஷயம் நிறையத் தான் இருந்தது. இளமைப் பருவத்து நினைவுகளும் நடுவயதில் தான் - அதாவது நாற்பது வயது வரும்போதுதான் - சக்தி அதிகம் பிறப்பது போலத் தோன்றுகிறது. பலதரப்பட்ட சிந்தனைகளின் வேகம் மூண்டு மூண்டு அதிகப்படுவது அந்த நடுவயதுக் காலத்தில் தான்.

பள்ளியிலும் கலாசாலையிலும் இந்த இரண்டு நண்பர்களும் ஏறக்குறைய ஒரே படியில் இருந்தவர்கள். அவரவர்கள் வகுப்பில் அவரவர்கள் முதல்தான். அதாவது பள்ளியிலும், பிற கலாசாலைக் கடைசி வகுப்பை எட்டும் வரையிலும் இருவருக்குமே படிப்பிலே ஆர்வம் இருந்தது என்றுதான் சொல்ல வேண்டும். இண்டர்மீடியட் பாஸ் பண்ணிவிட்டு ராஜா பி.ஏ. வகுப்பில் சேர்ந்தான். அதற்கடுத்த வருஷம் சிவசங்கரன் அதே கலாசாலையில் வந்து ஆனர்ஸ் வகுப்பில் சேர்ந்தான் இருவருக்குமே கலாசாலையில் படிப்பில் கடைசி வருஷம் சப்பிட்டு விட்டது. ராஜா இரண்டு வருஷம் பி.ஏ.யில் தவறி விட்டு மூன்றாவது வருஷந்தான் தேறினான். சிவசங்கரன் ஆனர்ஸ் பரீட்சை பெற்றான். இரண்டு நண்பர்களுமே ஒரே கான்வகேஷனில் தான் பட்டம் பெற்றார்கள். அதைத் தொடர்ந்து அவர்களுக்கு நடந்த கல்யாணங்களும் ஒரே வருஷத்தில் ஒரே மாதத்தில் ஒரே முகூர்த்தத்தில்தான் நடந்தன; வெவ்வேறு ஊர்களில் நடந்தன என்பதால், ஒருவன் கல்யாணத்துக்கு மற்றவன் போகவில்லை.

ராஜாவுக்கு ஒரு தமக்கை மட்டும் உண்டு. சிவசங்கரனுக்கு ஒரு தங்கை மட்டும் உண்டு. அவர்கள் இருவருடைய தகப்பன்மார்களும் கூட ஒரே மாதிரியான சர்க்கார் உத்தியோகங்களில் ஒரேமாதிரியான சம்பளங்கள் வாங்கிக் கொண்டிருந்தார்கள். பிரதி வருஷமும் ஒரே மாதிரியான சம்பள உயர்வும் மூன்று வருஷங்களுக்கு ஒருதரம் என்று ஒரே மாதிரியான மாற்றல்களும் பெற்று உத்தியோகம் பார்த்து வந்தார்கள். பொருளாதாரத் துறையில் இரண்டு குடும்பங்களுமே சரி சமம் என்று தான் சொல்லவேண்டும். கிராமத்தில் இரு குடும்பங்களுக்கும் சிறு வீடுகளும் ஏதோ கொஞ்சம் நிலபுலன்களும் இருந்தன.

ராஜாவுடைய தகப்பனாரும் சிவசங்கரனுடைய தகப்பனாரும் கிட்டத்தட்ட ஒரே சமயத்தில்தான் ரிடையரானவார்கள். சற்றேறக் குறைய ஒரே மாதிரியான பென்ஷனும், இன்ஷ்யூரன்ஸ் பணமுந்தான் அவர்களுக்குக் கிடைத்தன, அந்த நாட்களில் - அதாவது 1932, 1933 என்று வைத்துக் கொள்ளுங்களேன். ஐயாயிரம் ரொக்கமும் மாதாந்திரப் பென்ஷனும் ஒரே பிள்ளை

யும் கொண்ட குடும்பங்களைப் பணக்காரக் குடும்பங்கள் என்று தான் பெருமையுடன் ஊரார் சொல்வார்கள்.

ராஜாவுக்கும் சிவசங்கரனுக்கும் கல்யாணமான இடங்களும் ஏதோ நல்ல இடங்களாம். பரீக்ஷை போய் விட்டது என்றாலுங் கூட இருவருக்குமே கெட்டிக்காரர்கள் என்று பெயர் உண்டு. இருவருமே குமாஸ்தாவாகப் போவது என்கிற ஆசையை விட்டொழித்தவர்கள். யாருக்காவது அடங்கி அடிமைப் பட்டுக் கைகட்டிச் சேவகம் செய்வது தங்கள் சுயமரியாதைக்கு உகக்காது என்று இருவருமே தீர்மானம் செய்துவிட்டவர்கள். இருவருமே சுயேச்சையான வாழ்வை விரும்பினார்கள். சிவசங்கரன் ஏதோ சிறுதொழில் செய்வதில் முனைந்தான். ராஜா எழுத்தாளனானான்.

வாழ்க்கைப் பந்தயத்தை அன்று வரை ராஜாவும் சிவசங்கரனும் ஒரேவிதமான அநுகூலப் பிரதிகூலங்களுடன் ஒரே விதமான சாதன சாதனைகளுடன் தொடங்கினார்கள் என்கிற ஞாபகத்துடன் அவர்களுடைய பிற்கால வாழ்க்கையைக் கவனிக்க வேண்டியதாகிறது. காலம் 1933 முதல் 1949 வரை என்றும் கவனத்தில் வைக்கவேண்டும்.

சிவசங்கரன் கையில் அகப்பட்ட, தகப்பனார் கண்ணில் ரத்தம் தெறிக்கக் கொடுத்த முதலை வைத்துக்கொண்டு ஏதேதோ தொழில்கள் செய்தான். சற்றேறக்குறைய ஆறேழு வருஷங்களில் கையிலிருந்த பொருள் பூராவுமே அல்லது முக்கால்வாசியுமோ கரைந்துவிட்டது. ராஜாவினுடைய நிலைமையுமே சற்றேறக்குறைய அதுதான். ஏழு வருஷங்களில் எழுதிக் குவித்ததெல்லாம் ஆத்ம திருப்திக்குத்தான் உபயோகப் பட்டது. பெயரும் புகழும் கிடைத்திருக்கலாம்; அது பிற்காலத்தில் பெருமுதலாகப் பலன் தரலாம். அதுபற்றி நிச்சயமாகச் சொல்வதற்கில்லை. பொருளீட்டாமற் சாப்பிட்ட செல்வம் கரைந்துவிட்டது. அதாவது ராஜாவின் தகப்பனார் நாற்பது வருஷங்கள் கஷ்டப்பட்டுச் சேர்த்ததெல்லாம் பூராவும் இல்லாவிட்டால் முக்கால் வாசியும் போய்விட்டது.

1940இல் கடைசித் தடவையாக நண்பர்கள் இருவரும் சந்தித்த போது நிலைமை இதுதான். இருவருக்குமே சற்றேறக்

குறைய வயது முப்பதாகிவிட்டது. வாழ்விலே இருவரும் தோல்வியை- பொருளாதாரத் துறையில் தோல்வியை - எதிர் பார்த்து நின்றனர். அப்படி ஒன்றும் மகத்தான தோல்வியல்ல என்றாலும் தோல்வி தான். வாழ்க்கையில் மற்றதெல்லாம் இருந்தென்ன? பொருளீட்டத் தெரியாதவன், தோல்வியுற்றவன் தானே!

ராஜா அந்தத் தடவை சிவசங்கரனைத் தேடிக் கொண்டு அவன் வீட்டுக்குப் போன சமயம் அவன் வீட்டிலில்லை. அவனுடைய தகப்பனார் மட்டும் இருந்தார். தன் பிள்ளை யின் ஆபத்த நண்பனிடம் சிவசங்கரனின் போக்கை எல்லாம் விஸ்தாரமாகக் கூறி அழாத குறையாக வருந்தினார், அவன் தகப்பனார். 'பணம் போய்விட்டதென்பது கூட எனக்கு பெரிதல்ல. பணம் அப்படி ஒன்றும் சாசுவதமல்ல. ஆனால் பணம் போனதிலிருந்து தெரிந்துகொள்ளவேண்டிய பாடங் களைத் தெரிந்துகொள்ளாதவனை அறிவாளி என்று எப்படிச் சொல்வது?' பத்திரிகைகளில் பெயர் பிரமாதமாக அடிபடு கிறதே, அதனால் ராஜா அறிவாளியாக இருப்பான் என்பது அவர் எண்ணம் போலும்! 'வருகிறது வருகிறது என்றிருந்த சண்டையும் வந்துவிட்டது. நிலைமை இன்னும் மோசமாகப் போகப் போகிறது! அதைத் தானாகவும் உணராமல், நான் சொன்னாலும் கேட்டுக்கொள்ளாமல் அவஸ்தைப்படப் போகிறான்' என்றார் சிவசங்கரனின் தகப்பனார்.

அதை ராஜா தன் நண்பனிடம் சொல்லவில்லை. பெரியவர் சொன்னதைத் தனக்கும் பயன்படுத்திக் கொள்ளவில்லை.

இப்போது 1950இல் சிவசங்கரன் தன்னைத் தேடிக் கொண்டு வந்தபோது அதை எல்லாம் ஞாபகம் வைத்துக் கொண்டே பேசிக் கொண்டிருந்தான். ஆனால் அதேபோல ஒரு ஞாபகம் சிவசங்கரனின் மனத்திலும் உறுத்திக் கொண்டிருந்தது என்பது பாவம், ராஜாவுக்குத் தெரியாது. சிவசங்கரனை ராஜா அந்தப் பத்து வருஷங்களிலும் சந்திக்க வில்லையே தவிர அவன் தகப்பனார் சந்தித்திருந்தார். ராஜா விடம் அன்று சிவசங்கரனின் தகப்பனார் பேசிய மாதிரியே அழாத குறையாக ராஜாவின் தகப்பனாரும் சிவசங்கரனிடம் பேசியிருந்தார் என்பது பாவம், ராஜாவுக்குத் தெரியாது.

இப்போது அதை மனத்தில் வைத்துக் கொண்டுதான் சிவசங்கர னும் தன்னுடைய முப்பது வருஷத்து நண்பனுடன் பேசிக் கொண்டிருந்தான்.

வீட்டில் குழந்தை குட்டிகளின் எண்ணிக்கை, சுக சௌகரியங்கள் எல்லாவற்றையும் பற்றிப் பொதுவாகப் பேசி ஆன பிற்பாடு சிவகங்கரன் சொன்னான்: "உன் கதைகளை எப்பவாவதுதான் பத்திரிகைகளில் பார்க்கிறேன்". "ஏன் அதிகம் எழுதக்கூடாதோ? எழுதலாமே; பத்திரிகை கள் தாம் அதிகம் இருக்கின்றனவே!"

"பத்திரிகைகளும் அதிகந்தான். எழுதுகிறவர்களும் அதிகந் தான்" என்றான் ராஜா.

"ஆனாலும் உன்னைப் போன்ற எழுத்தாளன்..."

"இதோ பார், சங்கரா! ஒரு விஷயம். நான் எழுதுவது யாருக்குப் பிடிக்கிறது என்கிறாய்? யாருக்குப் புரிகிறது என்கிறாய்?" என்றான் ராஜா.

"நீயாகச் சொல்லவே, நான் சொல்கிறேன்; கோபித்துக் கொண்டு விடாதே!

"சொல்லு."

சிவசங்கரன் சற்றுத் தயங்கினான்; பிறகு சொன்னான்; "நான் கூட உன்னைச் சந்திக்கும்போது கேட்க வேண்டும் என்று நினைத்தேன்." ஒரு பத்திரிகையின் பெயரைச் சொல்லி, "அந்தப் பத்திரிகையில் உன் கதை ஒன்றைப் படித்தேன். அதில் பல விஷயங்கள் முதல்தடவை படிக்கும்போது எனக்கே புரிய வில்லை. நான் இரண்டாவது தடவை படித்துப் பல விஷயங் களைத் தெளிவாக்கிக் கொண்டேன். சாதாரணமாகப் பத்திரிகை படிப்பவர்கள் இரண்டாவது தடவை படிப்பார்களா? அதுவும் தெளிவு இல்லாததை இரண்டாவது தடவை படிப்பார்களா?"

ராஜா பதில் சொல்லவில்லை. ஓர் அசட்டுச் சிரிப்புடன் உட்கார்ந்திருந்தான்.

சிவசங்கரன் தொடர்ந்து சொன்னான்: "அந்தப் பத்திரிகை யின் அதே இதழில் உள்ள மற்ற விஷயங்களையும் வேலை

மெனக்கெட்டுப் படித்துப் பார்த்தேன். உன் கதை அந்தப் பத்திரிகையில் மற்ற விஷயங்களும் பொருந்தவில்லை என்று தான் எனக்குத் தோன்றிற்று."

ராஜா சிரித்தான். அந்தச் சிரிப்பு, துக்கம் நிறைந்த சிரிப்பாகத் தோன்றியது சிவசங்கரனுக்கு. "நானே வாழ்க்கை யில் அவ்வளவாக மற்ற மனிதர்களுடன் பொருந்தாத மனிதனாகி விடடேன்! என்னுடைய வாழ்வில் நான் பொருந்தாதவன். என் எழுத்தும் என் வாழ்க்கையின் பிரதி பலிப்பாக அமைந் திருக்கிறது" என்றான் ராஜா.

"உன் அப்பாவைப் பார்த்தேன் நடுவில் ஒருதரம்" என்றான் சிவசங்கரன்; பேச்சை மாற்றுகிற உத்தேசத்துடன்.

"அப்படியா! அப்பா சொல்லவேயில்லையே."

"அப்பா சௌக்கியந்தானே?"

"சௌக்கியந்தான். உன் அப்பா..."

"என் அப்பா இறந்து பதினெட்டு மாசங்கள் ஆகி விட்டன" என்றான் சிவசங்கரன்.

"அடாடா அப்படியா? எனக்குத் தெரியாதே!" என்றான் ராஜா. என் அப்பாவுக்கு இப்போது எழுபதாகி விட்டது. உன் அப்பாவுக்கும் எழுபதிருக்கும் இல்லையா?

"அவர் இறக்கும்போது அறுபத்து ஒன்பது" என்றான் சிவசங்கரன்.

"பாவம்! அவரும் ரொம்பவும் கஷ்டப்பட்டார். நான் 1940இல் பார்த்ததுதான். அதற்குப் பிறகு அவரைப் பார்க்க வில்லை. அப்போது தன் பிள்ளையைப் பற்றி ரொம்பவும் துக்கமாக என்னிடம் குறை கூறிக் கொண்டிருந்தார்" என்றார் ராஜா.

"ஆனால் அவர் இறக்கும்போது அவருக்கு ஒரு குறையு மில்லை. மிகவும் சந்தோஷத்துடன்தான் இறந்துபோனார்" என்றார் சிவசங்கரன்.

"அதைக் கேட்க எனக்கும் சந்தோஷந்தான்" என்றான் ராஜா.

“ஆமாம் தாம் ஆயுள் முழுவதும் கஷ்டப்பட்டுச் சேர்த்த சொத்தை ஆறு வருஷங்களில் அழித்துவிட்ட அதே பிள்ளை ஏழெட்டு வருஷங்களில் அதைப்போல நாலு மடங்கு சம்பாதித்து விட்டான் என்று அவருக்குப்பரம திருப்தி. ‘என் பிள்ளையைப் போலுண்டா!’ என்று பெருமையுடன்தான் செத்தார்” என்றார் சிவசங்கரன்.

“ரொம்பவும் திருப்தி எனக்கு, இதைக் கேட்பதற்கு” என்றான் ராஜா.

“தன் பிள்ளை சின்னக் கார் வாங்கி இரண்டு வருஷம் ஓட்டி விட்டு, அதை விற்றுப் பெரிய கார் வாங்கி ஓட்டத தொடங்கியபின்தான் இறந்தார்” என்றான் சிவசங்கரன். அதை அவன் தன் பெருமைக்காகக் கூறவில்லை. மிகவும் சாதாரண மாக அடக்கமாகத்தான் கூறினான்.

ராஜா மௌனமாக இருந்ததைக் கண்டு சிவசங்கரன் சொன்னான்: “நான் மிலிட்டரி காண்டிராக்டுகள் எடுத்தேன். ஏதோ எப்படியோ பணம் சேர்ந்தது. ஜாக்கிரதையாக விட்டு விடாமல் பார்த்துக் கொண்டு விட்டேன்'' என்றான் சிவசங்கரன். தற்பெருமையாக இதுவும் சொன்னான். “என் தகப்பனார் நாலு வருஷங்கள் மிகவும் சந்தோஷமாக இருந்தார்.”

ராஜா ஒரு விநாடி யோசித்துவிட்டுச் சொன்னான். “இப்போதிருக்கிற நிலைமையில், என் தகப்பனார் சந்தோஷத் துடன் இறப்பார் என்று எனக்குத் தோன்றவில்லை.”

பிறகு நண்பர்கள் இருவரும் பழசு புதுசு எல்லாவற்றை யும் பற்றி வெகு நேரம் பேசிக் கொண்டிருந்தார்கள். சிவசங்கரனை விடை பெற்றுக்கொண்டு கிளம்பும்போது ராஜா அவனுடன் பேசிக் கொண்டே வெளியே வந்தான். வெளியே நின்றது உண்மையிலேயே பெரிய கார்தான். சிவசங்கரனு டைய தகப்பனார் உண்மையிலேயே சந்தோஷமாகத்தான் இறந்திருப்பார் என்று ராஜாவுக்குத் தோன்றியது.

11

வரவேற்பு

தஞ்சாவூர் ஜில்லாவில் சாத்தனூர், சாத்தனூர் என்ற ஒரு சின்னக் கிராமம் உண்டு. ரெயில்வே அட்டவணை ஜில்லாப் படம், சர்க்கார் கெசட் எதிலும் அதன் பெயரைக் காண முடியாது. அவ்வளவு சின்ன ஊர். மோட்டார் நாகரிகம் அதற்கு மூன்று மைல் மேற்கே நின்றுவிடுகிறது. ஜில்லா முழுவதும் கால்நடையாகச் சுற்றிவருபவன் கண்ணிற்கூட அந்தக் கிராமம் படுவது சற்றுச் சிரமந்தான். அது காவேரியின் கிளை நதிகளில் ஒன்றன் கரையில் இருப்பதாகச் சொல்லிக் கொள்வார்கள். ஆனால் நதிக்கும் ஊருக்கும் இடையே ஒரு மைக்குமேல் இருக்கும். தஞ்சாவூரிலே நாயக்கர்கள் அரசுபுரிந்த காலத்தில் ஒரு சங்கீத வித்துவானுக்கு மான்யமாக அளிக்கப் பட்ட கிராமம் அது. வித்துவான் அவ்வளவு உயர்ந்த வித்வான் அல்ல. ஏதோ ஒரு சமயம் அரசன் அவனிடம் சந்தோஷமடைய முடிந்தது; நாலுவேலிக் கிராமத்தை மான்யமாகத் தந்தான். இன்னும் அந்த மண்ணிலே வளம் குன்றிடவில்லை. ஆனால் இப்பொழுது ஊரிலே சுபிட்சம் இல்லை.

சாத்தனூரின் இன்றைய நிலைமையின் சின்னம் போல நிற்கிறது சிவன் கோயில். இரண்டடுக்கு இடிந்து விழுந்து விட்ட மொட்டைக் கோபுரம்; அதன்மேல் கொத்துக் கொத் தாகச் செடி கொடிகள்; புல்லும், நெருஞ்சிலும் அரச ஆல வேப்பங்கன்றுகளும் முளைத்திருக்கும் மாஜி கல்தளம்; ஏராளமான பழந்தின்னி வௌவால்களின் வாசஸ்தலம் - இதுதான் சாத்தனூர்ச் சிவன்கோயில். இதிலுள்ள சிவனுக்கு விளக்குக்கோ நைவேத்தியத்துக்கோ ஒன்றும் அவசியம் இல்லைபோலும்! இருந்தால் அதற்கான ஏற்பாடுகளை அவன் செய்து கொண்டிருக்க மாட்டானா? கோயிலுக்குப் பக்கத்தில்

இருப்பதுதான் அக்கிரகாரம். இப்போது அங்கு ஆறு வீடுகளே இருக்கின்றன. ஊரிலே சுபீட்சம் இருந்த காலத்தில் பதினாறு பதினேழு வீடுகள் இருந்திருக்கும்.

கும்பகோணத்தில் பஸ் ஏறிப் புளி அடைவது போல அடைபட்டு அரைமணி நேரம் நகரின் புழுதியையும் திவ்யமான சத்தங்களையும் அநுபவித்துவிட்டு வெளியேறி, ஒரு மணிநேரம் ஆன பிறகு பஸ் ஒரு நிதானமாக எவ்வித ஆபத்திற்கும் உள்ளாகாமல் ஓடி வந்திருந்தால், சாத்தனூர் போக விரும்புகிறவனைச் சாலைக்கு அருகில் இருக்கும் பனங்காட்டில் இறக்கிவிடும். அந்தப் பனங்காட்டுக்கு நேர் வடக்கே மூன்றாவது மைலில் இருக்கிறது சாத்தனூர் அக்கிரகாரம். பாதி வழி ஒற்றையடிப் பாதையில் மற்றப் பாதி வழி வயல் வரப்பு மேலும் நடக்கவேணும். வழி தவறி விட்டால் விசாரிக்க அங்கே யாரும் அகப்படமாட்டார்கள்; ஊர் போய்ச் சேருவது அவரவர் அதிருஷ்டத்தைப் பொறுத்தது. சாதாரணமாக சாத்தனூர் போகவேணுமென்று கிளம்புகிவர்கள் மத்தியான வேளையில் கிளம்பமாட்டார்கள். முன் ஜாக்கிரதையாக விடியற் காலையிலேயே கிளம்பிவிட்டால் எவ்வளவு துர்பாக்கியசாலியும் அஸ்தமனத்துக்குள் ஊர் போய்ச் சேர்ந்துவிடலாம். ஆனால் வெயில் காலத்தில் வெயிலுக்கும் மழைக்காலத்தில் மழைக்கும் பயன்படாதவானக இருக்கவேண்டும். ஊருக்கு வடவண்டைப் பக்கத்தில் கும்பகோணத்திலிருந்து மண் ரஸ்தா ஒன்று நேரே வருகிறது. அதில் கட்டை வண்டிதான் நகர முடியும். மழை நாளில் அதுவும் முடியாது.

ஒரு நாள் மத்தியான்னம் நடு வெயிலில் ஒரு மணி சுமாருக்குப் பஸ்ஸிலிருந்து இறங்கினான் அண்ணாசாமி. அந்தப் பனங்காட்டைக் கண்டவுடனே பழைய ஞாபகங்கள் எல்லாம் வந்து மூண்டன. அவன் சாத்தனூரை விட்டுப் போய் எட்டு வருஷங்களுக்கு முன்னே தன்னை 'போ போ!' என்று வீட்டையும் ஊரையும் விட்டு விரட்டிய உறவினர்களும் ஊராரும் இப்போது கோபம் தணிந்து தன்னை அன்புடன் வரவேற்பார்கள் என்று அவன் எதிர்பார்க்கவில்லை. அவனை வரவேற்க யார் யார் உயிருடன் இருந்தார்கள் என்றுகூட

அவனுக்குத் தெரியாது. உயிருடன் இருப்பவர்களும் அவனை வரவேற்று அங்கீகரிக்க அவ்வளவாக உற்சாகமோ ஆர்வமோ காட்ட மாட்டார்கள் என்பது நிச்சயம்.

அண்ணாசாமியின் கையில் குடையோ காலில் செருப்போ இல்லை; அவனிடம் மூட்டை முடிச்சுகளும் இல்லை. சோப்புப் போட்டுத் தினம் வெளுத்து உலர்த்தி அணியும் பழுப்பேறி யிருந்த அவனுடைய கதர் ஜிப்பாவின் பைகளிலும் கனம் எதுவும் இருந்ததாகத் தெரியவில்லை. இருந்த கனத்திலும் பெரும் பகுதி காலணாக்களும் பீடிகளும் நெருப்புப் பெட்டியுந்தான். அந்த வெயிலிலும் ஒன்றையடிப் பாதையில் நிழல் இல்லாத இடத்தில் கால் சுட நின்றுகொண்டு அண்ணா சாமி ஒரு பீடியை எடுத்து, இரண்டு மணி நேரமாகப் பீடியே பிடிக்காமல் அவஸ்தைப்பட்டவனே அறியக்கூடிய ஆனந்தத்துடன் அதைப் பற்றவைத்து கொண்டு நடந்தான். அந்தப் பழக்கம் - அவனுக்கு வந்து நாளாகி விட்டது என்றாலும் அதற்குமுன் வெகுநாள் அங்கெல்லாம் ஓடியாடித் திரிந்து பழகியவானதலால் வழி தவறிவிடுமோ என்ற கவலை அவனுக்கு இல்லை. அவன் கால்கள் தாமாகவே சரியான வழியில் சென்றன. அந்தப் பக்கத்து மனிதர்களைப் போலவே தான் அந்தப் பக்கத்துப் பூமியும் நித்தியமானது; நிரந்தரமானது; கேவலம் எட்டு வருஷங்களிலா மாறிவிடப் போகிறது?

பீடியை நாலுதரம் இழுத்தானதும் தூக்கி எறிந்துவிட்டு மெள்ள நடந்தான் அண்ணாசாமி. பழைய ஞாபகங்கள் அலை அலையாக வந்து மோதின. எட்டு வருஷங்களுக்கு முன் தனது என்று சொல்லிக் கொள்ள அவனுக்கு ஒரு வீடு இருந்தது. உற்றார் உறவினர்கள் இருந்தார்கள். குச்சு வீடுதான்; ஆனால் இப்போது அண்ணாசாமி அதைக்கூடத் தனது என்று சொல்லிக் கொள்ள முடியாது. அவன் இப்போது ஒரு நாடோடி; தங்க இடங்கிடையாது; ஏனென்று கேட்பார் இல்லை. மற்ற சாதாரண மக்களைப் போலஅவனை வாழ விடாமல் அந்தக் காலத்தில் குறுக்கே நின்றவை அவனுடைய தடித்தனமும் மாற்றாந் தாயுந்தான். அவனுக்கு இருபது வயசு ஆகுமுன்னரே ஊரில் அவனுடைய அட்டாஹாஸங்கள் அடக்க முடியாத வயாகி விட்டன. ஊரில் ஒவ்வொருவரும் தனித்தனிக் காரணங்

களுடன் அவனுக்கு எதிரிகளாகி விட்டனர். அக்கிரகாரத்தார் மட்டுமல்ல; குடியானத் தெரு, பள்ளித் தெரு, பறைத் தெரு எங்கும் அவன் விரோதிகளே. அகப்பட்டுக் கொண்டு அவன் உதையும் அடியும் பட்டிருப்பது என்பது ஈசுவரனுக்குத்தான் வெளிச்சம். வீட்டிலும் எல்லோரும் அவனுக்கு வைரிகளே; இருவர் விஷயந்தெரிந்த பெரிய வைரிகள்; கொடக்கெட்டென்று கொட்டிக் கொண்டிருக்கும் நாலைந்து பேர் வைரிக் குஞ்சுகள் அவன் தகப்பனாரும் ஊராரும் சேர்ந்து அவனை ஊரை விட்டுத் துரத்தாத குறைதான். பிதுரார்ஜிதமான ஆஸ்தி அந்த ஓட்டைக்குச்சு வீட்டைத் தவிர வேறு இல்லை. அந்தச் சிறு கிராமத்தில் தன் பிரதாபத்தை இன்னும் வளர விடுவானேன், பரந்த உலகமே இல்லையா தன் திருவிளையாடலுக்கு என்று அண்ணாசாமி ஒரு நாள் மனமும் அடிபட்டு உடலும் நொந்தவனாகத் துண்டை உதறிப் போட்டுக் கொண்டு கிளம்பிவிட்டான்.

எட்டு வருஷங்களில் எவ்வளவோ காரியங்கள் நடந்தேறி விட்டன. அண்ணாசாமி மூன்று தரம் சிறைக்குள் வாசம் செய்து வந்துவிட்டான். ஒரு தரம் காங்கிரஸ்காரனாக; ஒரு தரம் ஏதோ கொலையில் சம்பந்தப்பட்டிருப்பதாகச் சந்தேகிக்கப் பட்டு; ஒருதரம் ரஷ்யாவை லக்ஷ்யமாகக் கொண்ட புரட்சியாளனாக. ஆனால் அதிகாரிகள் சிறையிலும் அவனை நிம்மதியாக இருக்க விடவில்லை. "இங்கே இருக்காதே, இனிமேல்! போ வெளியே" என்று அவர்களும் மறுபடியும் மறுபடியும் உலகில் கெட்டுத் திரிந்து அலைய வெளியே உந்தித் தள்ளி விட்டார்கள். சிறையில் இப்படிக் கழிந்த மூன்று நான்கு வருஷங்களைத் தவிர, மற்ற வருஷங்கள் அவன் எப்படிக் கழித்தான் என்பது அவனுக்கே தெரியாது. இன்னும் உயிருடன் இருந்ததுதான் அவன் மற்ற வருஷங்களிலும் வாழ்ந்தான் என்பதற்கு ஒரு ருஜு. மற்றபடி திட்டுத் திட்டாக ஒன்றிரண்டு ஞாபகங்களே அவனுக்கு இருந்தன. அல்லல்களி லிருந்து விடுபட்டுத் தர்ம ஆஸ்பத்திரியில் கிடந்த ஒரு பத்து நாட்களே தன் வாழ்வில் மிகவும் ஆனந்தமாக நாட்களாக அவனுக்குத் தோன்றின. இன்னும் ஒரு சிறிய சம்பவமும் ஓர் இன்ப ஞாபகமாக அவன் சிந்தனையில் தட்டியது. கையில்

காசேயில்லாமல் திரிந்து கொண்டிருக்கையில் பட்டணத்தில் ஒரு நாள் தெருவில் தனியாக விளையாடிக் கொண்டிருந்த ஒரு சின்னக் குழந்தையின் கழுத்திலிருந்த தங்கச் சங்கிலியை எடுத்துக் கொண்டு போய்விடலாமா என்று வெகு நேரம் யோசித்து விட்டுக் கடைசியில் திருடாமல், அதிக ஆதரவுடன் அந்தக் குழந்தையை, அதன் பெற்றோரைத் தேடிப்பிடித்து ஒப்புவித்துப் போனான். இந்த இரண்டையும், தவிர அவனுக்கு வேறு எந்த நல்ல அனுபவமோ ஞாபகமோ இல்லை. தினம் போர், போர், போர்தான்; எப்படியோ அவனும் அந்த எட்டு வருஷங்களையும் ஒரு நாள் நின்ற ஊரில் மறுநாள் நில்லாமல் சுற்றிக் கழித்து வாழ்ந்து விட்டான்.

இந்தச் சமயத்தில்கூட அண்ணாசாமியின் மனத்தில் அதையெல்லாம் பற்றி எண்ணிப் பார்க்கும்போது வருத்தம் தோன்றவில்லை. ஏதோ தலைச்சுழி, அவனை எங்கெல்லாம் இழுத்ததோ அங்கெல்லாம் போக அவன் தயாராகவே இருந்தான். தன்னூரில் தங்கிவிடும் உத்தேசகத்துடனா அவன் அங்கே போய்க் கொண்டிருந்தான்? அதெல்லாம் ஒன்றும் இல்லை. தற்செயலாகக் கும்பகோணம் வந்தவன் ஏதோ ஆதி காலத்தில் பழக்கமான தன் ஊரைச் சுற்றிப் பார்த்துவிட்டுப் போகலாமே என்று கிளம்பினான்; அவ்வளவுதான், பீடி குடிக்க வேணும் என்று சில சமயம் தாகமும், ஆத்திரமும் தோன்றுவதுபோல இப்போது அவனுக்கு ஊரைப் பார்த்து விட்டுப் போக வேணுமென்று தோன்றியது. அவன் தன் சொந்த ஊரைப் பார்க்கப் போய்க் கொண்டிருந்தான். சொந்த ஊர்! சொந்த ஊர்! அண்ணாசாமிக்குத் தன்னையும் அறியாம லேயே சிரிப்பு வந்தது; உரக்கச் சிரித்துவிட்டான்.

ஊரில் யாரும் அவனை அடையாளம் கண்டு கொண்டு விட மாட்டார்கள். எட்டு வருஷங்களுக்கு முன் ஊரைவிட்டு ஓடிப்போன அண்ணாசமிதான் அவன் என்று யாரும் அறிந்து கொண்டுவிட மாட்டார்கள். அவன் தலை மயிர் எல்லாம் நரைத்துப் போய்விட்டது; கண்கள் குழிவிழுந்து ஒளியிழந்து ஏக்கம் பெற்று விட்டன. பார்த்தால் அவனுக்கு வயசு ஐம்பதுக்குமேல் இருக்குமென்றுதான் சொல்வதாகத் தான் அவன் உத்தேசம். அப்படி யாராவது அகஸ்மாத்தாக

அவனை அடையாளம் கண்டுகொண்டு விட்டால் அப்புறம் பார்த்துக் கொள்ளலாம். முதல் காரியம் சட்டை கழற்றுமுன், அவன் ரகசியமாக ஒரு பூணூல் சம்பாதித்து மாட்டிக் கொண்டாக வேணும். பையிலிருந்து இன்னும் ஒரு பீடியை எடுத்துப் பற்ற வைத்துக் கொண்டு நடந்தான் அண்ணாசாமி.

ஊர் வந்துவிட்டது என்பதற்கு அடையாளமாக அந்தப் பக்கத்திலிருந்து வருபவர்கள் கண்ணில் முதல் முதலாக ஊர் சுடுகாடுதான் தென்படும். அண்ணாசாமியின் முரட்டுப் பருவத்தின் திருவிளையாடல்களில் பல அந்தப் பக்கத்தில் நடந்தவைதாம். இப்போது சுடுகாட்டில் திகுதிகென்று ஒரு பிணம் எரிந்து கொண்டிருந்தது. 'எனக்கேற்ற வரவேற்புத்தான். யார் பிணமோ? ஊரிலுள்ள ஏழெட்டுக் குடும்பத்தில் யார் குடும்பத்துப் பிணமோ?' என்று சிந்தித்தவாறே அண்ணா சாமி மேலே நடந்தான். திடீரென்று அவன் குரல்வளையை யாரோ பலமாகப் பிடித்து அமுக்குவதுபோல் இருந்தது. வேறொன்றுமில்லை அது; திடீரென்று தோன்றிய ஒரு சிந்தனையின் சேஷ்டைதான். இலுப்பைத் தோப்பு, புளியந் தோப்பு, மாந்தோப்பு மூன்றையும் ஒன்றன்பின் ஒன்றாகக் கடந்து குளக்கரையை அடைந்தான். குளத்துக்கடுத்தாற் போலத் தான் அந்தச் சிவன்கோயிலும், அக்கிரகாரமும், 'நல்ல வெயில், ஆகையால்தான் குளத்துக்கு யாரும் பத்துத்தேய்க்க வர வில்லை' என்று எண்ணிக் கொண்டான் அண்ணாசாமி. ஒரு மர நிழலில் உட்கார்ந்து இரண்டு மூன்று சிறுமிகள் புளியம் விதையை வைத்துக் கொண்டு ஏதோ விளையாடிக் கொண்டிருந்தார்கள். அந்தப் பெண்களில் ஒருத்தி - அவளுக்கு ஏழெட்டு வயசிருக்கும் - அண்ணாசாமியைக் கண்டவுடன் விளையாட்டை விட்டு எழுந்து ஓடிவந்து, "யாராத்துக்கு மாமா நீங்க வந்திருக்கேள்?" என்று கேட்டாள்.

கிராமத்துக் குழந்தையின் சாதாரணமான கேள்விதான் அது. ஆனால் சுருக்கென்று ஏனோ அது அண்ணாசாமியின் உள்ளத்தில் தைத்தது. திரும்பக் குனிந்து அந்தக் குழந்தையின் கபடற்ற முகத்தைப் பார்த்தான். அந்தச் சிறுமியின் முகம் அவனுக்கு எதையோ ஞாபகப்படுத்தியது. அவன் முகத்தில் ஒரு நிழல் நகர்ந்தது. அந்தக் காலத்தில் தன் வீட்டிலிருந்து மூன்றா

வது வீட்டில் இருந்த பெண்ணின் பெயர் அலமுதானோ?... தலையை ஒருதரம் உதறி ஆட்டிவிட்டுத் தடுமாற்றத்துடன், "நாராயணசாமி ஐயர் ஆத்துக்குப் போறேன், அம்மா" என்று அண்ணாசாமி பதிலளித்தான். தடுமாற்றத்திலே தனது தீர்மானத்தை மறந்து தன் தகப்பனாரின் பெயரையே அவன் சொல்லிவிட்டான். அந்தக் குழந்தையிடம் கோபம் வந்தது அண்ணாசாமிக்கு, ஆனால்...

"நாராயணசாமி ஐயர்... ஆரு மாமா அது? இங்கே நாராயணசாமி ஐயருன்னு ஆருமே இல்லையே" என்று தயங்கித் தயங்கிச் சொன்னாள் சிறுமி.

ஒரு காரணமும் இல்லாமலே அண்ணாசாமிக்குப் பக்கென்றது. அந்தப் பெண்ணிடம் சற்று முன் தோன்றிய கோபம் சட்டென்று மறைந்தது. "தெருவில் நான் போய் விசாரிக்கிறேன். சிவன் கோயிலுக்கு எதிரே இருக்குமே, அந்த நாராயணசாமி ஐயர் வீடு" என்றான் அண்ணாசாமி.

இந்தத் தடவை சற்றும் தயங்காமல் பதிலளித்தாள் சிறுமி; "சிவன் கோயிலுக்கு எதிர்த்தாப்லே வீடே கிடையாதே மாமா."

அண்ணாசாமி பதில் ஏதும் சொல்லாமல் தெருவை நோக்கி நடந்தான். அந்தப் பெண் அவனையே பார்த்துக் கொண்டு சிறிது நேரம் அங்கேயே நின்றுவிட்டுத் தன் தோழி களுடன் புளியம்விதை ஆடப் போய்விட்டாள். அண்ணா சாமி தன் நினைவு இழந்தவனாகத் தெருவுக்குப் போகும் ஒற்றையடிப் பாதையிலே நடந்தான். பூவரச மரக்கிளையி லிருந்து நாலு பக்கமும் கம்பளிப் பூச்சிகள் தொங்கி ஊசலாடிக் கொண்டிருந்தன. அந்த இருபது கெஜத்தையும் கடக்க அவனுக்கு இருபது நிமிஷத்துக்கு மேல் பிடித்தன. தெரு வந்ததும் திரும்பிப் பார்த்தான். அந்தப் பெண் சொன்னது வாஸ்தவந்தான்; சிவன் கோயிலுக்கு எதிரே வீடே இல்லை. மேடிட்ட ஒரு பாழ் மனைதான் இருந்தது. அவனால் நிற்கமுடியவில்லை. கால்கள் கெஞ்சின; இரண்டே இரண்டெட்டில்சிவன் கோயில் கோபுரத்துப் படியில்போய்ச் சாய்ந்து கொண்டு உட்கார்ந்துவிட்டான். அவனுடைய அவசர வரவினால் ஏழெட்டு வௌவால்கள்

தியானம் கலைபட்டுச் சிறகடித்துப் பறந்தன. ஓர் ஓணான் ஒரு கல்லில் இருந்து மற்றொரு கல்லுக்குத் தாவச் சுற்றுமுற்றும் பார்த்துக் கொண்டு நின்றது.

தெருவிலே ஒரு கிழவர் மூங்கில் கழியை ஊன்றிக் கொண்டு தள்ளாடித் தள்ளாடி வந்து கொண்டிருந்தார். அண்ணாசாமி மெதுவாக நிதானித்து எழுந்து அவரை அணுகிக் கேட்டான்; "இங்கே நாராயணசாமி ஐயர்னு ஒருத்தர் இருந்தாராமே! அவர் எந்த வீட்டில் இருக்கார்?"

பதில் சொல்லுமுன் கிழவர் சிறிது தயங்கினார். அப்புறம் "இங்கே யாரும் இல்லையே நாராயணசாமி ஐயர்னு... ஆமாம்... நாராயணசாமி ஐயர்னு ஒருத்தர் இருந்தார் முன்னே. இப்போது அவாள்ளாம் ஊரை விட்டுப் போயே ஏழெட்டு வருஷம் ஆகப்போறதே" என்றார்.

அண்ணாசாமியும் கொஞ்சம் தயக்கத்துடனேயே கேட்டான்; "அவா இப்போ எங்கே இருக்கா தெரியுமோ?"

"கடனுக்குப் பயந்துண்டு ஓடிப்போறவா விலாசம் சொல்லி விட்டுப் போவாளா? கடனும் உடனுமாகப் போய் ஒருநாள் ராத்திரி ஊரிலே யார்கிட்டேயும் சொல்லிக்காமே போயிட்டா. எங்கே இருக்காளோ யார் கண்டா?... எங்கே யாவது சந்திலே நிப்பா. பெத்த பிள்ளையை வைச்சுப் பராமரிக்கத் தெரியாமல் இளையா பேச்சைக் கேட்டுண்டு வீட்டை விட்டு விரட்டுகிறவன் குடும்பம் உருப்படுமா என்ன? ஏண்டாப்பா நீ யாரு?" என்றார் கிழவர். அவருக்கு மனசில் ஏதோ பழைய ஞாபகம் தட்டுப்பட்டுவிடட்து என்று அண்ணாசாமி அறிந்துகொண்டான்.

"பையனாவது க்ஷேமமா இருக்கானா? என்ன பண்ணிண்டிருக்கான்?... போகட்டும்; க்ஷேமமாயிருந்தா சரிதான். அந்தக் குடும்பத்திலேயே அவன் ஒருத்தன்தான் உருப்படுவான்னு எனக்கு அப்பவே தெரியும்."

கிழவர் தன்னைப் பற்றித்தான் பேசிக் கொண்டிருந்தார் என்று அண்ணாசாமிக்கு முதலில் தெரியவில்லை. அவன் ஒன்றும் பேசாமல் போய்ச் சிவன் கோயில் மொட்டைக் கோபுரத்துப் படியிலே தலையில் கைவைத்துக் கொண்டு

உட்கார்ந்துவிட்டான்.

எவ்வளவு நாழிகை அப்படி உட்கார்ந்திருந்தான் என்று அவனுக்கே தெரியாது. ஆனால் கிளம்பும்போது வெயிலின் உக்கிரம் தணிந்தபாடில்லை. குளத்தங்கரை, மாந்தோப்பு, புளியந்தோப்பு, இலுப்பைத் தோப்பு, சுடுகாடு, வயல், பனங் காடு எல்லாம் தாண்டி மூன்று மைல் விட்டுத் தடவிப் பார்த் தான். நாலு பீடிகள் இருந்தன.

கோயிலுக்குள் யாரோ சிரிப்பதுபோல இருந்தது. அண்ணாசாமி திருப்பிப் பார்த்தான். கர்ப்பக்கிருகத்தின் கதவு அடைக்கப்பட்டிருந்தது. அதற்குப் பின்னால் இருட்டில் அந்தப் பரமசிவன் என்னதான் பண்ணிக் கொண்டிருந் தானோ?

12

சாவித்திரி

ஆபீஸிலிருந்து அன்று வெகு சீக்கிரம் வீடு திரும்பி விட்டேன்.

வாசலில், அவருக்கு வழக்கமான நாற்காலியில், அப்பா வைக்காணோம். உள்ளே பானையிலிருந்து தண்ணீர் எடுத்துச் சாப்பிட்டுக் கொண்டிருந்தார். அவருக்காக நான் புஸ்தக சாலையிலிருந்து கொண்டு வந்த புஸ்தகத்தை அவர் நாற்காலி யில் போட்டுவிட்டு, 'அப்பா...வ்...வ்!' என்று குரல் கொடுத்தேன்.

பதிலில்லை. நாங்களிருவரும் ரேழியில் சந்தித்தோம். அவர் உதடுகள் கோணல் கோணலாகத் துடித்துக் கொண்டிருந்தன; கண் கலங்கியிருந்தது.

"என்ன அப்பா?"

"ஒண்ணுமில்லையே?" அவர் குரல் சற்று நடுங்கிற்று.

சரி, சட்டையைக் கழற்றிவிட்டு இன்னுங் கொஞ்ச நாழி கழித்துத் தீவிரமாக விசாரித்துக் கொள்ளலாம் என்று தீர்மானித்து, மாடிச் சாவியையெடுத்துவரச் சமையலறைக்குள் புகுந்தேன். ராஜியின் கண்களும் கலங்கியிருந்தன. அவள் கலக்கத்துக்குக் காரணம் அவள் நறுக்கிக் கொண்டிருந்த வெங்காயமாக இருக்கலாம்! சாவிக் கொத்தைக் கையிலெடுத்த படியே, 'அப்பா ஏன் அப்படி என்னவோபோல் இருக்கா?' என்று விசாரித்தேன்.

"ஏன்? எனக்குத் தெரியாதே!" என்றாள் என் மனைவி. அவள் குரலும் சற்று நடுங்கிற்று. அவள் கண்களின் கலக்கம் வெங்காயத்தால் மட்டுமல்ல என்று தீர்மானித்துக் கொண்டேன். என்ன தகராறு என்று யோசித்தபடியே 'ஏன்

என்ன விசேஷம்?' என்று விசாரித்தேன்.

ஒரு நிமிஷம் மௌனம் சாதித்தாள் என் மனைவி. பின்னர், 'எதுத்தாத்திலே, கார்த்தாலே ஒரு புடவை, மத்தியானம் ஒரு புடவை, சாயங்காலம் ஒரு புடவைனு புதுசு புதுசாக் கட்டிக் கொண்டு வாசலில் நின்று கொண்டிருக்குமே, அந்தப் பெண் செத்துப் போயிடுத்தாம்...” என்றாள்.

“யாரு?”

“சாவித்திரின்னு அந்த எதுத்தாத்து மாமா பெண், அவ பாட்டி கார்த்தாலை முதல் முட்டிண்டு மோதிண்டு அழறா.”

“எப்போ செத்துப் போச்சாம்?”

“கார்த்தாலை பத்து மணிக்கு.”

“எந்தூரிலே?”

“எல்லாம் இந்த ஊரிலேதான். ஏதொ தொண்டையில் ஆபரேஷன்னு ஆஸ்பத்திரிக்கு அழைத்துப் போனார்களாம். டாக்டர் மயக்கம் கொடுத்தானாம்; அந்த மயக்கத்திலிருந்து முழிச்சுக்கவேயில்லை... பாவம் இப்படித்தான்...”

“எத்தனை...?”

“கேளுங்களேன் .அந்தப் பெண் நாலு மாதமாய் ஸ்நானம் பண்ணாமலிருந்ததாம். பத்து நாள் கொண்டு வந்து வைத்துக் கொள்ளலாம் என்று, அவப்பா முந்தா நாள்தான் அழைச்சுண்டு வந்தார். தொண்டையிலே ஏதோ கஷ்டமாயிருக்குன்னு ஆஸ்பத்திரிக்கு அழைத்துப் போனார்களாம். பாவிகள்! மயக்க மருந்தைக் கொடுத்து ஒரே மயக்கமாய்க் கிடத்திப் புட்டான்கள்... பாவம்... பார்க்கச் சகிக்கவில்லை. வயசு இன்னும் முழுசா பதினஞ்சு ஆகவில்லை.”

“பதினஞ்சா?”

“போன வருஷந்தான் கலியாணம் ஆச்சு. ஆம்படையானுக்குக் கர்நூலில் எண்பது ரூபாய் சம்பளமாம். பாவம்! குழந்தை பிறக்கப் போறது என்று அவன் சந்தோஷமா ஸ்வப்னங் கண்டு கொண்டிருப்பான். கார்த்தாலையிலேயே

அவனுக்குத் தந்தியடித்தாய் விட்டதாம். நாளைக்கு வந்து விடுவான்; அவன் வந்துதானே எல்லாம் ஆகவேணும்... என்ன கஷ்டம்!" இவ்விடத்தில் மறதியாக வெங்காயம் நறுக்கிய கையுடன் கண்ணைத் துடித்துக் கொண்டுவிட்டாள்; கண்ணீர் பெருகிற்று.

"உலகத்திலே எத்தனையோ கஷ்டம்; நம்ம கஷ்டங் களைச் சகிக்கவே முடியவில்லை, ஏதோ போ... இருந்தாலும் கஷ்டந்தான்... வயசு பதினஞ்சுகூட ஆகவில்லையென்றால்... அவரவர் பண்ணின பாவம்!" என்று நான் சமாதானஞ் சொன்னேன். "நான் மாடிக்குப் போகிறேன். காபி கொண்டு வா!" என்று சொல்லிவிட்டு, சாவியை எடுத்துக்கொண்டு, சமையலறையை விட்டு வெளியேறினேன்.

மாடிப்படி ஏறும்போதுதான் மறுபடியும் அப்பாவைப் பற்றி ஞாபகம் வந்தது. 'ஓஹோ! அந்தப் பெண் இறந்தது அவருக்குத் தன்னுடைய ஒரே பெண் இருபத்திரண்டாவது வயதில் இறந்தது ஞாபகம் வந்துவிட்டது போலும்! அதான் அந்தக் கண் கலக்கத்தின் அர்த்தம்' என்று யோசித்தபடியே மாடிக்குப் போகாமல், கீழே இறங்கி வாசல் பக்கம் போனேன்.

அப்பா சிமிண்டுத் திண்ணையில் காலைக் கட்டிக் கொண்டு பித்துப் பிடித்தவர் போல் உட்கார்ந்திருந்தார். என்னைக் கண்டதும் அவர் கண்களில் பிரகாசித்த பித்து, கொஞ்சம் மறைந்தது. ஒருதரம் கனைத்துக் கொண்டார். ஆனால் ஒன்றும் பேசவில்லை.

நானும் அவர் பக்கத்தில் உட்கார்ந்து கொண்டேன்.

"எதிராளத்தில்..." என்று ஆரம்பித்தேன்.

"என்ன கஷ்டம் போ! ஏதோ கஷ்டப்படப் பிறந்தவர்கள் நாமெல்லாரும். வயசு ஆக ஆக நமக்கெல்லாம் கஷ்டந்தான் அதிகரிக்கிறது..."

"யார் பெண்? அந்த ஸ்டோர்ஸ்..."

"இல்லை, போலீஸிலிருந்தாரே அவர் பெண். நாலைந்து நாளைக்கு முந்திதான் ரொம்பப் பெருமையாகச் சொல்லிக் கொண்டிருந்தார்..."

"பாவம், சாதுப் பிராமணன்."

"இந்தத் தர்ம ஆஸ்பத்திரியிலே அநியாயந்தான். பணக்காரன்னா ஒரு தினுசு; ஏழைன்னா ஒரு தினுசு! அப்பா! இந்த ஆஸ்பத்திரிகளுக்கே போகக் கூடாது..."

"என்ன வியாதி?" என்றேன் நான்.

"வியாதியுமில்லை; ஒன்றுமில்லை, ஏதோ டான்ஸில்ஸ் ஆஸ்பத்திரியில் கத்துக்குட்டி வைத்தியன்களெல்லாம் சேர்ந்து கொண்டு, குளோபாரத்தை நிறையக் கொடுத்து, ஆபரேஷன் செய்தான்களாம். ஆபரேஷன் சரியாகப் போச்சு. பெண் மயக்கத்திலிருந்து விழித்துக் கொள்ளவே யில்லை."

"அந்த டாக்டரையெல்லாம் ப்ராசிகியூட் பண்ணினால் என்ன?"

"யார் பண்றது? என்னத்துக்காகப் பண்றது? பெண்ணோ போயிடுத்து. இன்னும் பணத்தைக் கொட்டியழுது கோர்ட்டுக்கு வேறே போகணுமா?"

"அதுவும் சரிதான். இருந்தாலும்..."

"போன வருஷந்தான் கலியாணம் ஆச்சாண்டா! மூவாயிரம் ரூபாய் கடன் வாங்கிக் கலியாணம் பண்ணினாராம். இன்னும் கடன் முழுவதும் அடைத்த பாடில்லை, அதற்குள் பெண் போயிடுத்து..."

"பெண்ணுக்குப் பதில் அந்தக் கடன்காரனுக்கு நெருப்புப் போடக் கூடாதா என்றிருக்கும் அவருக்கு!"

"என்ன பண்றது? பெண் வந்தது பற்றி எவ்வளவு பெருமைப் பட்டார் தெரியுமோ அவர்! என்னவோ, இந்தப் பெருமையிருந்தால் கடவுளுக்கே பொறுக்காது போலிருக்கு. மனித ஆசையைப் பங்கப்படுத்துவதில் ஈசனுக்கு ஏனோ இந்தப் பிரேமை! அப்பு சாஸ்திரியார் இருந்தாரே - உங்க, தாத்தா அவர் இரண்டு பிள்ளைகளும் மன்மதனாட்டமா யிருக்கும்; ஆனால், ஒரே மக்கு. ஒண்ணுக்காவது மெட்ரிக்கு லேஷன் கூட பாஸாக மாட்டேனென்று விட்டது. ஆனால், அவர் களிடம் சாஸ்திரியாருக்கு என்ன ஆசை! என்ன பெருமை!...

கடவுளுக்கே சகிக்கவில்லை. ஒருத்தன், இருபது வயதிலேயே போயிட்டான். இன்னொருத்தன் இருபத்திரண்டாவது வயதில் போயிட்டான்... அப்பு சாஸ்திரியாருடைய ஜோரும் அத்துடன் போய்விட்டது. அவர் வாழ்விலே உற்சாகமில்ல... நான் இப்போது இதைப்பற்றி எண்ணிப் பார்த்திருக்கின்றேன். இருந்தாலும் என் பெண்ணிடம் எனக்கிருந்த பெருமை...” அவர் கண்கள் நிறைந்தன; உதடு துடித்தது; மேலே பேச முடியாமல் தவித்தார்.

“என்னமோ போ! நமக்கு எட்டாதது எத்தனையோ இவ்வுலகில் இருக்கிறது. சாவையும் பற்றி யோசித்துக்கூடப் பிரயோஜனமில்லை. ஒரு கோடிகூட நம்மால் காணமுடியாது” என்று தத்துவம் படித்தேன் நான்.

இரண்டு நிமிஷம் அப்பா ஒன்றும் பேசவில்லை. நான் மறுபடியும் பேச ஆரம்பித்தேன். “நான் நேற்று ஒரு கதை வாசித்துக் கொண்டிருந்தேன். பாக்தாத் நகரத்தில் ஒரு பணக்காரன் தன் வேலைக்காரனைக் காலையில் சந்தைக்கு ஏதோ வாங்கி வர அனுப்பினான். வேலைக்காரன் பத்து நிமிஷத்தில், உள்ளம் பதை பதைக்க, மேல் மூச்சு கீழ் மூச்சு வாங்க, எஜமானிடம் வந்து, ‘சாமி! சந்தையில் நான் இன்று எமனைக் கண்டேன்! அவன் என்னை ஒருவிதமாக உற்றுப் பார்த்து முகத்தைச் சுளித்தான். நான் பயந்து விட்டேன். இன்று நான் பாக்தாத்தில் தங்கினால் எமன் என்னை அழைத்துப் போய் விடுவான் என்றே தோன்றுகிறது. எஜமானே! தாங்களே வழிகாட்ட வேண்டும். நான் ஆயிரம் மைல்களுக்கப்பால் இருக்கும் சமராவுக்குப் போய்விடுகிறேன். எமன் என்னைத் தேடி அவ்வளவு தூரம் வரமாட்டான். தங்கள் லயத்தி லிருக்கும் அதிவேகமான குதிரையொன்றைத் தரவேணும்; என்று காலில் விழுந்து கெஞ்சினான்.”

“பைத்தியக்காரன்!” என்றார் ரங்கப்பா.

நான் மேலே கதையைச் சொன்னேன். “எஜமானும் வேலைக்காரனிடம் அனுதாபங்கொண்டு தன் குதிரையில் மிகச் சிறந்தது ஒன்றின் மேலேறி அவனைச் சமாரா நோக்கிய னுப்பினான். பின்னர் எஜமானே சந்தைக்குச் சென்றான்.

அங்கு அவன் எமனைக் கண்டு 'நீ ஏன் இன்று காலை என் வேலைக்காரனைப் பயமுறுத்தினாய்?' என்று கேட்டான். யமன் அதற்கு, 'நான் அவனைப் பயமுறுத்தவில்லை. நான் இன்று மாலை ஆறுமணிக்கு அவனை சமாராவில் சந்திப்பதாக ஏற்பாடு செய்திருந்தேன். அவன் இன்று காலை வரையில் பாக்தாத்தில் இருப்பதைக் கண்டு ஆச்சரியமடைந்தேன்!

"அசட - வேலைக்காரன் - எமனை ஏமாற்றிவிட்டு ஓடி விடுவதாக எண்ணிக் கொண்டு அவனைத் தேடிக் குறிப்பிட்ட இடத்தில் சந்திக்கவே கிளம்பியிருக்கிறான். ஆம், நாம் செய்யும் காரியங்களில் பல இத்தன்மையானது தான். எல்லாத் தத்துவ விசாரமும் நமக்கு இதை அறிவுறுத்தவே பிரயோசனப்படு கிறது... ஹூம், காப்பி சாப்பிட்டாச்சா?"

"இல்லை" என்று சொல்லிக்கொண்டே எழுந்து மாடிக்குப் போனேன்.

கையில் சூடு ஆறிக்கொண்டிருந்த காப்பியுடன் காத்துக் கொண்டிருந்தாள் ராஜி. "சட்டையைக் கூடக் கழட்டாமல் என்ன பேச்சு?" என்று கோபித்துக் கொண்டாள்.

காப்பியைக் கையில் வாங்கிக் கொண்டே சிரித்தேன்.

எங்கள் மாடி வராந்தாவிலிருந்து பார்த்தால் எதிர்வீடு தெரியும். ராஜி வராந்தாவில் போய் நின்று கொண்டாள். நான் சட்டையைக் கழட்டிவிட்டுக் கையில் காப்பியுடன் பின் தொடர்ந்தேன். ராஜி அந்தப் பெண்ணைப் பற்றிப் பேச ஆரம்பித்தாள்.

"பாவம் பதினைந்து வயதிலே போறதுன்னா? பாவந்தான். இந்தக் காலத்தில் சுமங்கிலிக் கிழவிகள் - எழுபது வயதில் நெற்றியுங் குங்குமமுமாய் மஞ்சள் புடவையுடன் - எவ்வளவு பேர் இருக்கிறார்கள்! அது மாதுரி ஒரு கிழவியிருந்தால் வீட்டுக்கே மங்களகரமாயிருக்கு. இப்போதெல்லாம் பூவும் பிஞ்சுமாய்...! வந்து விட்டாளா? வாசல்லே? முண்டை! குடியிருக் கிறாத்திலே கிளியாட்டமா ஒரு பெண் போயிடுத்து. அழகாக தலையை வாரிப் பின்னிண்டு, பொட்டு வைத்துக் கொண்டு, வாசல்லே பூவும் மணமுமாக வந்து நிற்கிறாளே தேவடியாள்!"

என்று வசைமாறி பொழிய ஆரம்பித்தாள்.

யாரை என்றறிய நான் அவள் பக்கம் போய் நின்று பார்த்தேன். எதிராளத்தில் போலீஸ்காரருடன் ஒட்டுக் குடியிருந்த ஸ்டோர்ஸ்காரனின் மனைவி கோமளம் வழக்கம் போலக் காட்சியளித்தாள். அவள் பார்க்கக் கொஞ்சம் அழகா யிருப்பாள். நல்ல சிகப்பு; நீண்டு கறுத்த கூந்தல்; அழகிய உருண்டையான முகம். மூன்று குழந்தை பெற்றெடுத்தவள் எனினும், பதினாறு வயசுச் சிறுமி போலிருப்பாள், நடப்பாள், நிற்பாள்.

"போறவா போனா இருக்கிறவா நன்னாயிருக்க வேண்டியதுதானே!" என்றேன் நான்.

"லீலா நேற்றுத்தான் சொன்னாள்; அந்த முண்டையைத் தேடி வர ஆளுக்குக் கணக்கு வழக்கில்லையாம்; ஆளுக்கொரு புதுப்புடவை கொண்டுவந்து தரான். கட்டிண்டு மினுக் கிறாள்.

"உங்க லீலா ரொம்ப யோக்யம்தான்."

"நீங்க கோமளத்துக்குப் பரிந்துண்டுதான் பேசுவேள்? பேச மாட்டேளா; பொம்மனாட்டி கொஞ்சம் அழகாயிருந் தால் புருஷாள்ளாம் பல்லைக் காட்ட மாட்டேளா?"

"அந்தச் சாவித்திரி செத்ததற்காக இவளை என்ன பண்ணச் சொல்றே?"

"எனக்குக்கூட இன்னிக்குத் தலைவாரிப் பூ வச்சுக்க மன சில்லை; அவாத்திலே குடியிருந்துண்டு இப்படிப் பண்றாள்; அவள் கட்டேலே போக! ராத்திரிப் பிரேதத்தை எடுத்துண்டு வந்தால் உள்ளே வரக்கூடாது என்று கூடச் சொல்லுவாள், அவள்."

"இன்றும் ஆஸ்பத்திரியிலிருந்து எடுத்துண்டு வரலையா?"

"இல்லை. ராத்திரி எட்டு மணிக்குமேல் தான் கொண்டு வரப் போறாளாம். பிணம் ரேழியில் கிடக்க இந்தத் தேவடியாள் தன்னைத் தேடிவந்த ஆளை அழைச்சுண்டு உள்ளே போனாலும் போயிடுவாள். என்ன வேண்டிக் கிடக்கு?" என்றாள் ராஜி.

"அவ எப்படியாவது போறா; நமக்கென்ன?" என்றேன் நான்.

"அப்பா, இன்னி சாயங்காலம் காப்பிகூடச் சரியாகச் சாப்பிடவில்லை. பாதி டம்பளர் வச்சுட்டார்... அடேடே! உள்ளே வாணலியில் கறி கரியாகியிருக்கும்!"என்று சொல்லிக் கொண்டே கீழே ஓடிவிட்டாள்.

அன்று அவருக்கிருந்த மனோநிலையில் அப்பா தாமாக எங்கும் கிளம்பமாட்டார் என்று எண்ணி, நான் அவரையும் அழைத்துக் கொண்டு வீட்டை விட்டுக் கிளம்பினேன். அவரைப் பீச்சுப் பக்கம் அனுப்பிவிட்டு, நான் மவுண்ட் ரோட் பக்கம் போய்விட்டு, இரவு எட்டரை மணிக்குத்தான் வீடு திரும்பினேன். அப்பா நான் வந்ததற்கு அப்புறம், கால்மணி கழித்துதான் வந்தார். தினமணிப் பேப்பர் வாங்கிக் கொண்டு வந்தார். சாப்பிட்டுவிட்டுப் பேப்பர் பார்த்துக் கொண்டிருக்கையில், இரவு ஒன்பதரை மணிக்கு, எதிராத்தில் ஒற்றை மாட்டு வண்டியில் 'சாவித்திரி' வந்திறங்கினாள். ரேழியில் கிடத்தப் பட்டாள். அவள் தாயாரும், பாட்டியும் கம்மிய குரலில் துக்கம் தாளாமல், சப்தஞ் - செய்ய முடியாமல் திணறினார். அவள் தகப்பனார் வாய் திறவாமல் தலையைத் தன் கைகளில் தாங்கிக்கொண்டு திண்ணையில் உட்கார்ந்திருந்தார். நான், வாசித்துக் கொண்டிருந்த பேப்பரைக் கீழே வைத்துவிட்டு, வேடிக்கை பார்க்க வெளிக்கேட்டைத் திறந்து கொண்டு தெருவில் போக முயன்றேன்.

அப்பா அழைத்தார், "இங்கே வா ராஜா; பாவம், அதைப் பார்க்கப் போவானேன்?" என்றார். அவருக்குப் பழைய ஞாபகங்கள் மறுபடியும் வந்து மூளாமலிருக்க நான் அருகி லிருந்தால் தேவலை என்று எண்ணினார் போலும்.

கிராமத்தில் என்றால் தெருவில் யாராவது செத்துக் கிடந்தால் யாரும் சாப்பிடக் கூடாது என்று கட்டுப்பாடு. செத்தவர்களின் ஆப்த சிநேகிதர்கள்தான் பிணத்தைத் தூக்க வேணும். பட்டணத்தில் அதெல்லாங்கிடையாது! நமது சாவிலே கூட நாகரீகம் வந்துவிட்டது! என்றார்.

“ஆஸ்பத்திரியிலேயே வைத்து எடுக்கக் கூடாதோ! வீட்டுக்கு எடுத்து வருவானேன்? கூடக் குடியிருப்பவர்கள் ஆட்சேபணை செய்தால்...”

“கஷ்டந்தான். ஆனால், கூடக் கூடியிருப்பவர்கள் இந்தச் சமயத்திலெல்லாம் ஆட்சேபணை சொல்வார்களா! என்ன?”

“அவர்களுக்கு இடஞ்சல்தானே?” என்றேன்.

“ஆமாம் ஏழையாயிருந்தால் எல்லாக் கஷ்டமுந்தான்.”

இந்தச் சமயம் எதிர்வீட்டில் அழுகை இன்னும் பலமாக ஆரம்பித்தது. அப்பா, “என்னத்துக்கு இப்படி அழறா? இனிமேல் என்ன பிரயோசனம்? பாவம் அந்தப் பிராமணன் காலம்பர முதல் சாப்பிடவில்லை. மத்தியானம் யாராவது தீர்த்தங்கூட வேணுமானால் கொடுப்பாரில்லை. நான் துக்கம் விசாரிக்கலாமோ என்று எண்ணினேன். ஆனால், நான் விசாரித்து என்ன பிரயோசனம்?” என்று பெருமூச்சு விட்டார்.

“நாளைக்கு அவன் வந்துதான் நெருப்புப் போடணும். எப்போ வரானோ?”

“யார் வந்தா என்ன? எனக்கு என்னவோ அவா படற துக்கத்தைக் காண சகிக்கவில்லை, அந்தப் பாழும் எமன்னு ஒருவனிருந்தால் அவனுக்கு எப்படித்தான் சகிக்கிறதோ?”

“எமன் இங்கே நின்னால் தானே; வேறு யாரையாவது அழைக்க எங்காவது போயிருப்பான்.”

“இவளுக்குப் பதில் உலகத்தில் பற்றுதல் இல்லாத ஒருவன் எமனிடம், “என்னையழைத்துப்போ; நான் வரேன்; இவளை விட்டுவிடு’ என்று சொன்னால் ஏன் அவன் கேட்கக் கூடாது. அவனுக்கென்ன நஷ்டம்?”

“அப்படிச் சொல்லக்கூடியவர்கள் யார்? இதோ எதுத்தாத்தில் அழுதுகொண்டிருக்கிறார்களே அந்தப் பெண்ணுக்காக, அவர்களில் யாராவது தங்கள் உயிரைத் தியாகம் செய்யத் தயாராக இருப்பார்களா? அவள் தாயார்? அவள் தகப்பன்? அவன் தம்பி, அவள் கணவன்? -யார்?”

“ஒருவன் தியாகஞ் செய்து அவள் பிழைத்துக் கொண்டால்

அவளைப் பற்றிய வரையில் லாபமில்லை என்பதற்காகத் தியாகம் செய்யத் தயாராக இருப்பதில்லை. கதையில் மனைவியிறக்கக் கணவன் தன் ஆயுளில் பாதியை அவளுக்குத் தத்தஞ் செய்து அவளை மீட்டான் என்று கேட்டதில்லையா? அது யாரும் செய்யத் தயாராக இருப்பான்."

"நிஜம்தான். இறந்தவளுடைய உறவினர்தான் அந்தத் தியாகஞ் செய்யத் தயாராக இருக்கணும் என்று என்ன அவசியம்? தெருவில் போகிற யாராவது, நம்மைப்போல் அன்னியன், அவர்கள் துக்கங்கண்டு பரிதாபங்கொண்டு தன் வாழ்வில் இன்பங் காணாதவனாய், தன் உயிரைக் கொடுத்து ஒரு இளம் உயிரை மீட்கத் தயாராக இருக்கலாம்..."

"ஏன் இருக்கக்கூடாது? ஆனால் அபூர்வ மனிதன் என்றே அப்படிப்பட்டவனைச் சொல்லவேணும். எனக்கு வாழ்விலே பிடிப்புக் கிடையாது; நான் உயிருடனிருந்து இனிப் பிரயோசனம் என்ன? ஆனால் என்னை இப்படிப் பட்ட தியாகஞ் செய்யச் சொன்னால் நான் தயங்கத்தான் தயங்குவேன். நான் மஹாத்மா அல்ல?" என்றார் அப்பா.

"நல்ல வேளை!" என்றேன் நான்.

"மாடியில் அவள் தனியாயிருக்காள். பயப்படப் போறா. நானும் படுக்கத்தான் போகிறேன். நீ போ!"

நான் மாடிக்குப் போனேன். ராஜி வராண்டாவில் நின்று கொண்டிருந்தாள்.

"அப்பாவுக்கு ரொம்ப மனதுக்குக் கஷ்டமாயிருக்கு" என்றேன் நான்.

'இன்னிக்குச் சரியாச் சாப்பிடவேயில்லை.'

"நாம் என்ன பண்றது போ. போய்ப் படுத்துக்கோ போ. நான் கொஞ்ச நாழி எழுதிவிட்டு வருகிறேன்" என்றேன். நான் உட்கார்ந்தபோது மணி பத்து இருக்கும். நான் இரண்டு மணி நேரம் எழுதிக்கொண்டிருந்தேன். மணி பனிரெண்டு அடிக்கும்போது மாடி வராந்தாவுக்குப் போய்ப் பார்த்தேன். எதிர்வீட்டு ரேழியில் ஹரிக்கேன் லைட் எரிந்து கொண்டிருந்தது. லைட்டுக்கருகில் சாவித்திரியின் அம்மா உட்கார்ந்திருந்தாள்.

அவள் அப்பா திண்ணையில் சாய்ந்து கொண்டிருந்தார். உருவம் தெரிந்ததே தவிர விழித்துக் கொண்டிருந்தாரா தூங்கினாரரா என்று தெரியவில்லை.

ஏதோ யோசனையிலாழ்ந்தவனாக் கீழே, இறங்கிப் போய், விளக்கைப் போட்டுப் பார்த்தேன். அப்பா பாயில் காலைக் கட்டிக்கொண்டு ஏதோ யோசனையில் ஆழ்ந்தவராக உட்கார்ந்திருந்தார். நான் விளக்குப் போட்டதும் திடுக்கிட்டு நிமிர்ந்து பார்த்தார்.

"ஏன் அப்பா இன்னும் தூங்கவில்லை?"

"தூக்கம் வரவில்லை" - குரல் துக்கத்தாலும் மனோவியா கூலத்தாலும் ஹீனமாக இருந்தது.

"படுத்துக்கோயேன்" என்றேன்.

"நீயும் போய்ப் படுத்துக்கோ. நாழியாச்சு" என்றார். அவர் படுத்ததும் நான் விளக்கையணைத்துவிட்டு மேலே போய்ப் படுத்தேன். படுத்ததுதான் தாமதம்; தூங்கி விட்டேன்.

அரைமணிதான் தூங்கியிருப்பேன். அப்பா ஒரு மஹாத்மாவாகி விட்டதாகக் கனவு கண்டு, திடுக்கென்று விழித்தெழுந்தேன். மனசைத் திடப்படுத்திக் கொண்டு சந்தடியில்லாமல் கீழே இறங்கிப்போய் விளக்கைப் போட்டுப் பார்த்தேன். அப்பா நிம்மதியாகத் தூங்கிக் கொண்டிருந்தார். அன்றிரவு எனக்கு அதற்கு மேல் தூக்கம் பிடிக்கவில்லை. ஏதோ எழுத உட்கார்ந்தேன். அன்றிரவு முழுவதும் எழுதிக் கொண்டேயிருந்தேன். பொழுது விடிவதற்குள் அப்பா என்ன பண்ணுகிறார் என்று பார்க்க நான் மூன்று தரம் கீழேயிறங்கிப் போய் வந்தேன்.

விடியற்காலம் வராந்தாவில் ஈசி சேரில் சாய்ந்து சற்று கண்ணயர்ந்திருப்பேன். எதிர்வீட்டில் அழுகையும் கூக்குரலும் கேட்டு முழித்துக் கொண்டேன். சாவித்திரியின் கணவன் வந்து விட்டான். இருபத்தைந்து வயதிருக்கும். அவன் நடப்பது ஒன்றிலும் பட்டுக் கொள்ளாமல் தூர நின்று கொண்டிருந்தான். யாரோ தெருவில் வேடிக்கை பார்க்க வந்தவன் போல் காணப்பட்டான். அவன் செய்வதற்கு, சொல்வதற்கு, என்ன

இருந்தது? ஏதோ அவன் வாழ்வில் ஒரு அத்தியாயம் முடிந்து விட்டது, அவ்வளவு தான்.

கீழே இறங்கிப் போனேன். அப்பா திண்ணையில் உட்கார்ந்திருந்ததால் என்னைக் கண்டதும்.

"அந்தப் பையனை நான் கும்பகோணத்தில் பார்த் திருக்கிறேன்" என்றார்.

"இருக்கலாம்."

"நானும் துக்கம் விசாரித்துவிட்டுக் கூடப்போய் ஒரு முழுக்குப் போட்டு விட்டு வருகிறேன்" என்றார்.

நான் தடுத்துக் கூறவில்லை.

எதிர்வீட்டில் ஏற்பாடெல்லாம் விமரிசையாக நடந்தது. காலை எட்டு மணிக்குப் பல்லக்குக் கிளம்பிற்று. சாவித்திரி யின் கடைசிப் பிரயாணம் ஆரம்பமாயிற்று. சிவிகைக்குப் பின்னால் ஏழெட்டு புருஷர்கள் நடந்தனர். அதில் அப்பாவும் கலந்து கொண்டார். அதற்குப் பின்னால் ஒரு சிறுகோஷ்டி பெண்கள். நானும் ராஜியும் மாடி வராண்டாவிலிருந்து பார்த்துக் கொண்டிருந்தோம்.

"இவரும் எதுக்குப் போகணும்?" என்றாள் ராஜி.

"போயிட்டு வரட்டுமே. அதனாலென்ன?" என்றேன் நான். ஆனால் என் மனசில் இருந்த கலவரம் அப்பா திரும்பி வரும் வரையில் நீங்கியபாடில்லை. அவர் திரும்பி வந்து, மறுபடியும் ஒரு தரம் ஸ்நானஞ் செய்துவிட்டு, வழக்கப்படி சாப்பிட்டான பிறகுதான் எங்கப்பா ஒரு மஹாத்மா இல்லை என்றறிந்து என் மனம் நிம்மதியடைந்தது!

13

காவேரி மடத்துக் கிழவர்

1

எங்கிருந்தோ வந்தார்; வயது அறுபது அறுபத்தைந் திருக்கும். காவேரி மடத்தில் பத்திருபது நாள் தங்கப் போகிறேன் என்றார். ஊர் எங்கேயோ தெற்குச் சீமை என்றார். ஆனால் அவருடைய பேச்சு பாவனையெல்லாம் தெற்குச் சீமையைப் போலில்லை. மஹாதேவ ஐயரிடம் மடத்தின் சாவியை வாங்கிக்கொண்டு மடிசஞ்சியுந்தானுமாக ஒருநாள் காலை காவேரி மடத்தில் குடிபுகுந்தார்.

அவருடைய ஊர் பெயரெல்லாம் விசாரித்தார் மஹா தேவய்யர். ஆனால் நிச்சயமாக அவர் அறிந்து கொண்டது ஒன்றுமில்லை. கிழவர் பிடிவாதமாக மௌனம் சாதித்தாலும் ரொம்ப நல்லவராகக் காணப்பட்டதால், மடத்துச் சாவியை அவரிடம் கொடுப்பதற்கு ஒரு ஆக்ஷேபமும் எழவில்லை. தவிர வும் மடத்தில் திருட்டுப்போக ஒன்றுமில்லவுமில்லை. அங்குப் பல நாளாக தேளும் பல்லியுந்தான் வசித்து வந்தன.

சாவியைக் கொடுத்துவிட்டு மஹாதேவய்யர் கிழவரைத் தன் வீட்டிலேயே தங்காமலேயென்று பண்ணாத உபசார மெல்லாம் பண்ணினார். அவர் வழக்கம் அது. கிழவர் தன்னால் பிறருக்கு அசௌகரியம் நேருவதை விரும்பவில்லை யென்றும், தான் எப்பொழுதுமே தனிமையை நாடுகிறவர் என்றும் தெரிவித்துவிட்டு மடத்துக்குப் போய் விட்டார்.

அவர் அப்படி காவேரி மடத்தில் போய்க் குடிபுகுந்ததில் சாமா ஒருவனுக்குத்தான் அதிருப்தி. அவன் இரவுகளை வழக்கமாக அம்மடத்தில்தான் கழித்தான். அது பலவிதங்களில் அவனுக்குச் சௌகரியமாக இருந்தது. ஊருக்கு ஒதுக்குப்புற

மாக இருந்த அவ்விடத்தில் யார் என்ன செய்தாலும் கேள்வி முறை கிடையாது. தவிரவும் சாமாவுக்குப் பிறர் படுகை; வாழைத்தார்களில் மோகம் அதிகம்; அவைதான் ருசியானவை என்பது அவன் கொள்கை. ஊர் பேர் தெரியாத ஒரு கிழவனிடம் மடத்துச் சாவியைக் கொடுத்தது தவறு என்று சொன்னான் சாமா. ஆனால் எங்கள் தெருவில் குழந்தை குஞ்சுகள் எல்லாருக்கும் சாமாவைப் பற்றித் தெரியும். அவன் வார்த்தைகளை நாங்கள் காதில் வாங்கவேயில்லை.

2

அன்று மாலை நாங்கள் நாலைந்து பேர்வழிகள் ஆற்று மணலில் உட்கார்ந்து பேசிக் கொண்டிருந்தோம். தென்னண்டை ஓரமாக அரையாறு ஜலம் ஓடிக் கொண்டிருந்தது.

எங்கள் ஊரும், காவேரி மடமும் ஆற்றின் வடகரையில் இருக்கின்றன. கிழவர் ஆற்றில் ஸ்நானஞ் செய்து ஜபதபங் களை முடித்துக் கொண்டு மடத்துக்குத் திரும்புகையில் எங்களண்டை வந்து நின்றார். வயதால் தளர்ந்த நடை; தளர்ந்த குரல்; தளர்ந்த உள்ளம்; ஏதோ பல கஷ்டங்களுக்குள்ளானவர் என்பது அவரைப் பார்த்த மாத்திரத்திலேயே தெரிய வந்தது.

நாங்கள் அவரை மௌனமாக வரவேற்கிறோம். என்ன சொல்வது என்று எங்களுக்குத் தெரியவில்லை. அதனால்தான் பேசவில்லை. அவர் யாரையோ தேடி அறிந்து கொள்ள விரும்புகிறவர்போல எங்கள் முகத்தையெல்லாம் உன்னிப் பாகக் கவனித்தார். சாமாவும் அப்போதுதான் எருமை மாட்டை ஓட்டிக் கொண்டு ஆற்றுக்கு வந்தான். கிழவர் அவனையும் உற்றுப் பார்த்தார்.

சாமா நையாண்டியாக “என்ன தாத்தா?” என்றான் - அவன் குரல் எங்களுக்கே பிடிக்கவில்லை.

எங்கள் பக்கம் திரும்பினார் கிழவர். சற்று நேரம் தயங்கினார். “காலையில் தினம் ஒரு சேர் பால் வேண்டும்” என்றார்.

“என் வீட்டில் மாடு கறக்கிறது. நான் கொண்டு வந்து தருகிறேன்” என்றேன்.

"எனக்காகச் சிரமப்படுத்திக் கொள்ளவேண்டாம். நானே வந்து வாங்கிக் கொள்ளுகிறேன்" என்றார் கிழவர்.

"சிரமம் ஒன்றுமில்லை. நானே கொண்டு வந்து தரு கிறேன். காய்ச்சி வேண்டுமானாலும்..."

"வேண்டாம், வேண்டாம். நான் பாலை எப்போதுமே காய்ச்சாமல்தான் சாப்பிடுவது வழக்கம்."

அதற்கப்புறம் அவர் அங்கு சற்றுநேரம் நின்றிருந்தார். நாங்களாக ஒன்றும் பேச்சுக் கொடுக்கவில்லை. அவர் கண்கள் சாமாவைத் தொடர்ந்தன. அவன் தன் எருமையை ஆற்றில் விரட்டிக் குளிப்பாட்டப் போய்விட்டான். அவருடைய மங்கிய கண்கள் கலங்கின என்று நான் நினைத்தேன். நான் சாமா பக்கம் திரும்பிவிட்டு வரும்படி அவர் பக்கந் திரும்பும்போது அவர் மடத்துக்குள் போய்விட்டார்.

3

நான் காலை மாலை இருவேளையிலும் அவருக்குப் பால் கொண்டுபோய்க் கொடுத்தேன். முதல் நாள் காசு தரு கிறேன் என்று மடிசஞ்சியிலிருந்து ஒரு முடிச்சையெடுத்து அவிழ்க்கத் தொடங்கினார். நான் கண்டிப்பாய் வாங்க மறுத்து விட்டேன். பால் மட்டுமின்றி சில நாள் அரிசி, வீட்டில் தின்பண்டம் ஏதாவது பண்ணினால் அது, எல்லாம் கொண்டு போய்க் கொடுப்பேன்.

அவர் மடத்தில் தானாகவே பொங்கிச் சாப்பிட்டார். சோம்பலாக இருந்த அன்று கடையில் ஏதாவது பழம் வாங்கிச் சாப்பிட்டுப் பாலைக் குடித்துவிட்டுப் படுத்து விடுவார். எங்கள் தெருவாருடன் அவர் அதிகமாகக் கலக்கவில்லை; கலக்க விரும்பவுமில்லை; யாருடனும் அவர் அதிகமாகப் பேசுவதும் கிடையாது. ஓரிரண்டு வீட்டில் சாப்பிடக் கூப்பிட்டனர். வினயமாக மறுத்து விட்டார்.

என்னுடனும் கிட்டத்தட்ட அதேமாதிரிதான் என்று சொல்லலாம். ஆனால் நான் ஊரையும் ஊராரையும்பற்றி ஏதாவது சொன்னால் விருப்பத்துடன் பதில் பேசாமல் கேட்பார். அவர் கண்களில் சதா குடியிருந்த சூன்யப் பார்வை அச்சமயங்

களில் சற்று மறையும். சில சமயங்களில் ஏதோ கேட்க விரும்பு கிறவர் போல வாயைத் திறப்பார். சட்டென்று கேட்கக் கூடாது என்று தீர்மானித்தவர் போல வாயை மூடிக் கொண்டு விடுவார்.

பொதுவாக ஊரார் எல்லோரையும் பற்றிப் பேசியிருப் பேன். ஆனால் சாமாவைப் பற்றி ஜாஸ்தி பேசினேன். அவனைக் கண்டால் எங்களில் யாருக்குமே பிடிக்காது. நான் பேசியதில் ஒரு வார்த்தை கூட அவனைச் சிலாகித்து விடாது என்பது நிச்சயம். என் பேச்சின் முக்கிய விஷயங்கள் சாமாவும் என் குடும்பமும்தான். இப்போது தெரிகிறது. கிழவர் வெகு சாமர்த்தியமாகப் பேச்சை சதா இந்த இரண்டு விஷயங் களையும் பற்றித் திருப்பியிருக்க வேண்டும் என்று.

அவரிடம் எனக்கு முதல் நாள் ஏற்பட்ட கவர்ச்சி நாள் ஆகஆக அதிகரித்துக் கொண்டே வந்தது. நான் ஒழிந்த நேரத்தையெல்லாம் மடத்தில் அவருடன் கழிக்க ஆரம்பித் தேன். கிழவர் தானாகப் பேசுவதனால் பொதுவாக எந்த விஷயத்தைப் பற்றியும் பேசுவார். எப்போதும் அவர் பேச்சில் ஒரு வித வைராக்கியமும், விரக்தியும் த்வனித்தன. ஆனால் தன்னைப் பற்றியோ, அல்லது வேறு தனிப்பட்ட மனிதர் யாரையாவது பற்றியோ அவர் பேசி அறியேன் நான்.

எங்களிடையில் அன்னியனாகவே இருக்க விரும்பினார் போலும் அவர்!

4

ஆனால் அவர் எங்களுக்குப் புதியவராகத் தோன்ற வில்லை. தானாகவே யாரிடம் வழி விசாரிக்காமல் மத்தி லிருந்து கிளம்பி ஏழெட்டு திருப்பங்கள் திருப்பி நேராக, ஊருக்கு வந்த முதல்நாள் கோயிலுக்குப் போய் விட்டு வந்தார். சில சமயம் ஒரு வீட்டிற்கெதிரே, ஒரு மரத்திற்கெதிரே, ஒரு கடைக்கெதிரே, அதையே உன்னிப் பாகப் பார்த்துக் கொண்டு யோஜனையிலாழ்ந்தவராய் கால்மணி, அரைமணி நின்று விடுவார்.

இதைக் கவனித்த நான் அவர் ஊருக்குப் புதியவரல்ல என்று தீர்மானித்துக் கொண்டேன். எங்கள் தெருவில் யாரும் அவரை அறிந்து கொள்ளாததால்... அவர் ஊரை விட்டுப் போய் பல வருஷங்கள் ஆகியிருக்க வேண்டு என்று தீர்மானித்தேன். என்ன காரணத்தால் அவர் ஊர் விட்டு வெளியேறினாரோ, யார் கண்டது? ஒன்றுமட்டும் நிச்சயம்; தன்னை ஊரார் அறிந்து கொள்வதை அவர் விரும்பவில்லை.

5

என் பாட்டி ஒருநாள் தானாகவே அக்கிழவரைப் பற்றிப் பிரஸ்தாபித்தாள். "அந்தக் காவேரி மடத்துக்கு வந்திருக்கிறாரே அவர்"... என்று ஆரம்பித்தாள்.

அவள் ரொம்ப பழங்காலத்து மனுஷி. வயது எழுபது ஆகிறது. அவள் கிழவர் யாரென்று அடையாளங்கண்டு கொண்டு விட்டாளோ என்று எனக்குச் சந்தேகம் தோன்றிற்று.

"ஏன்? உனக்குத் தெரிந்தவர் யார் மாதிரியாவது இருக்காரோ?" என்றேன்.

"இ...ல்லை" என்று இழுத்தாள் என் பாட்டி.

"தெற்கத்திகாரராம்" என்றேன் நான்.

அன்று பாட்டி மேலே ஒன்றும் சொல்லவில்லை. இரண்டு மூன்று நாள் கழித்து என் பாட்டி ஒரு கதை சொன்னாள்.

6

முப்பத்திரண்டு வருஷங்களுக்கு முந்திய கதை அது.

எதிர்வீட்டுச் சாமாவின் தாயார் பெயர் தர்மி. அவள் பணக்கார வீட்டுப் பெண். ஸ்திரீதனமாக நிறையப் பணமும் நிலமும் கொண்டு வந்தாள். அவள் கணவன் அப்போது கிராம முன்சீப். சீனுவாசய்யர் என்று பெயர். கன்னங் கரேரென்று தீவட்டித் தடியனாக இருப்பான். சொள்ளை மூஞ்சி; எப்போதும் சிடுசிடுத்த முகம். போதாதற்கு அவன் தொழிலும் சதா மூச்சு நுழைவதுதான் அவனுக்கும் கொஞ்சம் பணமும்

நிலமும் இருந்தது. தர்மி புக்ககம் வரும்போது வயது பதினா லிருக்கும். பார்ப்பதற்கு ரொம்ப அழகாக இருப்பாள்.

பக்கத்து வீட்டிலே நாணு, நாணு என்று ஒரு தடிப் பிரமச்சாரியிருந்தான். அவனுக்கு ஒரு விதவைத் தாயாரும், ஒரு மூத்த சகோதரியுந்தான் உறவினர்கள். அவனுக்கு அப்போது வயது முப்பதிருக்கும். ஆள் பார்க்க ஜோராக, 'டாப்பு' ஜோக்காக இருப்பான். அவன் குடியிருந்த வீட்டைத் தவிர அவனுக்கு வேறு சொத்தில்லை. வாசலகந்தான் சம்பாதிக்க வழி. பலே கைகாரன்; பேச்சுக்காரன்.

சுருங்கச் சொல்லுமிடத்து நாணு வீசிய வலையில் விழுந்து விட்டாள் தர்மி. இது பல மாதங்களுக்கு அப் புறந்தான் சீனுவாசய்யருக்குத் தெரிய வந்தது போலும். அன்று நாணு தப்பியது தம்பிரான் புண்ணியந்தான். கிடைத்த அடியெல்லாம் வாங்கிக்கொண்டு சொல்லிக் கொள்ளால் ஊரை விட்டு இரவோடு இரவாக ஓடிவிட்டான் நாணு.

தர்மியும் நாணுவுடன் ஓடிவிடுவதாகத்தான் ஏற்பாடு செய்திருந்ததாம். ஆனால் அது எப்படியோ கணவனுக்குத் தெரிந்துவிட்டது. அவன் தர்மியை ஒரு அறையில் போட்டுப் பூட்டிவிட்டான். அவள் அப்போது கர்ப்பமாக இருந்தாள். நாணு ஊரைவிட்டு ஓடியதற்கு எட்டு மாங்களுக்கப்புறம் சாமா பிறந்தான்.

சீனுவாசய்யர் தன் மனைவியை அதிகமாகத் துன்புறுத்திய தில்லை. அவள் பணம் அவனுக்கு வேண்டியிருந்தது. அதற்கப் புறம் அவள் ஐந்து வருஷங்கள் தான் உயிருடனிருந்தாள். சாமவைத் தவிர அவளுக்கு வேறு குழந்தையும் பிறக்கவில்லை. சீனுவாசய்யர்தான் தன் மனைவிக்கு விஷம் வைத்துவிட்டார் என்று ஊரில் வதந்தி. சீனுவாசய்யர் வேறு கலியாணம் பண்ணிக் கொள்ளவில்லை. தன் ஆஸ்தியையும், தர்மியின் ஆஸ்தியையும் கூத்திகளுக்குக் கொடுத்தே ஒழித்துவிட்டு தர்மி இறந்து ஐந்து வருஷங்களாவதற்குள் அவரும் இறந்து விட்டார்.

சாமாவுக்கு மிஞ்சியது அந்த வீடும் ஒரு எருமை மாடுந்தான்.

7

இக்கதையைச் சொல்லிவிட்டு என் பாட்டி "அக் கிழவரைப் பார்த்தால் நாணு மாதிரிதான் இருக்கிறது" என்றாள்.

"நிஜமாகவா?" என்றேன்.

"அப்படித்தான் எனக்குத் தோன்றுகிறது" என்றாள் என் பாட்டி.

8

அன்று சாயங்காலம் நான் கிழவருக்குப் பால் எடுத்துக் கொண்டு போகையில் என்னுடன் சாமாவும் தன் எருமை மாட்டை ஓட்டிக்கொண்டு வந்தான். நான் சாமாவைப் பற்றிக் கிழவரிடம் சொன்ன வார்த்தைகளில் ஒன்றாவது அவனைப் போற்றிருக்குமா என்று நான் யோசித்துக் கொண்டிருந்தேன்.

"ஏண்டா சாகமாட்டாத கிழத்துக்கு இந்த உபசாரம்?"

"பாலில்லாமல் சரிப்படாதாக்கும் கிழத்துக்கு!"

அது அவன் சுபாவம். உண்மையைறிந்தால், கிழவர் தன் தகப்பன் என்றறிந்தால்...! ஹிந்து சமூகத்தில் அந்தப் பிரச்னைக்குப் பதிலில்லை என்று தோன்றிற்று எனக்கு.

அதற்குள் காவேரி மேட்டை அடைந்து விட்டபடியால் நாங்கள் பிரிந்தோம்.

9

மடத்தில், ஸ்நானம் பண்ணிவிட்டு காயத்ரி ஜபம் பண்ணிக்கொண்டு உட்கார்ந்திருந்தார் கிழவர். நான் பாலை உள்ளே வைத்து விட்டு, ஜபம் முடியட்டும் என்று வெளித் திண்ணையில் போய் உட்கார்ந்தேன். பத்து நிமிஷத்தில் நியம நிஷ்டைகளை முடித்துக் கொண்டு, பாலைச் சாப்பிட்டு விட்டு, காலிச் செம்புடன் வெளியே வந்து ஆற்றைப் பார்த்துக் கொண்டு என் பக்கத்தில் உட்கார்ந்தார்.

சந்தேகத்தை எப்படித் தீர்த்துக் கொள்வது என்று

யோசித்தேன் நான். அச்சமயம் சாமா வேஷ்டியை இழுத்துக் கட்டிக்கொண்டு, எருமை மாட்டைக் குளிப்பாட்ட ஆற்றில் இறங்கியது என் கண்ணில் பட்டது. திடீரென்று முன்பின் யோசியாமல்.

"அது உங்கள் பிள்ளை" என்றேன்.

கிழவர் சட்டென்று திரும்பி என்னையே இரண்டு வினாடி நோக்கினார். பின்னர் சாமா பக்கந் திரும்பினார். அச்சமயம் சாமாவும் திரும்பி எங்கள் பக்கம் வந்தான்.

'ம்... ம்... ஷ்' என்று பெருமூச்சு விட்டார் கிழவர்.

மறுபடி அவர் என் பக்கம் திரும்பியபோது அவருடைய மங்கிய கண்களில் புது ஒளி இருப்பது போலத் தோன்றிற்று எனக்கு. நான் நினைத்தது தவறாக இருக்கலாம். ஆனால் 'தனக்கு இரண்டு தலைமுறைகளுக்கப்புறம் பிறந்த வாலிபன் ஒருவன் தன்னைக் கண்டு கொண்டான்; ஆனால் அவமதிக்க வில்லை என்ற பெருமை' அவர் கண்களில் பிரகாசித்ததைக் கண்டேன் நான்.

சாமா சமயம் பார்த்து ஜோராக அவனுடைய ஒப்பற்ற பாணியில் ஒரு தில்லானா பாட ஆரம்பித்தான்.

கிழவர் அதைப்பற்றிப் பேச அப்போது விரும்ப மாட்டார் என்று தோன்றிற்று எனக்கு. நான் மௌனமாக அவரை விட்டு விட்டு வீடு திரும்பினேன்.

மறுநாள் காலை நான் பால் எடுத்துக்கொண்டு போன போது காவேரி மடம் வெறிச்சென்றிருந்தது. கிழவர் விடியற் காலையிலேயே கிளம்பிப் போய்விட்டார். என் அசட்டுத் தனம் அது. நான் அவரை அறிந்துகொண்டதைக் காட்டிக் கொள்ளாமலிருந்திருந்தேனாகில் அவர் இன்னும் சில நாள் எங்களிடையே தங்கியிருந்திருப்பார்.

என் பாட்டி விஷயத்தை அறிந்துகொண்டு என்னைக் கோபித்தாள்.

"போடா அசடு! என்னிடம் ஒரு வார்த்தை சொல்லி யிருக்கக் கூடாதோ?" என்றாள். "நாணு என் தம்பி."

14

அழகி

1

சாரதாவுக்கு வயது பதினாறாகிறது; இன்னும் கல்யாண மாகவில்லை.

இந்தக் காலத்திலே அவசரம் என்ன என்பது ஒருபுறம். ஆனால் அவளுக்குக் கல்யாணமாகாததற்கு வேறு ஒரு முக்கிய மான காரணமும் இருந்தது. தக்க இடமாகப் பார்த்துக் கல்யாணம் செய்து வைக்க அவள் தகப்பனார் நடேச ஐயரிடம் வேண்டிய பசையில்லை. ஜாதகங்கள் தேடிக் கொண்டு ஊர் ஊராகப் போக ரயில் செலவுக்குக் கூட அவரிடம் பணம் அகப்படாது. அவருக்கு எப்போதும் பணமுடைதான். ஆனால் அவர் தம்மாலானதையெல்லாம் செய்து கொண்டு தான் இருந்தார். ஜாதகங்கள் கொடுத்து வாங்கியதிலே குறையே யில்லை. ஊரிலே சுற்றி அலைய அவர் சளைப்பதே கிடையாது. என்றாவது அவர் அப்படி அசிரத்தையாக இருந்து விட்டார் என்று தெரிந்துவிட்டால் அவர் மனைவி அலமேலு அம்மாள் வீட்டிலே ரகளை பண்ணிவிடுவாள். தமக்கு ஒரு பெண் இருக் கிறாள் என்றும் அவள் மூக்கு முழியுமாகச் சிவப்பாய் அழகாயும் இருப்பாள் என்றும், அவளுக்கு அந்த வருஷம் கல்யாணம் ஆகவேண்டியது அவசியம் என்றும் நடேச ஐயர் கண்டவர் கேட்டவரிடமெல்லாம் பிரஸ்தாபித்து வைப்பார். ஏதாவது நூறில் ஒன்று பிடித்துக் கொண்டு விடாதா என்று அவருக்கு ஆசை. ஆனால் இந்த இரண்டு வருஷங்களில் ஒன்றுகூடப் பிடித்துக் கொள்ளாதது பெண்ணின் துரதிருஷ்டந்தான். அதற்கு அவரென்ன செய்வார்? ஜாதகத்தை வாங்கிக் கொண்டவர் களில் சிலர் வந்து பெண்ணைப் பார்த்துவிட்டுப் போனார்கள். அப்படிப் பார்த்தவர்களுக்குப் பெண் பிடித்துத்தான் இருந்தது. ஆனால் பெண்ணின் தகப்பனாருக்கும், பிள்ளை வீட்டாருக்

கும் 'லௌகிக'ந்தான் ஒத்துவரவில்லை.

பெண் கொஞ்சம் சாதுதான்; அசடு என்றுகூடச் சொல்லலாம். ஆனால் எவ்வளவு சாதுவாக, எவ்வளவு அசடாக இருந்தாலும் தனக்கு வாய்க்கப்போகும் கணவனைப் பற்றி எந்தப் பெண்ணாலும் கனவுகள் காணாமல் இருக்க முடியுமா? இரண்டு மூன்று வருஷங்களாக ஒரு நாள் இரவு தவறாமல், சாரதா கனவுகள் கண்டு வருகிறாள். அவளுடைய கனவு நாயகன் ஓர் இரவு வந்தது போல மறு இரவு வருவதில்லை. அவளுக்கு அதுபற்றி அவ்வளவாகக் கவலையில்லை. கனவுகள் வெறும் கனவுகள் தாமே? உண்மை நாயகன் ஒருவன் வந்து கனவுக்கோட்டையைத் தகர்க்கும் வரையில் அதில் யார் வந்து தங்கிக் போனால் என்ன என்றுதான் அவளுக்குத் தோன்றிற்று.

தற்காலத்தில் அவள் வயதுப் பெண்களுக்கெல்லாம் சாதாரணமாகத் தெரிந்த விஷயங்கூட அவளுக்குச்சரியாகத் தெரியாது. பள்ளிக்கூடம் ஒரு வருஷத்துக்கு மேல் அவள் போனதில்லை; அவளுக்குக் கல்வியறிவு போதாது; எழுத்துக் கூட்ட மட்டுந்தான் வரும் என்பதே இந்த அறிவின்மைக்குக் காரணமாக இருக்கலாம். பெண்களும், ஆண்களுக்குச் 'சரிநிகர் சமான'மாக உலகறிந்திருக்க வேணுமென்ற தற்போதைய அவ்வளவு நவீனமல்லாத கொள்கையைப் படைத்தவர்களுக்குச் சாரதாவைப் பற்றி எண்ணும்போது ஆத்திரமும் அனுதாபமும் தோன்றலாம். 'பெண் கல்வி'யைப் பற்றிச் சொல்ல வேண்டியதையெல்லாம் மூட்டை கட்டித் தூக்கிக் கொண்டு போய் எந்த எந்தப் பிரசங்க மேடையிலிருந்து இறக்க முடியுமோ ஆங்காங்கு இறக்கி விடலாம் என்று தோன்றலாம். ஆனால் சாரதாவின் தகப்பனாரால் அவளுடைய அண்ணனைக் கூடச் சரியாக ஐந்தாறு வருஷங்களுக்கு மேல் பள்ளிக்கூடத்துக்கு அனுப்ப முடியவில்லை; இப்பொழுது அவன், பதினேழு வயது ஆகுமுன்னரே, ஒரு மளிகைக் கடையில் ஆறு ரூபாய் சம்பளத் துக்குச் சிற்றாளாக வேலை பார்த்துக் கொண்டிருந்தான்.

நடேச ஐயருக்குக் கும்பகோணத்தில் ஒரு சின்ன ஜவுளிக் கடையில் ஒரு சின்ன உத்தியோகம். மாதம் மேல் வரும்படி, உள்ள வரும்படி எல்லாமாகச் சேர்ந்து பதினெட்டு இருபது ரூபாய் தான் வரும். அவருடைய பையன் ஓர் ஆறு ரூபாய்

கொணர்ந்தான். இந்த இருபத்தாறு ரூபாயை நம்பிப் பிழைக்க அவருடன் நிரந்தரமாக வசித்தவர்கள் அவருடைய மனைவி ஒருத்தி, பையன்கள் மூவர், பெண்கள் இரண்டு. இதைத் தவிர அங்கு ஒண்ட இடம் கிடைக்காதா என்று ஏங்கிச் சில சமயம் வருபவர்கள். அவருடைய விதவைத் தமக்கை ஒருத்தி; 'வாழ்ந்த' தங்கை ஒருத்தி, சில சமயம் அவர்களுடைய கணக்கில் அகப் படாத சந்ததிகள். ஆனால் ஒன்று; என்றும் அவருடைய இருபத்தைந்து ரூபாயை நம்பி அவருடன் பதினைந்து நாட்களுக்குமேல் இருந்தது இல்லை.

ஜட்கா வண்டிக்காரர்களுக்கும், பஸ் கண்டக்டர்களுக்கும் உண்மையிலேயே அநேகமாக யாருக்குமே தெரியாத ஒரு விசாலமான வீதியில் இருந்து அவர்கள் குடியிருந்த வீடு. அந்த வீதியிலே நாலு வீடுகளுக்கு மேல் இல்லை. முனிசிபாலிடி நாகரிகம் தோன்று முன், அதாவது பண்டைக் காலத்தில், அந்தத் தெருவில் பல பெரிய மனிதர்கள் வசித்து வந்தார்கள். இப்பொழுது அவ்வீதிக்கு அந்தக் கௌரவம் கிடையாது. நடேச ஐயர் குடியிருந்த வீடு ரொம்ப பெரிய வீடுதான். அதில் அவருக்கென்று ஒதுக்கிவிடப்பட்டிருந்த இடம் பின்கட்டில் ஒரு சிறிய பகுதி, அதில் காற்று வாசனையே கிடையாது. காற்றுக்குப் பழகி உறுதிப்படாத அந்தப் பகுதி யின் தூண்கள் யாராவது இரைந்து பேசினால் புயல்தான் வந்துவிட்டதாக்கும் என்று பயந்து ஓட்டை மழை நடுவே தலை சாய்த்து விடும்.

வீடு என்னவோ பழைய வீடுதான். அதன் சொந்தக் காரரான விசுவநாதராவைப் போலவே, அதுவும் நமது பண்டைய நாகரிகத்தின் ஒரு சின்னமாகக் காட்சி அளித்தது. கொஞ்சம் கொஞ்சமாக எவ்விதத் திட்டமுமின்றி அந்த நாட்களில் மனம் போனபடி கட்டப்பட்ட வீடு; இரண்டு மாடிவீடு. இரண்டாவது மொட்டை மாடிக்குப் போனால் பிரம்மானந்தமாகக் காற்று வரும். ஆனால் மொட்டை மாடிக்குப் போக விசுவநாதராவின் வீட்டார் தயவு வேணும். விசுவநாதராவின் வீட்டுக்காரர்களுக்குச் சாரதா உண்மையி லேயே ரொம்பவும் வேண்டியவள்தான். தன் வீட்டுக்குக் காரியங்களையெல்லாம் செய்து முடித்துவிட்டு, போதிருந்த போது, அவர் அவர்கள் வீட்டுக் காரியங்களையும் தானாகவே

போய் வலியச் செய்து தருவாள். ராயரின் மனைவி சகுந்தலா பாய்க்குச் சாரதாவிடம் ஒரு தனிப்பிரியம். தனக்கு நாலு பிள்ளைகள் இருந்தும் ஒரு பெண் கூடப் பிறக்கவில்லையே என்று அவளுக்கு ரொம்பக் குறை. ஆனால் தனக்குப் பெண்ணிருந்தால் அதை எவ்வளவு பிரியமாக நடத்துவாளோ அவ்வளவு பிரியத்துடன் சாரதாவை அவள் நடத்தினாள் என்று சொல்வதற்கில்லை, என்ன இருந்தாலும் யார் வீட்டுப் பெண்ணோதானே! ஆனால் வீட்டில் ஒரு பெண் இல்லா விட்டால் வீடே ஒரு பாழாகத் தோற்றமளித்தது என்ற கொள்கையையுடைய சகுந்தலாபாய்க்குத் தன் வீட்டில் தன்னுடன் பேசிப் பழகி நடமாட சாரதா என்ற அந்தப் பதினாறு வயதுப் பெண் இருந்தது ரொம்ப ஆறுதலாக இருந்தது. சாரதாவின் தங்கை மீனா மாடிப்பக்கமே போகாது; அது கொஞ்சல் தீசல் என்றுதான் சொல்லணும், அவளுக்கும் சகுந்தலாவுக்கும் ஆகவே ஆகாது.

விசுவநாத ராவுக்கு உத்தியோகம் ஒன்றுமில்லை. ஆனால் அவர்களுடைய முன்னோர்களில் பலர் தலைமுறை தலை முறையாக ஹிந்து, மராட்டிய வம்சங்களுடன் நெருங்கிப் பழகியவர்கள். அவர்கள் குடும்பம் பெங்களூரிலிருந்து சிவாஜி யின் அண்ணா ஏகொஜி தஞ்சை வந்தபோது அவனுடன் வந்தது. தஞ்சையில் மராட்டியர்கள் ஆண்ட காலத்தில் அவர்கள் குடும்பத்தினர் சமஸ்தானத்தில் பல உயர்ந்த உத்தி யோகங்களை வகித்தவர்கள். இந்த விசுவநாதராவின் தகப்பனின் தகப்பனார். ராஜ வம்சத் தொடர்பை விட்டு விடாமல், பிரிட்டிஷ் ராஜ்யத்தின் தென்னிந்தியத் தூண்களில் ஒன்று என்று புகழ் பெற்று 'ஸர்' பட்டமும் பெற்றவர். அவருக்கப்புறம் குடும்பத்தின் ஸ்தாயி கொஞ்சம் கொஞ்சமாக இறங்கி விட்டது. அவருடைய பிள்ளை வயதாகி நல்ல உத்தியோகத்துக்கு ஏற்பாடு செய்து கொள்ளுமுன் தகப்பனார் இறந்து விட்டபடியால் எங்கும் நுழைந்து கொள்ளப் போதிய தீவிரமோ ஞானமோ இன்றி 'சர்' பெரியாரின் பிள்ளை என்கிற கௌரவத்துடன், புகழுடன் திருப்தி அடைய வேண்டியதாகி விட்டது. ஆனால் ஏராளமான சொத்திருந்தது. அவருக்குப் பின் அவருடைய ஏகபுத்திரன் விசுவநாதராவ் குடும்ப பாரத்தை ஏற்றுக் கொள்ளும் போது குடும்ப சொத்து ஏராளம்

என்பதிலிருந்து படிப்படியாகக் குறைந்து, அவர்கள் சாதாரணமாகப் பணக்காரர்கள் என்று சொல்லும் நிலைமைக்கு வந்துவிட்டது. 'சர்'ராவின் மகனின் மகன் என்ற கொஞ்சம் சந்தேகாஸ்பதமான கௌரவந்தான் விசுவநாத ராவுக்கு உண்டு. அவர் பி.ஏ. கூட ஏனோ பாஸ் பண்ணவில்லை. ஆனால் ரொம்பவும் நல்ல மனிதர். வயசு ஆகஆக அவருடைய புத்தியும் விசாலித்துக் கொண்டு வந்தது; தம்பிள்ளைகளுக்கும், மனைவி சகுந்தலாபாய்க்கும் அடங்கி நடப்பது தான் புத்திசாலித்தனமான காரியம் என்று அவர் உணர்ந்திருந்தார்; அவர் தம் நல்லதனத்தை எப்பாடுபட்டும் நிலை நிறுத்திக் கொண்டு விடுவது என்று தீர்மானித்திருந்தார்; சகுந்தலா பாயின் கெட்டிக்காரத் தனத்தால், நிர்வாகத் திறமையினால் குடும்பமும் சற்றுச் சீரடையும் போலத்தான் இருந்தது. விசுவநாதராவின் பிள்ளைகள் நால்வரும் பி.ஏ. வரையில் படித்துப் பாஸ் பண்ணிவிட்டு, இந்தியாவில் மூலைக் கொருவராக உத்தியோகத்திலிருந்தனர். மிகவும் சமீபத்திலிருந்த பையன் – மூன்றாவது பையன் – சென்னைக் கஸ்டம்ஸில் நாற்பது ரூபாய் சம்பளம் வாங்கிக் கொண்டிருந்தான். மற்ற மூவரும் தபாலில்கூட இரண்டு நாட்களில் எட்டிப் பிடிக்க முடியாத பிரதேசங்களில், ஆனால் சாசுவதமான சர்க்கார் உத்தியோகங்களில் இருந்தனர். ஊர் திரும்பும்போது பென்ஷனுடனும்தான் திரும்புவார்கள். எது எப்படிப் போனாலும் ஏதாவது ஒரு விடுமுறைக்கு ஒருவராக அவர்கள் வந்து கும்பகோணத்தில் தங்கள் தாய் தந்தையருடன் சிலநாள் தங்கிப் போவார்கள்.

சென்னைக் கஸ்டம்ஸில் வேலையாயிருந்த பையனின் மூத்த பிள்ளை பிறந்து இரண்டு வயசிலிருந்து கும்பகோணத்தில் சகுந்தலா பாய் வீட்டில்தான் வளர்ந்து வந்தான். அவன் பெயர் குண்டுராவ். சாரதா அந்த வீட்டிற்கு வந்தபோது குண்டுராவுக்கு வயது மூணு. குறும்பன்; துஷ்டப் பிள்ளை. கையும் காலும் துருதுருவென்று சதா எழுதும் ஏதாவது செய்யத் துடித்துக் கொண்டே இருக்கும். ஆனால் பார்க்க மிகவும் சாது போலப் பால் வடியும் முகத்துடன், அழகாயிருப்பான். சாரதாவிடம் அவனுக்கு உயிர். சாரதாவுக்கும் அவனிடம் அலாதிப் பிரியந்தான். சகுந்தலாபாய் கூட என்றைக்காவது

ஏதாவது சந்தர்ப்ப விசேஷத்தால் சிடுசிடுப்பாக முகத்தைக் கோணிக் கொண்டிருந்தது விட்டால், சாரதா குண்டுராவிடம் பேசுவதில் விளையாடு வதில் அதை மறக்க முயலுவாள். சகுந்தலாபாய்க்கும் அவனிடம் ரொம்பப் பிரியம். அவனை ஏதாவது கேள்விகேட்டு அவன் கொச்சைத் தமிழிலும் மராட்டியிலும் மழலையாகப் பதில் சொல்லுவதைக் கேட்டுக் கொண்டு சாரதாவும் சகுந்தலாபாயும் மணிக்கணக்காக உட்கார்ந்திருப்பார்கள். சாரதாவின் தினசரி நாயக் கனவு களிலே குண்டுராவைப் போன்ற ஒரு குழந்தைக் கும் எங்காவது ஓர் இடம் இருக்கும் என்பதிலிருந்து அவள் அவனிடம் வைத்திருந்த அன்பின் ஆழத்தை ஒருவாறு அறியலாம். குண்டுராவ் சாரதாவுக்கு வைத்திருந்த பெயர்தான் அழகி. அந்தப் பெயர் அவளுக்கு வந்தது ஒரு கதை.

விசுவநாதராவின் வீட்டில் அவருடைய முன்னோர் களின் ராஜவம்சம் தொடர்பின் சின்னமாக மிகுந்திருந்த சாமான்களில் அநேகமாக எவ்விதத்திலும் இன்று உபயோகிக்க முடியாத சாமான்களே அதிகம். வெறும் அலங்காரமாக, உபயோகிக்கப்படா விட்டாலும் விற்றுத் தொலைத்துவிட முடியாது என்ற காரணத்தினால், அவற்றை வீட்டிலே பல பாகங்களில் சேமித்து வைத்திருந்தார்கள். அபூர்வ விசிறிகள், பொம்மைகள், வேலைப்பாடமைந்த சிறு சிறு பெட்டிகள், குளோபர் விளக்குகள், நிலைக்கண்ணாடிகள், தஞ்சாவூர் சித்திரக்காரர்களின் படங்கள் இவை போன்ற பல சாமான் கள், அவர் வீட்டில் பல பாகங்களை அலங்கரித்தன. கடைசி யாகச் சொன்ன படங்களில் ஒன்று ஒரு ஸ்திரீயின் முகத் திற்குச் சித்திரக்காரன் எப்படியோ ஒருவித அழகும் கவர்ச்சியும் அளித்திருந்தான். இந்தப் படம், ஏனோ, சாரதா வின் மனத்தை ரொம்பவும் கவர்ந்தது. அவள் அதற்கெதிரே நின்று கொண்டு பத்து நிமிஷம், இருபது நிமிஷம் என்று நாழியானதே தெரியாமல் ஏதோ அந்தரங்கமான யோசனை களில் ஆழ்ந்தவளாக, அசையாது நின்றாள். சிலசமயம் குண்டு ராவையும் இடுப்பில் வைத்துக் கொண்டு அவனுக்கும் படத்தைக் காட்டி, "பாத்தியா... படம் அழகி படம்... அழகி" என்றாள். "அழகி, அழகி" என்று மட்டும் நாலு தரம் திருப்பித் திருப்பிச் சொல்லுவாள். சாரதாவைக் கண்டவுடன் 'அழகி'

என்ற வார்த்தைதான் அவனுக்கு முதலில் ஞாபகம் வரும். படத்திலிருந்த முகத்துக்கும் சாரதாவினுடைய முகத்திற்கும் ஏதோ ஒருவித ஒற்றுமை இருக்கத்தான் இருந்தது. அவ்வளவு தான். அதிலிருந்து விசுவநாதராவ் முதல் பெஷாவரிலிருந்து அவருடைய மூத்தமகனின் சம்சாரம் வரையில் எல்லோரும் நாளடைவில், அதாவது விடுமுறை நாட்களில் வருகின்றவர்கள் உட்பட, சாரதாவை அழகி என்றே அழைக்க ஆரம்பித்து விட்டனர்.

தன் வீட்டுக் காரியத்தையும், சகுந்தலாபாய் வீட்டுக் காரியத்தையும் செய்து முடித்தான பிறகு சாரதாவுக்குத் தன்னுடையது என்று சொல்லிக் கொள்ளக்கூடிய போது ரொம்ப ஸ்வல்பந்தான். அந்த ஸ்வல்பப் போதிலும் பெரும் பகுதி சாரதாவும் அறியாமலே குண்டுராவுடையதாகப் போய்விடும். இரண்டு வருஷங்களாக இரவில் மட்டும் கனவு கண்டு வருவது போதாது என்று சாரதா பகலில், வெயிலோ, நிழலோ என்று கூடக் கவனிக்காமல், ஒழிந்த நேரமெல்லாம் மொட்டை மாடிக்குப்போய் கைப்பிடிச்சுவரின் மேல் சாய்ந்து கொண்டு, கண்கள் திறந்தபடி எதையும் காணாதிருக்க, பகற் கனவுகளில் ஈடபட ஆரம்பித்துவிடுவாள். இரவுக் கனவுகளும், பகற் கனவுகளும் சாரதாவைப் பற்றி வரையில் ஒரே விஷயத்தைப் பற்றித் தான் என்று சொல்லவேண்டிய அவசியமில்லை. ஒரு நாயகன் தான் அதில் முற்றிலும் சரியானபடி உருவமாகாத முக்கிய பாத்திரம். சில சமயம் குண்டுராவைப் போன்ற குழந்தை ஒன்று; ஒரு வீடுவாசல் குடித்தனம் எல்லாம் அவள் கனவு களின் முக்கிய அங்கங்கள். கனவு என்று எவ்வளவுதான் கேலி யாகச் சொன்னாலும் சாரதாவுக்கு அந்த நாட்களில் வாழ்க் கையை ஏதோ கூடிய மட்டும் சகிக்கக்கூடியதாகச் செய்தது இந்தக் கனவுகள்தாம் என்று சொல்ல வேணும். வீட்டிலே எவ்வளவோ தொல்லைகள். கல்யாணமாகாத பெண், பெரிய பெண், வீட்டிலிருக்கிறார்கள் என்றால், அவளுடைய பெற்றோருக்கும் பொறுப்பு அதிகம் என்பதனால், அவர் களுக்கே அக்காரணமாகக் கோபமும் ஆத்திரமும் வந்து விடும். ஏதாவது சொல்லிக் காட்டிச் சீண்டிக்கொண்டே இருப்பார்கள்; பெண்ணின் வாழ்க்கையை எவ்வளவு கசப்புள்ளதாகச் செய்யலாமோ அவ்வளவும் செய்து விடுவார்கள். அதை

யெல்லாம் தப்பிச் சுமூகமாக இருப்பதற்காக என்றேதானோ என்னவோ, ஈசுவரன் கன்னிகளுக்கே பிரத்தியேகமான இந்தக் கனவுகளைப் படைத்திருக்கிறான்.

மிகவும் ரம்மியமான அவளுடைய பகற் கனவுகளினூடே சில சமயம் அதில் பட்டும் படாமலும் கலந்து அவள் நின்றிருந்த மாடிக்கெதிரே இருந்த மாடியில் மனம்போன படி நடமாடித் திரிந்துகொண்டிருந்த சில ஆண் உருவங்கள் அவள் கண்ணில்படும். ஆனால் அந்த ஆண்களைவிட அவளுக்குத் தன் பகற் கனவுகள்தான் முக்கியம். அந்த ஆண்கள் அந்த மாடியில் அப்படி நடமாடித் திரிந்து கொண்டிருந்ததற்குக் காரணம் தான் என்று அவள் அறிந்து கொள்ளவில்லை; அவ்வளவு சாது அவள்.

எதிரேயிருந்த மாடி வேறு ஒரு தெருவிருந்து பெரிய வீட்டின் பின்புறம். அதன் கீழ்த்தளத்தில் ஒரு ஜவுளிக் கடையும், பாத்திரக்கடையும் இருந்தன. முதல் மாடியில் சில அறைகளை வாடகைக்கு அமர்த்திக் கொண்டு சில கல்லூரி மாணவர்கள் வசித்துக் கொண்டிருந்தார்கள். அந்த மாணவர் களின் உருவந்தான் சில சமயம் அப்படிச் சாரதாவின் உருவந்தான் சில சமயம் அப்படிச் சாரதாவின் பகற்கனவு களில் குறுக்கிட்டன. ஏதாவது காரணமாக வந்தாலொழிய அந்த மாடியின் பின்பக்கம் யாரும் வரவேண்டிய அவசியமே கிடையாது. பெரிய விசாலமான மாடி அது. முன்புறம் நின்றால் தான் கடை வீதியும், கடைக்க வந்து போய்க் கொண்டிருப் பவர் கூட்டமும் கோலாகலமாக, உற்சாகமாகக் கண்ணில் படும். பின்புறம் ஒரு 'குருட்டு' வீதியும், ஈ காக்காய் இல்லாத பாலை தோற்றமுந்தான். ஆனால் வளர்ந்த மாணவர்களுக்குப் பதினாறு வயதுப் பெண்ணைவிடப் பெரிய காரணம் வேறு ஒன்று வேணுமா என்ன? அந்தப் பெண்ணுக்கும் பெயர் அழகி. அது ஒரு குழந்தை இட்ட பெயர்தான்; அதனாலென்ன? அந்தக் குழந்தை ஆண் குழந்தை அல்லவா? உண்மைதான்; அந்த மாணவர்களுக்கு அந்தப் பெயர் வெகுநாள் வரையில் தெரிந்திருக்க நியாயமில்லை. எனினும் அவள் பார்ப்பதற்கு அழகிதான் என்று எவ்வளவு தூரத்திலிருந்தாலுந்தான் அவர்கள் தெரிந்துகொண்டுவிடுவார்களே.

எதிர் மாடி அழகி மாடிக்கு வந்திருக்கிறாளா என்று பார்க்கப் பகலில் எந்த நேரத்திலும் யாராவது ஒருவன் கனத்த காரியமாக அந்த மாடியில் பின்புறம் வந்து உலாத்திவிட்டுப் போவான். அவன் தனியாயிருக்கும்போது சாரதா அவன் கண்ணில் பட்டுவிட்டால் அன்று ஒரு பீரியடோ, இரண்டோ, மத்தியான்னமோ, காலை வேளையோ அல்லது அன்று முழுவதுமேயோ கல்லூரியிலிருந்து மட்டந்தான். மாலை வேளைகளில் அந்த மாடியில் கொஞ்சம் கூட்டமாக இருக்கும். சாரதாவுக்கு ஐந்து மணி ஆவதற்குள் அநேகமாக வேலை யெல்லாம் ஆகிவிடும். மாடிக்குப் போய், கைப்பிடிச்சுவரின் மேல் சாய்ந்து கொண்டு நின்றுவிடுவாள். என்றைக்காவது அவளுக்கு அதிக வேலையிருந்து அவள் அந்தச் சமயம் மாடிப் பக்கம் வராதிருந்துவிட்டால் சூரிய அஸ்தமனத்துடன் மாணவன் ஒவ்வொருவனுக்கும் தன் வாழ்க்கைச் சூரியனும் அஸ்தமித்து இருட்டிவிட்டது போல ஓர் ஏக்கம் பிறந்து விடும். ஆனால் சாரதா இரண்டு மூன்று மாத காலத்தில் ஓரிரண்டு நாட்கள் தான் அப்படி மாடிக்குப் போகாதிருந்த நாட்கள். மாடியி லிருந்து தெருவிலே பார்க்க ஒன்றுமே கிடையாது. அத்வானந் தான். தங்களைப் பார்க்கத்தான் அவள் தினம் அப்படி வரு கிறாள், அப்படித்தான் இருக்கும் என்று மாணவர்கள் தங்களுக்குள்ளேயே நினைத்துக் கொண்டிருந்தார்கள் போலும்.

ஆனால் சாரதாவுக்கு அங்கு யாரும் தன்னைக் கவனிப்பார்கள் என்ற உத்தேசமோ, ஆசையோ, பயமோ இல்லை. சகுந்தலாபாயிடம் எண்ணெய் தடவித் தலைவாரிப் பின்னிப் பூவைத்துக் கொண்டு, முகத்தைக் கழுவிப் பொட்டிட்டு, கூடிய வரையில் அலங்காரமாகவேதான் அவள் மாடிக்கு வருவாள். அவளுடைய சாதாரணப் பெண் சுபாவம் அது. தவிரவும் கனவில் தன் நாயகனைச் சந்திக்கப் போகிறவள் அல்லவா? அவளை அந்த மாணவர்கள் கவனித்து எவ்வளவோ நாட்களாகி விட்டன. எனினும் அவள் தானும் அந்த மாணவர்களைக் கண்ணெடுத்து சரியாகப் பார்த்ததில்லை. தனக்காகத்தான் அவர்கள் அங்கு அப்படிப் பள்ளிக்கூடம் போடுகிறார்கள் என்று அவளுக்குத் தெரியவும் தெரியாது. தாங்கள் அங்கிருப்பதை அந்த மாணவர்கள் அவளுக்குத் தெரிவிக்க முயலவில்லை. பாதி நாள் அவள்

மாடிக்கு வந்து சேரு முன்னரே அவர்கள் அங்குவந்து சுவரில் இஷ்டப்படி சாய்ந்து கொண்டு கூச்சலிட்டுக் கொண்டிருப்பார்கள். பாட்டு, சீட்டியும், பேச்சும் பலமாக இருக்கும். சாரதாவின் உருவம் தென்பட்டதும் இதெல்லாம் கொஞ்சம் அடங்கும். ஆனால் மறுபடியும் சிறிது நேரத்துக்கெல்லாம் பழைய கூச்சலும் ஆரவாரமும் ஆரம்பித்துவிடும். தெருவில் நடமாட்டமோ வீடுகளோ அதிகமல்லாததால் அவர்கள் கூச்சலையும் சாரதாவின் தனிமையும் யாரும் கண்டு, தப்பர்த்தம் பண்ணிக் கொண்டு வம்பளக்கவில்லை.

ஊரையே எழுப்பிவிடக்கூடிய அந்தக் கூச்சலின் ஓய்ந்த சப்தந்தான் சாரதாவின் காதில் விழுந்தது. அவள் மாடிப்படி ஏறி வரும்போதே தன் கனவுகளுக்குத் தயாராகிக் கொண்டு வருவாள். உண்மை நாயகன் ஒருவன் தோன்றும் வரையில் அவள் கனவுகள் எதனாலும் கலையப் படாதவை. ஆனால் அந்த வாலிப மாணவர்களுக்குத் தங்கள் பாட புஸ்தகத்தில் இருந்ததைத் தவிர வேறு என்ன தெரியும்? கன்னிப்பெண் புனிதமானவள், அவள் கனவுகள் புனிதமானவை என்பதை அவர்கள் ஒப்புக் கொள்ளுவார்களா என்ன? அவர்களுக்கு எல்லாம் கேலியும் நகைப்பும் கூத்துந்தான். அவள் கற்சிலை போல நின்றிருப்பாள். அந்த மாணவர்களின் கூச்சல், பேச்சு, மனம் எல்லாம் சதா அவள் பக்கமே சென்று கொண்டிருக்கும்.

ஒருநாள் மாலை ஐந்தரை மணி சுமாருக்கு மேலே இந்த 'நடிகை' இல்லாத நாடகம் நடந்து கொண்டிருக்கையில் தன் அழகியைத் தேடிக்கொண்டு குண்டுராவ் மொட்டை மாடிக்கு வந்தான். அவன் நாலைந்து வாரமாகப் பள்ளிக் கூடம் போக ஆரம்பித்து போய்க் கொண்டிருந்தபடியால் சாரதாவும் அவனும் நாள் பூராவும் சேர்ந்திருப்பதற்கில்லை. ஸ்லேட்டையும் புஸ்தகங்களையும் கூடத்தில் எறிந்துவிட்டு, சாரதா எங்கே என்று விசாரித்துக் கொண்டு மேல்மாடிக்கு வந்தான். படிகளில் ஏறும்போதே அவன், "அழகி! அழகி!" என்று உரக்கக் குரல் கொடுத்துக் கொண்டேதான் வந்தான். மாடியிலும் முதலில் அவள் அவன் கண்ணில் படாததால் இரண்டு மூன்று குரல் "அழகி! அழகி!" என்று ஊர் முழுவதும் கேட்கும் படியாகக் கூப்பிட்டான்.

அவனுடைய முதல் குரல் நிச்சயமாக எதிர்மாடி வரையில் எட்டியிராது. ஏனென்றால் மாணவர்களின் கூச்சல் பலமாக இருந்தது. குண்டுராவ் இரண்டாவது தரம் கூப்பிட்ட போது கூச்சல் அடங்கிவிட்டது. அவனுடைய மூன்றாவது 'அழகி!' எதிர்மாடியில் நின்ற எல்லோருடைய காதிலும் ஸ்பஷ்டமாக விழுந்திருக்கும்.

சாரதா கனவுகள் கலைந்து திரும்பிய சமயமும், எதிர் வீட்டு மாடியிலிருந்து ஒரு வினாடி ஆழ்ந்த மௌனத்துக்குப் பின் 'கொல்' என்று பலருடைய உரத்த நகை ஒலி எழுந்த சமயமும் ஒத்துக் கொண்டன. அந்த நகைப்புச் சப்தங் கேட்டுத் திடுக்கிட்டு, சாரதா திரும்பி அந்த மாணவர் கூட்டத்தை ஏறிட்டுப் பார்த்தாள். ஒரு வினாடி அவளுக்கு ஒன்றும் புரிய வில்லை; ஏன் அவர்கள் அப்படி உரக்கச் சிரித்தார்கள் தன்னைப் பார்த்துக் கொண்டு என்று முதலில் அவளுக்கு ஆச்சரியமாக இருந்தது. சட்டென்று விஷயம் புரிந்ததும் தலை குனிந்தாள்; அவள் முகம் குப்பென்று சிவந்தது; அவளுக்கு வெட்கம் பிடுங்கித் தின்றது; என்னமோ போலிருந்தது.

இனிமேலும் தான் அங்கு நின்று கொண்டிருப்பது தவறு என்று சாரதா, தன்னைத் தேடிக்கொண்டு ஆவலுடன் வந்த குண்டுராவு கூடப் பேசாமல், அவன் வருகிறானா என்று பார்க்கக்கூடத் தாமதிக்காமல், சடசடவென்று மாடிப்படி இறங்கிக் கீழே போய்விட்டாள்.

2

சாரதாவுக்கும் கல்யாணம் நிச்சயமாகிவிட்டது. பெண்ணென்று ஹிந்துக்களிடையே பிறந்துவிட்ட அவளுக் கென்று பிரம்மதேவன் ஓர் ஆண் மகனைச் சிருஷ்டிக்காமலா விட்டிருப்பான்?

சாரதாவுக்குக் கல்யாணம் நிச்சயமான விஷயத்தில் தெய்வமே தான் இரங்கிக் கண்ணெடுத்துப் பார்த்துக் குறுக்கிட்டிருக்க வேணும். இல்லாவிட்டால் நடேச ஐயரின் முயற்சியால் மட்டும் அது அவ்வளவு சீக்கிரம் நடந்திராது. எப்படியோ வேளையும் காரியமும் ஒத்துக் கொண்டன. அது மட்டுமல்ல; நடேச ஐயரின் கையை எதிர்பார்க்காமலே

144 க.நா. சுப்ரமண்யனின் தேர்ந்தெடுத்த சிறுகதைகள்

கல்யாணம் நிறைவேறி விடும்போலிருந்தது. பையன் வீட்டுக்காரருக்கு அவர் நேரில் போயோ தபால் மூலமாகவோ சாரதாவின் ஜாதகத்தைக் கூட அனுப்பி வைக்கவில்லை. நடேச ஐயரிடம் அதைப் பற்றிப் பிரஸ்தாபிக்காமல் யாரோ நண்பர் ஜாதகத்தை அவர்களிடம் கொடுத்திருந்தாற்போல் இருந்தது. ஜாதகம் ஒத்திருந்தது என்றும், பையனும் தாமும் திருவாரூரி லிருந்து பெண்ணைப் பார்க்க வருவதாகவும் பையனின் மாமா ஒரு நாள் காலை கடிதம் எழுதிப் போட்டு விட்டு மறுநாள் மாலை மூன்று மணிக்கெல்லாம் வந்து சேர்ந்துவிட்டார். நடேச ஐயரிடம் அன்று சோதனையாகக் காபி பலகாரம் செய்துவைக்க ஏதாவது வாங்கக்கூடக் கையில் காசில்லை. அதற்காக நடக்க வேண்டிய காரியம் நின்று விடுமா என்ன? அலமேலு அம்மாள் சகுந்தலாபாயிடம் விஷயத்தைச் சொல்லி வேண்டிய சாமான்களை எல்லாம் வாங்கித் தயார் செய்து வைத்துவிட்டாள்.

மாலை மூன்று மணிக்கு மாப்பிள்ளைப் பையனும் அவனுடைய மாமாவும் குதிரை வண்டியில் வந்து அவர்கள் வீட்டு வாசலில் இறங்கினார்கள். நடேச ஐயர் அவர்களைத் தக்கபடி வரவேற்று உபசாரங்கூறி உள்ளே அழைத்துக் கொண்டு போனார். பையனின் பெயர் சிவசுப்பிரமணியன். இருபத்திரண்டு வயதிருக்கும். பி.ஏ. பரீக்ஷைக்கு அந்த வருஷந் தான் பணங்கட்டிப் போயிருந்தான்; ரிசல்ட் தெரியவேணும்; அநேகமாகப் பாசாகிவிடலாம். கும்பகோணத்தில்தான் அவன் பி.ஏ.க்கும் படித்தானாம். தான் பெண்ணை ஏற்கெனவே பார்த் திருந்ததாகவும், தன்னை பற்றிய வரையில் திருப்திதான் என்றும், மாமாவும் பார்க்கட்டும் என்றுதான் அவரை அழைத்து வந்ததாகவும் பையன் சொன்னான். மாமாவைத் தவிர அவனுக்குக் கிட்டிய பெரிய உறவினர் யாரும் இல்லை. தாயும் தகப்பனும் இறந்து பல வருஷங்களாகிவிட்டன. பதினைந்து வயதில் ஒரு தங்கை மட்டுந்தான் அவனுக்கு இருந்தார்கள். அவர்கள் இருவரும் மாமாவிடந்தான் வளர்ந்து வந்தார்கள். ஆனால் அவன் கல்யாணம் செய்துகொண்டு குடித்தனம் நடத்த ஆரம்பித்தால் தம்பி தங்கை இருவரையும் தன்னுடந்தான் கொண்டு வைத்துக்கொள்ள வேணும் என்றான்

பையன். சொத்து ஏதோ பதினாராயிரம் பெறுமானது இருந்தது. கொஞ்சம் நில புலன்களும் திருவாரூரில் சொந்த வீடொன்றும் இருந்தனவாம். இதெல்லாம் பையன் தன்னைப் பற்றிச் சொல்லிக் கொண்டதுதான். வாயைத் திறந்து தானாகவே விசாரிக்க நடேச ஐயருக்குத் தைரியமில்லை உபசாரமாக ஏதாவது வார்த்தை சொல்வதுடன் நிறுத்திக் கொண்டு விட்டார். நல்ல வரன் போலத்தான் பட்டது. ஆனால் 'லௌகீகத்தைப்' பற்றித் தாமாக எதுவும் ஆரம்பிக்க அவருக்குத் தைரியமில்லை. எத்தனையோ தடவை பட்டவர்; அதனால் இதுவும் நழுவி விடுமோ என்று அவருக்குப் பீதி.

ஆனால் தெய்வசித்தம், இந்த வரன் நழுவுவதாக இல்லை. பையனுடைய மாமாவே நடேச ஐயரைத் தனியாக அந்தண்டை அழைத்துப்போய் விஷயத்தைச் சொல்லி விட்டார். அவன் எங்கோயா அகஸ்மாத்தாக அவர் பெண்ணைப் பார்த்த தாகவும், அவளையே கல்யாணம் பண்ணிக் கொள்ளுவது என்று தீர்மானித்திருந்ததாகவும் அந்த விஷயத்தில் அவன் பிடிவாதமாகவே இருந்தான் என்றும், கல்யாணத்தை உப்பிலியப்பன் கோயிலில் ஒரு நாள் சகல செலவையும் தாமே ஏற்றுக்கொண்டு செய்து கொள்ள அவன் தயாராக இருந்த தாகவும் சொன்னார். நடேச ஐயருக்குத் தம் காதுகளையே நம்ப முடியவில்லை. வந்தவர்கள் இருவரையும் கூடத்தில் உட்கார்த்தி வைத்து விட்டு அவர் தன் மனைவியுடன் சமையலறைப் பக்கம் போய்க் குசுகுசுவென்று பேசிவிட்டு வந்தார். நல்ல வரன்போலத்தான் இருந்தது; ஆனால் இவ்வளவு எளிதாக முடியும் போலிருக்கிறதே, அதில் ஏதாவது சூதிருக்குமோ என்று அவர்களுக்குச் சந்தேகமாயிருந்தது. சமையலறை சின்ன ஜன்னல் வழியாக வெளியே கூடத்தில் உட்கார்ந்திருந்தவர் களைப் பார்த்துக் கொண்டிருந்த சாரதாவை அழைத்து, அவள் என்ன சொல்லுகிறாள் என்று கேட்டார் கள். அவள் முதலில் ஒன்றும் சொல்லவில்லை; மென்று முழுங்கித் தயங்கினாள்; கடைசியில் "ஏதாவது கல்யாணம்னு ஆயிடட்டும்; அப்புறம் விதி விட்டவழி விடறது!" என்று சொல்லிவிட்டுச் சரேலென்று முகத்தைத் திருப்பிக் கொண்டு போய்விட்டாள்.

விதியின் தலையில் பாரத்தைப்போட நடேச ஐயரும்

தயாராகவே இருந்தார். ஆனால் அவர் மனைவிக்கு மட்டும் கடைசி வரையில் கொஞ்சம் மனசு கஷ்டமாகவே இருந்தது. இப்பொழுது சத்தியாக ஒரு தீர்மானத்துக்கு வந்ததுபோலக் காட்டிக் கொண்டுவிட்டு, பின்னால் திருவாரூர் போய் நேரில் பையனைப் பற்றிச் சகல விஷயங்களையும் விசாரித்துக் கொண்டே கல்யாணத்துக்கு முகூர்த்தம் வைக்க வேணு மென்றாள் அலமேலு அம்மாள்.

சாரதாவுக்கு என்னவோ அந்த வரன் வந்து கூடத்தில் உட்கார்ந்தபோதே அவரைத் தன் கணவராகப் போகிறவர் என்று மனத்தில் சந்தேகத்துக்கே இடமில்லாமல் தட்டி விட்டது எப்படி என்று அவளுக்கே தெரியவில்லை. வந்திருந்தவர் தன் கனவுகளில் வந்த எந்த நாயகனையும்போல இல்லை. கொஞ்சம் கறுப்புதான். சப்பட்டை மூக்கு; செம்பட்டையான மயிர்; இந்தக் காலத்தில் சாதாரணக் கல்லூரி மாணவர்களைப் போல அவர் கிராப் வைத்துக் கொண்டிருக்கவில்லை; குடுமிதான்; முதுகும் கொஞ்சம் கோணலாகக் கூனியிருந்தது. ஆனால் அவரே தன் கணவன் என்பதில் சாரதாவுக்கு ஆரம்ப முதலே சந்தேகம் சிறிதுகூடத் தோன்றவில்லை. தன் தாயும் தகப்பனாரும் தன் கணவராகப் போகிறவரைப் பற்றிக் காரணமில்லாமல் இப்படிச் சந்தேகப்பட்டது அவளுக்குக் கோபம் வந்தது. ஆனால் அவர்கள் தன் நன்மையை உத்தேசித்தே இதை யெல்லாம் யோசித் தார்கள் என்றும் தனக்கு அதுபற்றி ஆத்திரம் வந்தது தெரிந்தால் அவர்கள் கேலிக்கு ஒரு முடிவே இராது என்றும் அறிந்து அவள் எதுவும் பேசாமல் இருந்து விட்டாள்.

நடேச ஐயர் மறுபடியும் கூடத்தில் போய் அவர்களுடன் உட்கார்ந்துகொண்டார். "அம்மா, சாரதா, வந்து நமஸ்காரம் பண்ணேன்" என்றார். சாரதா நாணிக்கோணிக் குறுக முயலாமல், சாதாரணமாக நடந்து வந்து முதலில் சுவாமி படத்துக்கும், பின்பு சிவசுப்பிரமணியத்தின் மாமாவுக்கும், சிவசுப்பிரமணியத் துக்கும், தன் தகப்பனாருக்கும் நமஸ்காரம் பண்ணிவிட்டு உள்ளே போனாள். அவள் மனத்தில் உள்ளூர ஒரு கொந்தளிப்பு இருந்தது. எனினும் அதைக் கூடியவரையில் அவள் அடக்கிக் கொண்டு, சின்னப் பெண்ணாகப் பயந்தவள் போலக் காட்டிக் கொண்டு வந்தவர்களை ஏமாற்ற முயலாமல் சுபாவமாகவே

நடந்து கொண்டாள். அன்றைக்கென்று அவள் தாயாரும் சகுந்தலா பாயும் எவ்வளவோ சொல்லியும் பிடிவாத மாக அவள் விசேஷ அலங்காரங்கள் கூடச் செய்து கொள்ள மறுத்து விட்டாள். வழக்கமாகச் செய்யாத காரியம் ஒன்று தான் அவள் அன்று செய்தாள்; என்றும் நாலுமணிக்கு முன் தலைவாரி, முகம் கழுவியதில்லை. அவள் இன்று இரண்டரை மணிக்கே அதையெல்லாம் செய்து கொண்டிருந்தாள். தினசரி உடுத்துக் கொள்ளும் புடவையைத்தான், தினசரி உடுத்துக் கொள்வது போல அமரிக்கையாக அணிந்து கொண்டிருந்தாள். அவள் அம்மாவுக்கு இதெல்லாம் பற்றி ரொம்பக் கோபம். ஆனால் சாரதா, "இந்த வேஷமெல்லாந்தான் சென்ற மூன்று வருஷ மாகப் போட்டுப் பார்த்ததும் பலிக்கவில்லையே! இன்று வேஷம் வேண்டாம்" என்று கசப்புடன் சொல்லி விட்டாள். அவள் தாயார், "என்ன பிடிவாதம்!" என்று முணு முணுத்தாள்; பெண்ணின் கன்னத்தை இழைக்காத குறை தான். ஆனால் வரன் வந்து கூடத்தில் உட்கார்ந்ததைக் கண்டது முதலே சாரதாவுக்குத் தான் அன்று செய்ததற்கெல்லாம், பிடித்த பிடிவாதத்துக்கெல்லாம் காரணம் மனக்கசப்பு அல்ல, தெய்வாதீனமாகத் தானே அறியாமல் பெற்றுவிட்ட ஒரு நிச்சயந்தான் என்று தோன்றிவிட்டது.

டிபனைக் கொண்டுபோய் வைக்க ஒரு தரம், தீர்த்தம் கொண்டுபோய் வைக்க ஒருதரம். காபி கொண்டுபோய் வைக்க தரம், வெற்றிலை பாக்கு கொண்டுபோய் வைக்க ஒரு தரம் ஆக நாலுதரம் சாரதா கூடத்துக்குப் போய்விட்டு வந்தாள். ஒவ்வொரு தடவையும் சிவசுப்பிரமணியத்தின் பார்வை தன் மேல் இருந்ததை அவள் உணர்ந்தாள். இரண்டொரு தரம் அவளும் தைரியமாகத் தலையை நிமிர்த்தி அவரைப் பார்க்க நேருக்கு நேர் பார்ப்பது என்று தீர்மானித்து, நிமிர்ந்தாள். ஆனால் சுபாவமாகவே உள்ள ஒரு நாணம் அதைச் செய்ய விடாமல் அவளைத் தடுத்தது.

சாரதாவின் தம்பிகளும், தங்கையும் கிடைத்த காபியை யும், சொஜ்ஜியையும் ஒரு கை பார்த்துக்கொண்டு நடேச ஐயருக்குப் பக்கத்தில் வேறு எதையும் பற்றிக் கவலையின்றி உட்கார்ந்திருந்தார்கள். அந்தச் சமயம் பள்ளிக்கூடத்திலிருந்து

குண்டுராவ் எக்காரணத்தாலோ சீக்கிரமே வீடு திரும்பித் தன் வீட்டில் தன் சாரதாவைத் தேடிக்கொண்டு உள்ளே வந்தான். அவன் இப்பொழுது தெல்லாம் அவளை அழகி என்று அழைப்பதில்லை; ‘அழகி’ என்று தன்னை அழைக்கக் கூடாது, என்று நாலு மாசத்துக்கு முன் ஒருநாள் அவள் உத்தரவிட்டாள்; ஏன் என்று குண்டுராவுக்குத் தெரியாது. சாரதா என்ற பெயரைவிட அழகி என்ற பெயர்தான் அவளுக்கு ரொம்பவும் பொருத்தமான பெயர் என்று அவனுக்குத் தோன்றிற்று. ஆனால் ‘அழகி’ என்று கூப்பிட்டால் அவள் ஏனென்று கேட்கமாட்டேன் என்று கண்டிப்பாகச் சொல்லி விட்டாள். அவளைச் சாரதா என்று கூப்பிடவே அவன் இப்பொழுது பழகிக் கொண்டிருந்தான். சாரதாவைத் தேடிக் கொண்டு வந்த குண்டுராவின் கண்ணில் அங்கே புதுசாக யாரோ உட்கார்ந்து கொண்டிருந்தது படவேயில்லை. “சாரதா! சாரதா!” என்று கூப்பிட்டுக் கொண்டே உள்ளே ஓடிவந்தான். நடேச ஐயர் அவனைக் கூடத்திலேயே நிறுத்திக் கொள்ள முயன்றார். ஆனால் அவன் கையில் படமாமல் தப்பி ஓடி விட்டான். அவன் சமையலறைக்குள் ஓடினான்.

“யார் அது பையன்?” என்று விசாரித்தான் சிவசுப்பிர மணியன்.

“வீட்டுக்காரராத்துப் பையன். அவனுக்குச் சாரதா விடந் தான் உயிர்” என்றார் நடேச ஐயர்.

குண்டுராவ் சாரதா வீட்டுச் சமையலறையில் தன் பாட்டி யையும் கண்டு திகைத்துப் போனான். அவன் அதற்கு முன் அவளை அங்கே கண்டதேயில்லை. ஜன்னலண்டை தன் சிவந்த முகத்தை மறைத்துக் கொண்டு நிற்கமுயன்ற சாரதாவிடம் போய் அவன், “சாரதா! சாரதா!” என்று அவள் புடவைத் தலைப்பைப் பிடித்திழுத்தான். “தொந்தரவு பண்ணாதேடா. குண்டு. அதோ பார் கூடத்தில், ஒரு மாமா புதுசாக உட்கார்ந் திருக்கா பாரு. அந்த மாமாதான் சாரதாவைக் கல்யாணம் பண்ணிக் கொண்டு தம்மோடு ஊருக்கு அழைத்துக் கொண்டு போகப் போகிறார்...” என்று மெதுவாகச் சொன்னாள், பாட்டி.

சமையலறைக்குள்ளிருந்து குண்டுராவ் வெளியே

கூடத்துக்குள் எட்டிப்பார்த்தான். யாரோ இரண்டுபேர் புதுசாக உட்கார்ந்திருப்பது அவன் கண்ணில் இப்போதுதான் பட்டது. மெதுவாக அவன் கூடத்துக்கு வந்து நடேச ஐயரிடம் உட்கார்ந்து கொண்டு எதிரே இருந்தவர்களை மிரளமிரளப் பார்த்தான்.

சிவசுப்பிரமணியன் அவன் பக்கம் கையை நீட்டி, "என்னடா பேரு உனக்கு?" என்று கேட்டான்.

"என் பெயர் குண்டுராவ். உன் பேரென்ன?" என்று கேட்டான் குண்டுராவ்.

வந்தவர் கோபித்துக் கொண்டுவிடப் போகிறாரே என்று நடேச ஐயர் பயந்து விட்டார். "எதிர்த்துப் பேசக் கூடாதடா, குண்டு" என்றார்.

ஆனால் சிவசுப்பிரமணியன் கோபித்துக் கொள்ளவில்லை; சிரித்துக் கொண்டே கெட்டிக்காரப் பையனுடன் தகுந்தபடி பேச அறியாதவனாக உட்கார்ந்திருந்தான். குண்டுராவ் நடேச ஐயர் பக்கத்திலிருந்து எழுந்து, "நீதான் எங்க சாரதாவை அழைச்சிண்டு போக வந்திருக்காயாமே! நான் ஒன்னோட பேச மாட்டேன் போ!" என்றான்.

"நீயும் என்னோட வரயா?"

சற்றுநேரம் அவனைப் பார்த்துக் கொண்டே தயங்கினான் குண்டுராவ். அப்பறும் ஒன்றும் தீர்மானிக்க முடியாமல், "நான் சாரதாவைக் கேட்டுச் சொல்றேன்" என்று சொல்லிவிட்டு உள்ளே ஓடிவிட்டான்.

இத்தனையும் பார்த்துக் கொண்டும் கேட்டுக் கொண்டும் சாரதா சமையலறை ஜன்னலில்தான் நின்று கொண்டிருந்தாள். தான் நின்று கொண்டிருந்தது கூடத்திலிருந்தவருக்குத் தெரியாதென்று அவள் எண்ணியிருந்தாள். ஆனால் சிவசுப்பிரமணியன் கடைக்கண்ணால் அவளைப் பார்த்துக் கொண்டேதான் உட்கார்ந்திருந்தான். தனக்குக் கணவனாகப் போகும் அவர் குண்டுராவிடம் கோபங்கொள்ளாமல் அப்படிச் சிரித்துச் சிரித்துப்பேசிக் கொண்டிருந்தது சாரதாவுக்கு ஒரு சுப சூசகமாகப் பட்டது. அந்த மனிதருடன் வாழ்க்கை நடத்து

வது சுலபம்; தன்னைச் சரியாக வைத்துக் கொள்ளுவார் அவர் என்று எண்ணினாள் அவள்.

சாரதாவின் புடவைத் தலைப்பைப் பிடித்திழுத்திக் கொண்டு நின்றான் குண்டுராவ். அவனுக்கு உண்மையிலேயே தன் சாரதா ஊருக்குப் போய்விடப் போகிறாளா? போய் விட்டால் என்ன பண்ணுவது? என்று பயம் வந்து விட்டது. மனத்தில் இருந்த ஏக்கத்தில், ஆசையில், அழகி என்று தன்னை இனிமேல் கூப்பிடக் கூடாது என்று அவள் உத்தர விட்டிருந்தது மறந்து போய்விட்டது வீடு முழுவதும் ஒலிக்கும் படியாக அவன் கணீரென்று கேட்டான்; “அழகீ, என்னையும் உன்னோட அழைச்சுண்டு போறயா, அழகி?”

அது கூடத்திலிருந்தவர்கள் காதிலும் நிச்சயமாக விழுந் திக்கும். ஆனால் ‘அழகி’ குண்டுராவைக் கோபித்துக் கொள்ள வில்லை. சட்டென்று அவனை வாரியெடுத்து அணைத்து முத்தமிட்டாள். குழந்தையின் மனத்திலே ஓர் ஆறுதல் பிறந்தது.

சாரதாவுக்கும் சிவசுப்பிரமணியனுக்கும் கல்யாணம் ஒரு வழியாக நிச்சயமான மாதிரிதான். முகூர்த்தம் மட்டும் பின்னால் சந்தித்து ஒரு நாள் ஏற்பாடு செய்யலாம், என்று தீர்மானிக்கப் பட்டது.

அவர்கள் போனபின் சாரதாவின் தாயார் அலமேலு அம்மாளும், குண்டுராவின் தாயார் சகுந்தலா பாயும், குண்டுராவையும் சாரதாவையும் இல்லாதபடி யெல்லாம் பரிகாஸம் செய்தார்கள். ஆனால் குண்டுராவ் எதையும் அலட்சியம் பண்ணவில்லை; சாரதா தன்னை விட்டுப் போய் விடுவாளோ என்று அன்று ஏற்பட்ட பயத்தால் அவனுக்கு அவளிடம் ஒட்டுதல் அதிகரித்தது. பெண்மைக்கு மட்டும் உள்ள உரிமைகளுடன் அவர்கள் சாரதாவிட வாயைக் கொடுத்து மாப்பிள்ளையைப் பற்றி அவளுக்கு பூரண சம்மதந்தான் என்று அறிந்துகொண்டு விட்டார்கள்.

நடேச ஐயர் திருவாரூக்குப் போய்ப் பையனுடைய பூர்வோத்திரங்களையெல்லாம் விசாரித்துக் கொண்டு வந்தார். அவர்கள் சந்தேகப்பட்டது போல ஒன்றுமில்லை. மட்டமான

ஜாதிதான். ஆனால் இந்தக் காலத்தில், அதை யார் பார்க் கிறார்கள்? பையன் தன் பெண்ணைக் கண்டு அவளிடம் அன்பு கொண்டு அவளையே கல்யாணம் பண்ணிக் கொள்ளு வது என்று தீர்மானித்திருந்த விஷயம் பற்றி அவருக்கே பெருமையாக இருந்தது. பையனும் ரொம்ப நல்லவன்தான். அவனுடன் பழகப் பழக அவன் தங்கக்கம்பி, அவனை ஆரம்பத்தில் தான் சந்தேகித்தது தவறு என்று அவருக்கே தோன்றிவிட்டது. பெருமையுடன் இதெல்லாம் பற்றி அவர் தம் மனைவியிடம் சொல்லிக் கொண்டிருக்கும்போது சாரதா பக்கத்து அறையிலிருந்து ஆனந்தத்துடன் கேட்டுக் கொண்டிருந் தாள். இடையில் பி.ஏ. பரீட்சை முடிவுகளும் வந்துவிட்டன. சிவசுப்பிரமணியன் இரண்டாவது வகுப்பில் தன் கல்லூரியி லேயே முதல் பையனாகத் தேறியிருந்தான். ஏற்கெனவே அழகியான சாரதா அடையாளத் தெரியாதபடி புதுப் பூரிப்புடன் இன்னும் அழகு பெற்று விளங்கினாள். இப்பொழுதெல்லாம் அவள் கனவு நாயகன் ஒரே உருவத்துடன் வருகிறான் முடிந்த செம்பட்டைச் சிண்டும், கூனல் முதுகும், சப்பட்டை மூக்கும், சிவசுப்பிரமணியன் என்ற பெயருந்தான் இந்த உருவத்தின் முக்கிய சின்னங்கள்.

உப்பிலியப்பன் கோயிலில் தெய்வ சந்நிதியில் திருமணம் நிறைவேறிற்று. அதிக தடபுடலோ, ஆடம்பரமோ இல்லாத கல்யாணம். ஒருநாள் கல்யாணத்துக்கு இருதரப்பாருக்கும் சேர்த்து அறுநூறு ரூபாய்க்குமேல் செலவிராது. அதில் இருநூறு ரூபாய் தான் நடேச ஐயரின் செலவு. மற்றதெல்லாம் பையன் செலவு. கலியாணமான மறுநாளே தன் பெண்டாட்டியை ஊருக்கு அழைத்துச் சென்று விடவேணும் என்றான் சிவ சுப்பிரமணியன். திருவாரூரில் அவன் வீட்டின் கிருஹப் பிரவேசத்துக்கு வேண்டிய ஏற்பாடெல்லாம் ஆகியிருந்தது. கணவனும் மனைவியும் முதல் ரயிலில் திருவாரூர் போவது என்றும், மற்றவர்கள், அதாவது மனைவியின் குடும்பத்தார் கும்பகோணம் போய்விட்டு இரவே அங்கிருந்து கிளம்பிக் கிரஹரப்பிரவேச முகூர்த்தத்துக்கு வரவேண்டியதென்றும் ஏற்பாடாயிற்று. நடேச ஐயர் முதலில் சம்பிரதாயத்துக்கு ஒவ்வாதே என்று இந்த ஏற்பாட்டுக்குச் சம்மதிக்க மறுத்தார். ஆனால் கடைசியில் பையனுக்கும் பெண்ணுக்கும் இது

ரொம்ப இஷ்டமான விஷயம் என்று அறிந்ததும் குறுக்கே நிற்காமல் சம்மதித்து விட்டார். பதினேழு வயதுப் பெண்; ஐந்து வருஷமாகத் தன்னை அலைய விட்டுக் கவலைக் குள்ளாக்கிய பெண் - தன் கையை விட்டுப் போய் விட்டது பற்றி அவருக்கும் திருப்திதான். எனினும் அவருக்கும் 'அழகி' இல்லாமல் தம் வீடே வெறிச்சென்று தான் இருக்கும்! குண்டுராவ் அவர்கள் தன்னை அழைத்துக்கொண்டு போவ தாக உத்தேசிக்கவில்லை என்று கண்டு அழவே ஆரம்பித்து விட்டான். ஆனால் சாரதா அவனை வெகுநேரம் சமாதானப் படுத்தி, இன்னும் இரண்டு நாள் கழித்து வந்து அழைத்துக் கொண்டு போவதாகச் சொல்லி, சாந்தப்படுத்திவிட்டுத் தான் ரயிலேறினாள்.

கணவனும் மனைவியும் ரயிலில் 'எதிரும் புதிருமாக' உட்கார்ந்திருந்தனர். சாரதா புதுநாட்டுப் பெண்ணாகச் சிறிதும் வேஷம் போட முயலவில்லை. அப்படி வேஷம் போடாலிருப்பதுதான் தன் கணவனுக்குப் பிடித்தமான விஷயம் என்று அவளுக்கு எப்படித்தான் தெரிந்ததோ!

ரயிலில் கூட்டம் அதிகமில்லை. சாரதாவும் சிவ சுப்பிரமணியனும் திருநாகேசுவரத்திலிருந்து குற்றாலம் வரும் வரையில் ஒருவருக்கொருவர் ஒரு வார்த்தையும் பேசிக் கொள்ளவில்லை. என்ன பேசுவது, எப்படிப் பேசுவது, யார் பேச ஆரம்பிப்பது என்று அவர்களுக்குச் சங்கோசமாக இருந்தது. ஒருவரை ஒருவர் பார்க்காதிருக்கும்போது மற்றவரை பார்ப்பது என்ற போட்டிக் காரியத்தில் அவர்கள் கண்கள் ஈடுபட்டன. ரயில் குற்றாலத்தைத் தாண்டியவுடன் வெகு நாழியாக அவளையே பார்த்துக் கொண்டு உட்கார்ந்திருந்த சிவசுப்பிரமணியன் திடீரென்று மெதுவாக, "உனக்குக் குண்டு ராவ் வைத்திருந்த பெயர்தான் சரியான பெயர். நான் உன்னை அழகி என்றேதான் கூப்பிடப் போகிறேன்" என்றான்.

சாரதா நிமிர்ந்து அவனை ஒரு வினாடி பார்த்தாள், அவன் கண்களிலே தன் மனைவி அழகி என்பது பற்றி மிகுந்த ஒரு பெருமிதம், பூரிப்பு, ஆனந்தம் அவள் உள்ளத்தில் பளீர் என்று மின்வெட்டுப் போல வெட்டி என்னவோ செய்தன; குப்பென்று உடம்பிலிருந்த ரத்தமெல்லாம் அவள் முகத்தில்

ஏறிக்கொண்டு விட்டது; நாணித் தலையைக் குனிந்து கொண்டாள்.

சிவசுப்பிரமணின் மேலும் சொன்னான், "நீ ஒரு நாள் மேல் மாடியில் நின்று கொண்டிருக்கும்போது குண்டு ராவ் வந்து உன்னை 'அழகி!' என்று அழைத்தான், ஞாபகமிருக்கிறதா? எதிர்வீட்டு மாடியில் தினம் நின்றுகொண்டு கூத்தடித்த மாணவர்களில் நானும் ஒருவன்தான். அந்தச் சம்பவத்துக்குப் புறம் நீ மாடிக்கு வருவதே இல்லை... இல்லையா? அன்று சாயங்காலமே நான் இந்த அழகியைக் கல்யாணம் செய்து கொண்டால் செய்து கொள்வது இல்லா விட்டால் கல்யாணமே செய்து கொள்ளாமல் இருந்து விடுவது என்று பிரக்ஞை செய்து கொண்டேன். தெய்வ சித்தம் என் பிரதிக்ஞை நிறைவேறியது."

உள்ளத்தில் நிரம்பிய ஒரு கனிவுடன் சாரதா பேசாமல் உட்கார்ந்திருந்தாள்.

3

நாமும் இவ்வளவு நாழிகை அவளை அழகி அழகியென்றே சொல்லிவந்து விட்டோம். ஆனால் அவள் இப்போது அழகி அல்ல. கையில் ஒரு சிறு கண்ணாடியை வைத்துக் கொண்டு அதில் தன் முகத்தைப் பார்த்தபடியே யோசனைகளில் ஆழ்ந்தவளாகப் படுத்திருந்தாள்.

யமன் வாயிலிருந்து எப்படியோ தப்பி வந்து, ஆனால் இன்னமும் படுக்கையை விட்டு அசையச் சக்தி இல்லாமல் கிடப்பவர்களின் மனத்திலே என்ன என்ன சிந்தனைகள் தான் தோன்றும், அவை எப்படி எப்படி உருவமெடுத்து முக்கியத்துவம் பெறும் என்று யாராலும் கண்டுபிடித்துச் சொல்ல முடியாது. சர்வசாதாரணமான சின்ன விஷயத்தைக் கூடப் பெரிதாக்கி அலசி அலசிப் பார்க்க அவர்களுக்குப் போதிய அவகாசம் கிடைத்து விடுகிறது. உடல் ஓய்ந்து அசைவற்றுக் கிடக்கும் போது மனம் மட்டும் சுறுசுறுப்பாக வேலை செய்ய ஆரம்பித்து விடுகிறது. ஆசைகள், பாசங்கள், வெறுப்புகள், துன்பங்கள், இன்பங்கள் எல்லாம் புத்துயிர் பெற்று மறுபடியும் மறுபடியும் அவர்களைப் பாதிக்க ஆரம்பித்து விடுகின்றன.

எவ்வளவு ஞாபகங்கள்! என்ன உணர்ச்சி வெள்ளம்!

சாரதா யமலோகம் வரையில் போய் எட்டிப்பார்த்து விட்டுத் திரும்பிவிட்டாள். பிறந்தகத்துக்கு வந்திருந்த இடத்தில் அவளுக்குப் பெரியம்மை போட்டு, இறங்க இருபத்தெட்டு நாள் பிடித்தது. முதலில் கடுமையான ஜுரம்; பின்பு கடுமையான வைசூரி. அவள் எப்படியே அந்தப் பூட்டுக்குத் தப்பிப் பிழைத்து விட்டால். ஆனால் அவளை இனிமேல் அழகி என்று யாரும் சொல்ல முடியாது. மறுபடியும் ஒருதரம் அவள் தன் முகத்தைக் கண்ணாடியில் பார்த்துக் கொண்டாள், பழைய சாரதாவின் முகம் அல்ல அது! அகன்று பரந்து முன்னெல்லாம் நீலம் பாய்ந்திருந்த கண்கள் இப்போது மஞ்சள் படர்ந்து பூ விழுந்தவைபோல் இருந்தன. முகமெல்லாம் விகாரமான தழும்புகள்; மூக்கு நுனியிலே எவ்வளவு ஆழமாக, ஆணி ஆணியாகக் குழிகள் விழுந்திருந்தன! தலையணைக்குப் பதில் எடுத்துக் கட்டித் தலைக்கு வைத்துக் கொள்ளலாம் அவள் தலைமயிர். அதில் முக்கால்வாசிக்கு மேல் உதிர்ந்து போய் விட்டது. கன்னத்து எலும்புகள் சதைக்கு அடியில் முண்டிக் கொண்டு வந்திருந்தன.

கண்ணாடியைப் படுக்கையில் போட்டுவிட்டுக் கண்ணை மூடிக்கொண்டாள் சாரதா. அவளுக்குக் கல்யாணமாய் ஆனியோடு, சரியாக மூன்று வருஷகாலம் ஆகிவிட்டது. அவள் கணவன் நல்ல சம்பளத்தில் வடக்கே வேலையில் இருந்தான். தன்னைப் போன்ற ஓர் அழகான பெண்ணைப் பெற்றெடுத்துக் கொண்டு தன் ‘அழகி’ திரும்பி வரப் போகிறாள் என்று தான் அவன் எண்ணிக் கொண்டிருந்திருப்பான். வைசூரி கண்டு தன் ‘அழகி’ உருத்தெரியாமல் மாறிவிட்டாள் என்று அவனுக்கு இன்னும் தெரியாது. ஆனால் அவர்களுடைய பெண், முன்னெல்லாம் சாரதா இருந்தது போல அழகாகத்தான் இருந்தாள். அது ஒன்றுதான் இப்போது திருப்திகரமான விஷயம்.

‘கோகிலா தூங்கிக் கொண்டிருக்கிறாள் போல் இருக்கு. அதான் சப்தமே காணோம்’ என்று எண்ணினாள் சாரதா. நல்ல வேளை! மகமாயியின் திருவிளையாடல் அந்தக் குழந்தையையும் பாதிக்கவில்லை. ஆறு மாதம் நிரம்பாத பச்சிளங்

குழந்தைமேல் மகமாயி தன் கையை வைக்கவில்லை; அந்தக் காரணத்துக்காவே அவள் பூஜிக்க தக்கவள்தான்.

அவள் கணவன் சிவசுப்பிரமணியன் வேலையாயிருந்த ஊரிலே தமிழர்களுக்கெல்லாம் அவன் தன் மனைவியை அழகியென்று அழைத்தது நன்றாகத் தெரியும். யார் கண் பட்டதோ? அவள் இப்பொழுது தன் அழகை இழந்து விட்டாள். அவள் அழகி என்பதிலே சிவசுப்பிரமணியனுக்கு அளவற்ற பெருமை. 'அவன் தன்னிடம் பிரியம் வைத்திருந் தான்; தன்னிடம் அன்யோன்யமான அன்பு செலுத்தினான்' என்று அவளுக்கு அளவற்ற பெருமை, இளந்தம்பதிகளின் வாழ்க்கை ஒரு லட்சிய வாழ்க்கையாகவே பலவிதங்களிலும் அமைந்திருந்தது. தன் அழகெல்லாம் போய்விட்டது என்று அறிந்து தன் கணவன் எப்படி வருத்தப்படுவான், என்ன எண்ணுவான் என்று யோசித்துப் பார்க்க முயன்றாள் சாரதா.

"அம்மா! அம்மா!" என்று மிகவும் பலஹீனமான குரலில் கூப்பிட்டாள்.

அவள் அம்மா வந்தாள். "ஏன் சாரதா! சித்த முன்னாடி வந்து பார்த்தேன். நன்னா தூங்கிண்டிருந்தே, என்னத்துக்கு சதா அந்தக் கண்ணாடியைப் பார்த்துண்டிருக்கே? மகமாயி இந்த மட்டும் உன்னை உசிருடன் வச்சிட்டுப் போனாளே என்று திருப்திதான்" என்றாள். அப்புறம், "காபி கொண்டு வந்து தரேன். மனசையோ உடம்பையோ ரொம்ப அலட்டிக் காதே" என்று சொல்லி விட்டு அலமேலு அம்மாள் அறையை விட்டு வெளியேறினாள்.

ஓட்டு இடுக்கால் உள்ளே புகுந்த ஒரு சூரிய ஒளி கிரணத்திலே தூசி அணுக்கள் விதவிதமாக நாட்டியமாடி விளையாடிக் கொண்டிருந்தன. அதைக் கவனித்துக் கொண்டு சிறிது நேரம் சாய்ந்திருந்தாள் சாரதா. அவள் அம்மா இரண்டு தம்ளர்களில் சாப்பிடும் பதமாகக் காபி கொண்டு வந்தாள். அதைச் சாப்பிட்டுக் கொண்டே, "மீனாவை ஒரு கடுதாசும் பென்சிலும் கொண்டுவரச் சொல்லு. அவருக்குக் கடிதம் எழுத வேணும்" என்றாள் சாரதா.

“அதுக்கு அவசியமில்லை” என்றாள் அவள் தாய். “மாப்பிள்ளை இன்னிக்குக் கார்த்தாலை மெயிலில் இங்கே வருவதாக ராத்திரி தந்தி அடிச்சிருக்கார். உனக்குத் தலைக்கு ஜலம் விட்டவுடனே அவருக்குக் கடிதம் எழுதியது. இன்னிக்குக் கார்த்தாலைதான் தந்தி கிடைத்தது. ஏழரை மணிக்கு வண்டி. உன் அப்பா அவரை அழைச்சுண்டு வரத்தான் ஸ்டேஷனுக்குப் போயிருக்கார்.”

திடீரென்று கேட்ட இந்தச் செய்தி சாரதாவின் மனத்திலே ஒரு கலவரத்தை எழுப்பியது. அவள் தொண்டையை யாரோ இறுக்கிப் பிடிப்பது பாக்கிக் காபியைச் சாப்பிட முடியவில்லை. தடுமாறிய குரலில், “போதும் அம்மா” என்றாள்.

“அவாளுக்குக் காபி தயார் செய்து வைக்கிறேன். நாழியாயிடுத்து. வந்து விடுவார்” என்று சொல்லிக் கொண்டே அவள் தாய் காபி தம்ளருடன் அறையை விட்டு வெளியேறினாள்.

அவள் கணவன் அன்றே அவளை வந்து பார்த்து விடுவான். அவள் முகம் எவ்வளவு மாறிப் போயிருக்கிறது! மறுபடியும் ஒருதரம் கண்ணாடியில் தன் முகத்தைப் பார்த்துக் கொண்டாள் சாரதா. அவளுக்குக் குலப்பெருமை பணப் பெருமை இல்லை. அதுவரையில் அழகு என்ற ஒரு பெருமை தான் இருந்தது. அதுவும் போய்விட்டது இப்போது என்ன நேருமோ என்று அவள் மனம் பக்கென்றது. அவள் கணவன் அவளிடம் அன்பு வைத்திருந்தது வாஸ்தவந்தான். அவன் மனத்தில் பொங்கித் ததும்பிய உணர்ச்சிக்குத் தெய்வீகமான காதல் என்றுதான் பெயர் சொல்லவேணும். ஆனால் என்ன இருந்தாலும் அவன் முதன்முதலில் அவளைக் கல்யாணம் செய்து கொள்ள வேணும் என்று ஆசைப்பட்டதெல்லாம் அவள் அழகால் தானே? அவளுக்குப் படிப்பிருந்ததா? பணம் இருந்ததா? குலம் இருந்ததா? ஒன்றும் இல்லை ஆனால் அதற்கெல்லாம் ஈடாக, மேலாக, அவன் அவளுடைய அழகை மதித்திருந்தான். கணவனுக்கு என்று அள்ளிக் கொள்ள அவள் மனத்திலிருந்த உணர்ச்சியைத் தவிர அவளிடம் வேறு என்ன இருக்கிறது? உண்மையில் அவன்தான் அவள் குடும்பத்துக்கு மிகவும்

ஒத்தாசையாகச் சமயசந்தர்ப்பங்களில் பணம் அனுப்பிக் கொண்டிருந்தான். இப்பொழுது அவளுடைய அழகும் போய் விட்டது. அவன் தன்னைக் கண்டவுடன் என்ன நினைப்பானோ?

அவள் மனம் குழம்பிற்று. ஆயாசமடைந்தவள் போல ஒருதரம் படுக்கையில் புரண்டு பெருமூச்சு விட்டாள். இன்னும் அவள் இரத்த ஓட்டம் சரிப்பட்டு வரவில்லை; பலநாள் படுக்கையில் கிடக்க வேண்டியவள்தான் அவள்.

வாசலில் வண்டி வந்து நின்ற சப்தம் கேட்டது. சாரதாவின் இருதயம் பக்பக்கென்று அடித்துக் கொண்டது. இன்னும் இரண்டு விநாடிகளில் அவன் தன் அறைக்குள் நேரே வந்து தன்னைப் பார்த்துவிடுவான். அவன் பார்வையே, 'என் அழகி எங்கே?' என்று கேட்குமே? சாரதாவின் கையிலிருந்த கண்ணாடி நழுவிக் கீழே விழுந்து நூறு சுக்கலாகத் தெறித்து உடைந்தது. அழகை இழந்த அவளைத் தன் மனைவி என்றே அவன் இனி அழைக்க மறுத்தாலும் மறுக்கலாம். அவளை நிராகரித்தாலும் நிராகரித்து விடலாம். 'நான் இறந்து போயிருக்கக் கூடாதா?' என்று எண்ணினாள். அந்த அறையிலிருந்து படுக்கையிலிருந்து எழுந்து ஓடி எங்கேயாவது அவன் கண்ணில் படாமல் தப்பி ஒளிந்து கொண்டு விட்டால் தேவலை போலிருந்தது. ஆனால் கால்கள் அவள் சொற்படி கேட்க மறுத்தன.

வெளிக்கூடத்தில் அவர்களுடைய காலடிச் சப்தம் கேட்டது. வந்துவிட்டார்கள். இன்னும் ஒரே வினாடி; கதவைத் திறந்து கொண்டு அவன் உள்ளே வருவான். தன் கண்களை இறுக மூடிக்கொண்டாள் சாரதா. அவளுடைய மார்பகம் விம்மிற்று. ஆனால் சிறிது நேரம் யாரும் உள்ளே வரவில்லை. அவளுக்குத் தலை சுற்றிற்று. வெளியே கூடத்தில் கோகிலாவின் அழுகுரல் கேட்டது. அவள் அப்பா நடேச ஐயர், "குழந்தையில் சாரதா இருந்த மாதிரியே இருக்கிறது" என்று சொல்லிக் கொண்டிருந்தது அவள் காதில் விழுந்தது. குழந்தைக்கு ஆறு மாதந்தான் வயசு ஆச்சு; அதைத் தன் கணவன் இப்போதுதான் முதலில் பார்க்கிறான் என்பது அவளுக்கு

ஞாபகம் வந்தது. ஒரு விநாடி அவள் பிற கவலைகளை மறந்தாள்.

அடுத்த விநாடியே அவன் தன் அறையை நெருங்கி வரும் காலடிச் சப்தம் கேட்டது. பூட்ஸ் சப்தம்; அவன் அணிந்திருந்த பூட்ஸின் சப்தமாகத்தான் இருக்கும். அதைக் கழற்றக் கூடத் தாமதியாமல் தன் 'அழகி'யைக் காண வந்து கொண்டிருந்தான்.

திடீரென்று அவள் தாயின் குரல், "மகமாயி விளையாடின இடம். பூட்ஸைக் கழட்டி வைச்சுட்டே போங்களேன், மாப்பிள்ளை" என்று சொன்னது சாரதாவின் காதில் விழுந்தது.

இந்தத் தடவை இன்னும் இரண்டே விநாடிகளில் தன் கணவன் உள்ளே வந்து தான் இருந்த அலங்கோலத்தைப் பார்த்து விடுவான். அப்புறம்...?" சாரதா கண்ணை இறுக மூடிப் படுத்துக் கிடந்தாள்.

அந்த இரண்டு விநாடிகளும் அவளுக்கு இரண்டு யுகங்களாகத் தோன்றின.

15

முதற் சுடர்

வாழ்க்கையிலே அவனுடைய கடைசி நாள் அது.

அதைக் கண்டாளா அவள்?

மலைச்சரிவில் காலை வேளையில், இரு சிறு கற்களை மாறிமாறித் தூக்கிப் போட்டுப் பிடித்து அவள் அம்மானை ஆடிக் கொண்டிருந்தாள்.

அவள் கையில் சிக்குண்ட கற்களைப் போலவே அவள் மனமும் தாவித் துடித்தது. கற்கள் திரும்பத் திரும்ப அவள் கைக்கே வந்து சேர்ந்தது போல, அவள் சிந்தனைகள் அவனிடமே சென்று லயித்தன.

குளிர், உஷ்ணம், பசி, தாகம், அவை அடக்கம், தற்காப்பு: ஸ்திரீ, புருஷ அவஸ்தை; இவை தவிர வேறு உணர்ச்சிகள் - மேன்மையான உணர்ச்சிகள் உண்டென்பதை அவள் அப்போது தான் அறிந்தாள்.

காதலின் உதயம் அது.

வார்த்தைகளில்லை; தான் உணருவதைப் பிறரிடம் தெரிவிக்க வேண்டிய அவசியமே எழவில்லை அவளுக்கு.

தன் உணர்ச்சிகளை உணர்ச்சிகளாக அறிய, அறிந்து வருந்த அவளுக்கு மனமில்லை. கூடியவரையில் தன் சிந்தனை களை, வியாகூலங்களை, மனோசாகர அலைகளைத் தன்னிட மிருந்தே மறைத்து வைத்துக் கொள்ள முயன்றாள்.

அவைகளைப் பரிபூரண உணர்ச்சிகள் என்று சொல்லு வதற்குமில்லை.

அவள் மனம் கொந்தளிக்கும் கடல், உணர்ச்சிக் கடல் தான்; ஆனால் அவள் மனம் அவ்வுணர்ச்சிகளை 'உணர' மறுத்தது. அங்கீகரிக்க மறுத்தது.

கடலின் கொந்தளிப்பு 'சலசல'வென்று ஓயாமல் குமுறி இசைக்கும். மனத்தின் குமுறலுக்கும் ஓரிசையை எழுப்ப வல்லதுதான். ஆனால், அது எப்போதும் இன்னிசையாக இருப்பதில்லை.

மனித உள்ளத்தின் கொந்தளிப்பிலேதான் வார்த்தைகள் பிறக்கின்றன என்பது உண்மையாயின், பல புதுப்புது வார்த்தைகள் அவளால் அன்று உச்சரிக்கப்பட்டு உயிர் பெற்றிருக்க வேணும். ஆனால், அப்படிப் பிறந்த வார்த்தை களை வாய்விட்டுச் சொல்லவில்லை அவள். வார்த்தைகளின் அவசியம் அவளுக்குத் தெரியாது.

அது காதலின் உதயம்.

2

கால வரையறைக்கு எட்டாத காலம்.

மனித சரித்திரத்தின் முதல்படி.

அதிலே அவன் பல்லாயிரம் நூற்றாண்டுகள் முன்னேறிப் பிறந்தவன். உணர்ச்சி வேகத்தில் அன்று அவள் 'புதுமைப்' பெண்.

அக்காலத்தியநாளாவிருத்தி காரியங்களுக்கு மட்டுந்தான் வார்த்தைகளுண்டு. அவள் மனக் கொதிப்பிற்கேற்ற வார்த்தை கள் இக்காலத்தவர்க்கும் அகப்படுவது அரிது.

'காதல்' என்ற வார்த்தை கிடையாது. காதல் அன்று, அதுவரையில், அவளைத் தவிர வேறு யாரையும் பாதித்த தில்லை. முதல் பெண் தெய்வம் அவள்.

அன்னயமான அன்பு - அதை அப்பெயரிட்டு அழைத் தாளில்லை. தன் உணர்ச்சிகளுக்குப் பெயரிட வேணும், பெயரிட முடியாது என்று அறிந்தாளல்லை அவள்.

அது காதலின் உதயம்.

3

அவன் - அவள்தான்.

கணவன் பெண்சாதி என்ற 'வஸ்து'க்கள் அப்போது கிடையாது.

அவன் அவளுடைய அன்பை அறிய மாட்டாதவன். அவளுடைய அன்புக்குத் தக்க பாத்திரமில்லை.

அவன் தன் பௌருஷத்திலே பெருமை கொண்டவன்; வேறு பெருமை அறியாதவன்.

தன் மனதை அறியவே அவனுக்கு வசதி கிடையாது, விருப்பங் கிடையாது.

தன் சேர்க்கைக்கு உபயோகப்பட்ட ஒரு பெண்ணைத் தெய்வமென்று அவன் அறியாததில் ஆச்சரியம் ஒன்றுமில்லை.

தெய்வமாகும்போது பெண்ணுக்குத் தனிமனம் உண்டு; தீவிர, புது உணர்ச்சிகள் உண்டு என்று அவன் அறிந்து கொள்ளாததில் விந்தையொன்றுமில்லை.

அவன் உணர்ச்சிகளே அதிகமில்லை; குளிர், உஷ்ணம், பசி, தாகம், கட்டுப்பாடு, தற்காப்பு, புருஷ அவஸ்தை - இவை தான் அவன் அறிந்தது. இதிலும் பகுதிகள் கிடையாது. மேன்மை தாழ்வு கிடையாது. கட்டை, சன்னம் கிடையாது.

இதே மாதிரிதான் அவளுக்கும் என்றே அவன் நம்பி யிருந்தான்.

4

அவன் மேல் பிசகில்லை.

அவள் முதல் பெண் தெய்வம்.

அவன் அதை அறிந்துகொள்ளச் சக்தி அற்றவன்.

தான் ஒரு தெய்வம் என்பது அவளுக்கே தெரியவில்லை. அவளைப் பற்றிய வரையில் அவளுக்கு உறைத்ததெல்லாம் அவள் நெஞ்சிலே இடைவிடாது குமுறிய தெய்வச் சுடர் ஒன்றுதான்.

அவன் மனக்கொதிப்பிலே காதல் வெறுப்பாக மாறியதையே அவள் உணரவில்லை.

உலகிலே பெண்களுக்கு வழிகாட்டி அவள். அவளைப் பின்பற்றியே இன்னும் பெண்கள் நடக்கின்றனர். நடக்க வேண்டியவர்களாக இருக்கின்றனர்.

அவன் பேதை; ஒன்றும் அறியாதவன். அவன் அவளை அறிந்து கொள்ளாதது தவறில்லை. இன்று எல்லா நுட்பங்களையும் அலசி அலசி ஆராயும் நாம் கூட இதைப் பற்றிய உண்மைகளைப் பூரணமாக அறியத் தவிக்கும் போது - அவன்...

அம்முதற் சுட நக்கு இரையாகிவிட்டான்.

5

அவள்: அவன்.

அப்போது மனிதர்களுக்குத் த ரித் தனிப் பெயரிட்டுப் பிரிக்கும் வழக்கம் ஏற்படவில்லை. ஆளைக் கண்டால் தான் - எதிரே நிற்கும் வரையில் தான் - ஆள், அதற்கப்புறம் அவனை - அவனை பற்றிப் பேச சந்தர்ப்பம், அவசியம் கிடையாது.

கல்லைத் தேய்த்து கத்திமுனை ஈட்டி முனை செய்வதில் அவனைப் போல் சமர்த்தனில்லை; ஆனால், தன்னை அறிந்து கொள்ளச் சமர்த்துப் போதவில்லை.

வேட்டையிலே சூரன். மலையிலே, காட்டிலே வசித்த, பெரிய பெரிய மிருகங்கள் அவனுடைய சிறிய கூர்ந்த கல்லம்புகள் முன் விழுந்து மாய்ந்தன.

ஆனால், நாரீஹ்ருதயத்தின், பெண்மையின் மூலை முடக்குகளைக் காண அவனுக்குச் சமர்த்தில்லை.

அவன், அகஸ்மாத்தாக ஒரு நாள், அவளைத் தன் புருஷத் தன்மையால், புருஷ அவஸ்தையால் கட்டி எழுப்பி விட்டான் - பெண் குலத்தின் தெய்வம் அன்று பிறந்து விட்டதை அறியாத பேதை!

அவள், அவனுடைய முதல் 'பெண்' அல்ல - எத்தனையோ பெண்களில் ஒருத்தி.

உடைமைகள் என்ற தளைகள் அன்று பிறந்திருக்க வில்லை. ஸ்திரீ புருஷ சுதந்திரம் கட்டுகளுக்கு அடக்க ஆரம்பிக்காத நாள்.

அவன் தன் அவஸ்தைகளைப் பல பெண்களுடன் பசியை, தாகத்தை, குளிரைத் தணிப்பதுபோல - தணித்துக் கொண்டவன். அவள் அதில் ஒருத்தி.

அந்த விநாடிக்குப் பிறகு அவன் மற்றவர்களைப் பற்றி எண்ணியது கிடையாது. அவளைப் பற்றியும் எண்ணவில்லை. உண்மையில் அதற்கப்புறம் பலநாள் அவள் ஞாபகமே அவனுக்கு இல்லை.

6

ஆனால் அலைகள் எழுந்துமோதின. அன்றே அவள் பெண்மைத் தெய்வமாகிவிட்டாள்.

அக்காலத்தவர்களின் எல்லைகளை மீறி எழுந்தது அவள் மனம். காதல் 'உரிமை' உணர்ந்தாள். உலகிலே அன்று அன்பின் விதைகள் விதைக்கப்பட்டன.

அவளின்றி மனிதவாழ்வு முன்னேறியிராது. அவளை ஆதர்சமாகக் கொண்டே, பின்னர் பல 'தேவியர்' தோன்றினர்.

சமூக விதிகளில் முக்கியமானது அவளால்தான் சாத்திய மாயிற்று. 'கண்ணாலம்' எனும் இந்த நாளைய சம்பிரதாய வழியைச் சொல்லவில்லை. அது அந்தேவ விதியின் சாயையே தவிர வேறல்ல. ஆனால் அத்வேத விதி இன்னும் ஒரு சிலருக்கு மட்டும் மாற்றொணாத விதியாக இருப்பதை மறக்க முடியாது.

7

அக்காலத்து வழக்கப்படி அவள் அவனுக்குப் பின் பல புருஷர்களுடன் கூடினாள். ஆனால், அதிலே அவள் மன மில்லை.

பெண் தெய்வம் அவனை மானசீகமாகத் தன் புருஷனென வரித்து விட்டாள். அன்று இருவிதமான நெருப்புகள் பிறந்தன.

'எதிர்க்கக்ஷி'யைப் பற்றிச் சிந்தித்தாளில்லையவள்.

தான், தன் இனத்தவர்களில் மற்றவர்களைப் போல் ஏனில்லையென்று அவள் அறிய முயலவில்லை. அந்த அறிவு அவளுக்கு அவசியமாகத் தோன்றவில்லை.

"அதேன்?" என்று என்னைக் கேட்டால் -

'தெரியாது!' என்று பதிலளிப்பதற்குப் பதில், நான் "மனித வர்க்கத்தின் முன்னேற்றத்திலே ஆர்வங்கொண்ட ஒரு பொருளின் காரியம். அது பரம்பொருளோ! ஜடவிதியோ!" என்று சொல்லுவேன்.

அவள் கண் திறந்தது. தன் காதல் திறம் அறிந்தாள். தான், தானல்ல; அவன் காதலி என்பதறிந்தாள்.

அவளுடைய அந்த ஞானம் மனித அறிவின் மடையைத் திறந்தது. அதனால் இருளடர்ந்த இவ்வுலகிலே ஜோதி வெள்ளம் பெருகிற்று...

அவளால்...

8

தன் சமூக வாழ்விலே அவளுக்கு ஆர்வமில்லை; கொஞ்ச நஞ்சமிருந்த பிடிப்பும் அவன் பொருட்டுத்தான்.

கூரம்புகளாகத் தீட்டக் கற்கள் பொங்கி வருவர் பெண்கள். தான் தேடியெடுத்த கற்களில் சிறந்தவற்றை அவனிடம் கொடுப்பாள். அப்படிக் கொடுக்குபோது - அவள் உள்ளக் கிளர்ச்சிகளை அளந்து வெளியிட இன்னும் வார்த்தைகளில்லை.

அவன் உள்ளத்திலே எதிரொலியில்லை. அவள் காதல் ஒளி அவன் ஹ்ருதயத்திலே நிழலாகக்கூடப் படவில்லை.

பெரிய பிராணிகளின் மண்டை ஓடுகளில், சில பெரிய பழ ஓடுகளிலும் அருவி நீர் கொண்டு வருவாள்; அவன் தாகசாந்திக்கென்று பத்திரப்படுத்தி வைப்பாள். பிற பெண்கள் கொண்டு வந்த ஜலத்தை அவன் பருகுவதைக் காண அவள்

மனம் பிளக்கும்.

வேட்டையாடிக் கொண்டுவந்த தோல்களை அவன் அவளுக்கென்று பத்திரப்படுத்துவது கிடையாது. சில சமயம், பிற பெண்களுக்குக் கொடுப்பது போல அவளுக்கும் கொடுத்த துண்டு. அவள் மனமிருந்தபோது அதை அணிந்துகொள் வாள். பிற புருஷர்கள் தந்த தோலை அவள் அங்கீகரித்தாலும் அணிந்ததே கிடையாது.

9

தன் இனத்தவர் பிறரைப் போலில்லை அவள். அதை அவள் அறிவாள்; பிறர் அறியார்.

ஆனால், தன் 'தனிமை'யை அவனும் அறிய வேணு மென்பதே அவள் ஆவல். அவனிடம் தெரிவிக்க அவளுக்கு வார்த்தைகள் இல்லை. அன்று மனித ஜாதியே ஊமை.

அன்றுதான் - பரம்பொருளோ! ஜடவிதியோ! அதற்கு பாஷையின் அவசியம் தெரியவந்தது.

காதலால் தெய்வமாகத் துடித்துவிட்ட அவள், கேவலம் அவனுடைய மனுஷ அவஸ்தையைக் கூடத் தணிக்கச் சக்தியற்றவளாகி விட்டாள்.

அவனைக் காணும்போதெல்லாம் அவள் உடல் ஆசையால் துடிக்கும்; காணாதபோதெல்லாம் ஆசையும், மனமும் துடிக்கும்.

அவள் முற்றும் அறிந்தது உடல் ஒன்றுதான். அவளுக்கு மனம் அரைகுறையாகத் தெரியும். ஆத்மா தெரியவே தெரியாது.

தன் 'தனிமை'யைத் தன 'காதலை' அவனுக்குணர்த்த வழி அறியாது திகைத்தாள். அவளே பூரணமாக உணர வழி யில்லையே! அவனுக்கும் உணர்த்துவது எப்படி?

கவிதையின் பிறப்பைச் சாத்தியமாக்க அன்று வார்த் தைகள் என்ற மருத்துவரில்லை. கவிதை பிறக்கவில்லை. அவள் உள்ளத்திலே ஊற்றுப் பெருகிற்று. வழிந்தோடவில்லை.

மனித முன்னேற்றத்திலே அவள் கொண்ட அது - ஜடவிதியோ! பரம்பொருளோ! அவளை மீட்க வழியறியாமல் தவித்தது பலநாள்...

நரபலி கொள்ளத் தீர்மானித்தது.

அக்னி தேவன் அவதரித்தான்.

அன்று

காதல் உள்ளத்தை எரிக்கப் பிறந்தது;

தீ உடலை எரிக்கப் பிறந்தது.

10

மலைச்சாரலிலே காலை நேரத்திலே நிற்கிறாள்.

பிறந்த மேனியாக; அன்று ஆடை ஆபரணாதிகளுக்கு அவசியம் ஏற்படவில்லை. மனித உடலுக்கு ஆடை ஆபரணாதிகள் ஏற்காத காலம்; குளிர், வெம்மை தாங்க மனித சரீரம் முழுவதும் மயிர் அடர்ந்திருந்த காலம்.

அழகியா அவள்? இல்லை.

குரூபியா? இல்லை.

அவள் பெண்; முதல் பெண் தெய்வம்.

மலைச்சரிவிலே, காலை நேரத்திலே அம்மானை ஆடிக் கொண்டு நின்றாள் அவள். அவள் கையிலிருந்த கற்கள் ஓய் வின்றி மேலும் கீழும் போய் வந்தன; சதா அலைந்து உழன்றன. அவை அவளுடைய மன அலைகளின் சின்னங்கள்.

அகத்திலே அலைகள் மோதின. காதல் பொறி பிறந்தது.

புறத்திலே கற்கள் மோதின; தீப்பொறி பறந்தது.

உலகிலே அது முதற்சுடர், முதல் தீச்சுடர்.

காதலிலே லயித்து வெள்ளை மனம் பறிகொடுத்திருந்த அவள் தீப்பொறிகளைக் கவனிக்கவில்லை.

11

ஒரு தீப்பொறி பறந்து அருகில் இருந்த நாணல் புதரில் விழுந்தது. பின்னர் இன்னொன்று.

உலர்ந்த நாணல் பற்றி எரிய ஆரம்பித்தது.

முன்பின் தீயை அறியாதவர்கள் தீயின் குணம் அறிவதெப்படி?

அவள் உள்ளக் கனவை அறிந்து கொள்ள மாட்டாது திகைத்த மனிதகுலம் நாணல் சொக்கப் பானையைச் சூழ்ந்து நின்றது; அவளால் எழுப்பப்பட்ட தீயையும் அறியாமல் திகைத்தது.

ஆனால், அத்தீ அவளுக்குப் புதுமையாகத் தோன்றவில்லை. அக்னி தேவனை அவள் அங்கீகரித்தாள்.

உள்ளே குமுறிய ஏதோ புறத்திலும் பரவிவிட்டது என்றே அக்னி தேவனை அங்கீகரித்தாள்.

காணாது கண்ட திகைப்பு; ஆச்சரியம்; மூளைக் கெட்டாத புதுமை - அன்று மனிதகுலம் முதல் பெண் தெய்வத்தைப் போற்றவில்லை.

தீயில் விழுந்து அவள் தவித்தாள்.

தேடிக் கொண்டு கொண்டதும் அவனை அழைத்தன அவள் கண்கள்.

12

பெண்மையின் அழைப்பு!

முதல் பெண் தெய்வத்தின் அழைப்பை மீற அவனுக்கு சக்தியேது?

தப்ப வழி ஏது?

அவள் உடலுக்கு, அவள் உள்ளத்துக்குத் தன் ஆதரவு தேவை; அது ஒன்றே அவள் என்று அறிந்தவன்போல் அவன் அவளை அணுகினான்.

தன் அணைப்பு ஒன்றே அவள் அச்சமயம் வேண்டினாள் என்று அறிந்தவன்போல் அவன் அவளை அணுகினான்.

மனிதக் கூட்டம் வழிவிட்டு விலகி நின்றது.

அவளை அணுகியவன் முதலில் வெகுண்டு ஓடினான்; அவளும் பின் தொடர்ந்தாள். அவன் திடீரென்று நின்றான்; அவளை வரவேற்றான்; மனக்குகையில் என்ன புதிய வெளிச்சமோ!

அவள் பௌருஷத்தையும் வீர்யத்தையும் எழுப்பியது தீயெனும் அப்புதுமை.

அக்னி தேவன் கொழுந்துவிட்டு எரிந்து கொண்டிருந்தான்.

அவனும் பலி.

சொக்கப்பானை!

கடைசி உணர்ச்சியின்மையிலே அவள் உள்ளக் கொதிப்பும் உடற்கொதிப்பும் அடங்கிவிட்டன.

13

அன்று மனித உள்ளம் கண்ட கடைசி முடிவு காதல்.

அன்று மனித உடல் கண்ட கடைசி முடிவு தீ.

16

அலமேலு

தனக்கு அலமேலு என்ற பெயர் வைத்திருந்தது பற்றி அவளுக்கு அளவு கடந்த கோபமும் ஆத்திரமும் வந்தது. ஆனால், வந்து என்ன செய்வது? பெயர் என்னவோ வைத்து விட்டார்கள். இனி அந்தப் பெயர்தான் நிலைக்கும்.

அலமேலு என்கிற பெயருடன் தற்காலத்துக்கேற்ற நாகரிகமான வாழ்க்கை நடத்த முடியும் என்று அவளுக்குத் தோன்றவில்லை.

பெயர் வைக்கிற அன்று அவளுக்குச் சுயப்பிரக்ஞையும், முன்னால் இருந்த அறிவும் மட்டும் இருந்திருந்தால், அவள் நிச்சயமாக அந்தப் பெயரை ஏற்றுக் கொண்டிருக்கவே மாட்டாள். அலமேலுவாம்! அலமேலு!

பெண்களுக்கு இடுவதற்கென்று எவ்வளவோ அழகான பெயர்கள் இருந்தனவே! அவற்றில் எதையாவது அவளுக் கிட்டிருக்கக் கூடாதா? மனோராமா, சரோஜா, சுசீலா, பவானி, லீலா - நூற்றுக்கணக்கில், ஏன் ஆயிரக்கணக்கில் என்று கூடச் சொல்லலாம், நல்ல பெயர்கள் இருந்தனவே!

ஆனால் ஒன்று அலமேலு என்கிற பெயரைத் தவிர மற்ற பெயர்களெல்லாம் நல்ல பெயர்கள்தான் என்றே அலமேலு நினைத்தாள். காமாட்சி என்று பெயர் வைத்திருந்தால்கூடச் சகித்துக் கொண்டிருந்திருக்கலாம் என்று எண்ணினாள்.

இந்தப் பெயரில் உள்ள குறையை அவள் பள்ளிக் கூடம் போக ஆரம்பித்து இரண்டொரு வாரங்களுக்குள்ளாகவே உணரத் தொடங்கி விட்டாள். பள்ளிக் கூடத்திலே அவளைத் தவிர இன்னும் இரண்டொரு அலமேலுகளும் இருந்தார்கள்.

ஆனால் அவர்கள் பக்கம் யாரும் போவதில்லை; இந்த அலமேலுவைப் போல அவர்களுக்கும் அழகு கிடையாது - கோபம் வந்தால் முகம் சிவப்பதும் கிடையாது. இதைக் கவனித்த அலமேலுவின் சக மாணவிகள் அவளை வழக்கத் துக்கு அதிகமாகவே சீண்டிக் கோபமூட்டத் தொடங் கினார்கள்.

"அம்புலு!" என்று ஆரம்பிப்பாள் எட்டு வயசு இன்னும் நிரம்பாத வனஜா!

"வானஜாவாம்! வனஜா! பேரைப்பாரு!" என்பாள் அலமேலு. வனஜா என்கிற பெயர் நல்ல பெயராகத்தான் மனசிலே பட்டது அலமேலுக்கு. ஆனால் அதை வெளியே காட்டிக் கொள்ளலாமா?

"அலமு!" என்று கேலி அன்பு ததும்பும் குரலில் கூப்பிடுவான், ராமசாமி என்கிற பையன். அவனுக்கு வயசு ஆறுதான் இருக்கும்.

அவன் குரலில் இருந்த கேலியைக் கேட்டவுடனேயே அலமேலுவுக்கு முகம் சிவக்கத் தொடங்கிவிடும். கண்கள் நிறைந்து விடும்போல இருக்கும்.

"கடலே போறவனே!" என்று ஆரம்பிப்பாள் அலமேலு. ஆனால் அவள் எதுவும் சொல்லி முடிக்கும் வரையில் காத்திருக்க மாட்டார்கள் அவள் நண்பர்கள்.

"அலுமினியப் பாத்திரம் கடையில் கிடைக்கும்" என்று பாடம் படிப்பான் ஒரு பையன்.

"அலமேலு மங்கைத் தாயார்" என்று தேவியின் பெயரைச் சொல்லுகிற பக்தியுடன் சொல்லுவாள் ஒருத்தி.

இதற்குள் அலமேலுவின் கண்கள் நிறைந்தே விடும். ஆனால் அவளைச் சுற்றியிருந்தவர்கள் சிறுவர் சிறுமியர் - அந்த வயசிலே பரிதாபம் என்கிற தத்துவத்தையே அறியாத வர்கள்.

இப்படி இரண்டு மூன்று தரம் நடந்த பிறகு, ஒரு நாள் வீட்டிற்குப் போனதும் அம்மாவுடன் சண்டை பிடித்தாள் அலமேலு ஆத்திரம் தீர.

“நன்னாருக்குடி நன்னாருக்கு” என்றாள் அவள் தாயார் கல்யாணி அம்மாள், விஷயத்தை அறிந்தவுடன்.

“வேறு என்ன பெயர் வேணுமானாலும் வைத்திருக்கப் படாதோ எனக்கு?” என்று குறையப்பட்டாள் அலமேலு.

“அலமேலு என்கிற பெயருக்கென்னடி? நல்ல பெயராச்சே?” என்றால் கல்யாணி அம்மாள்.

“உனக்கு நல்ல பெயராகப் படறது. எனக்கோ என்னோடே பள்ளிக்கூடத்தில் படிக்கறவாளுக்கோ அப்படிப் படல்லியே!” என்றாள் அலமேலு.

“அவாளுக்கெல்லாம் எப்படிப் பட்டால் என்ன? நாளைக்கு ஒருத்தன் வருவான் - அவனுக்குச் சரின்னு பட்டால் சரிதான்” என்றாள் கல்யாணி அம்மாள்.

“போடியம்மா!” என்று சொல்லிவிட்டு அலமேலு நகர்ந்து விட்டாள்.

ஆனால் ஒரு நாள் அவள் அப்பா ராமநாத ஐயர் ஆபீசி லிருந்து திரும்பியதும், அவரிடமும் அலமேலு விஷயத்தைப் பிரஸ்தாபிக்காமல் இல்லை. பள்ளிக் கூடத்துப் பையன்களும் பெண்களும் எப்படித் தன் பெயரை வைத்துக் கேலி பண்ணு கிறார்கள் என்று சொன்னாள்.

“கேலி பண்ணினா என்ன? பண்ணட்டுமேடி மேலே காச்சுச் தொங்குமா என்ன?” என்றார் ராமநாத ஐயர். தன் பெண் இவ்வளவு அசடாயிருக்கிறதே என்று அவருக்கு ஆச்சரியமாக இருந்தது. அவர் வக்கீல் தொழில் பண்ணு கிறவர், நாலு பேர் நாலு தினுசாகத்தான் சொல்லுவார்கள் - ஆனால் யார் என்ன சொன்னாலும் சிறிதும் நாணமில்லாமல், போகிற வழியே போக வேண்டும் - இல்லா விட்டால் வாழ்க்கை பாழாகிவிடும் என்கிற கொள்கை உடையவர் அவர். பிறர் சொல்வதை எல்லாம் லட்சியமே செய்யாதவர் அவர். எதையும் துடைத்துவிட்டுச் செல்லலாமே தவிர, பாராட்டுவதற்கில்லை என்று எண்ணுபவர் அவர். அவருக்கு அலமேலுவினுடைய மனோபாவம் ஆச்சரியத்தைத் தருவதாக இருந்தது.

“அவா நாப்புக் காட்டறச்சே எனக்கு நாக்கைப் பிடிங்கிக்கலாமான்னு இருக்கு!” என்றாள் அலமேலு.

“என் பெண் இவ்வளவு அசடுன்னு எனக்கு இவ்வளவு நாளாகத் தெரியவில்லையே!” என்று கேலி விசனம் தொனிக்கச் சொன்னார் ராமநாத ஐயர்.

அலமேலுக்குப் பெயர்தான் சரியாக அமையவில்லையே தவிர, அந்த வயசிற்கு மீறிய சூடிக்கை இருந்தது. “அலமேலுன்னு பெயர் வைத்துவிட்டுச் சமத்தா இரு என்றால் எப்படியப்பா சமத்தாயிருக்க முடியும்?” என்றாள்.

வக்கீல் சிறிது நேரம் நகைத்தார். பிறகு தன் மனைவியை உரத்த குரலில் கூப்பிட்டு “ஏண்டீ! உன் பெண் சொல்றதைக் கேட்டியோ?” என்றார்.

கல்யாணி அம்மாள் சமையல் அறையில் கைக்காரியமாக இருந்தாள் - அடுப்புப் பற்றவில்லையோ என்னவோ, சற்று கோபமாகவே “உங்க பொண்ணோடே சமத்தே நீங்கள் பாத்து ஆனந்தப்பட்டிண்டிருங்கோ. அது போதும்” என்றாள்.

“பிடிவாத குணமும் கோபமும் என் பெண்ணுக்கு எங்கிட்டேயிருந்து வரவில்லையே, யார்கிட்டே இருந்து வந்ததுன்னு ஆச்சரியப்பட்டுண்டிருந்தேன்; இப்பத்தான் தெரியறது” என்றார் வக்கீல்.

இப்படி எல்லாம் அவர் பேச்சை மாற்றி மழுப்பி விட்டது அலமேலுவுக்குப் பொறுக்கவில்லை. தான் சொல்ல வந்த விஷயத்தை விடாப்பிடியாகச் சொல்லிவிட விரும்பினாள். “ஆனாவிலே ஆரம்பிக்கிற பெயராகத்தான் வேணும்னா கூட எவ்வளவோ நல்ல பெயராகத்தான் வேணும்னா கூட எவ்வளவோ நல்ல பெயரெல்லாம் இருக்கே!” என்றாள்.

“சொல்லு பார்க்கலாம்” என்று அவள் வாயைக் கிண்டினார் ராமநாத ஐயர்.

“அநுராதா, அஞ்சனா, அம்புஜம்...” என்று ஆரம்பித்தாள் அலமேலு.

“அனாசிப்பழம், அதிரசம், அடுத்தாத்துக்காரி... என்று

தொடர்ந்தார் ராமநாத ஐயர்.

"போ அப்பா! என்னவோ சொன்னா... அதிருக்கட்டும், எனக்கு ஏன் அலமேலுன்னு பேர் வச்சே. அதைச் சொல்லு முதல்லே" என்றாள் அலமேலு.

"அப்படிக்கேளு, சொல்றேன். எனக்கு அம்மா இருந்தாளே, அவனை உனக்குத் தெரியாது. நீ பிறக்கறத்துக்குப் பத்து வருஷத்துக்கு முன்னாடியே செத்துப் போயிட்டா. அவளைப் போலப் பொம்மனாட்டியே இருந்ததில்லேன்னு அந்தக் காலத்து மனுஷாள்ளாம் சொல்லுவா. இன்னமும் சொல்லிண்டிருக்கா. லட்சுமி மாதிரி இருப்பாளாம். அழகு, குணம் எல்லாத்திலே யும் அவள் மாதிரி..."

அலமேலு குறுக்கிட்டாள் "அது சரி. ஆனால்..."

"அவள் பெயரைத்தான் உனக்கு வச்சிருக்கு. அழகிலே நீயும் அவமாதிரிதான் இருக்கே. குணத்திலே எப்படியிருக்கப் போறயோ, தெரியணும். உன் அம்மாவைக் கொண்டுட்டயோ என்னவோ! என்று ராமநாத ஐயர் சொல்லிக் கொண்டிருக்கும் போது அவர் மனைவி அங்கு வந்துவிட்டாள்.

"அனாவசியமாக என் மண்டை இங்கே என்னத்துக்கு உளருறது?" என்று கேட்டாள் கல்யாணி அம்மாள்.

"எங்கம்மாவைப் பத்திச் சொல்லிண்டிருந்தேன்" என்றார் ராமநாத ஐயர்.

அலமேலுவும் வேறு ஏதோ யோசனையில் ஆழ்ந் திருந்தால் நிஜத்தைச் சொல்லவில்லை.

பாட்டி பெயரைத் தனக்கு வைத்தது நியாயம்தான் என்று அலமேலுவுக்கும் தோன்றிற்று. அன்று அவள் வேறு ஒன்றும் சொல்லவில்லை.

மறுநாள் பள்ளிக்கூடத்தில் வழக்கமான கேலிகள் நடந்த போது, அலமேலு என்பதைத் தன் பாட்டியின் பெயர் என்றும், அவளைப் போலப் பெண்மணியே இருந்தது கிடையாது என்றும் சொல்லிப் பார்த்தாள் தன் தோழர்களிடமும், தோழிகளிடமும். ஆனால் அதற்காக அவர்கள் கேலியை நிறுத்துவதாக இல்லை.

தங்கள் கேலிக்கு இன்னொரு விஷயம் கிடைத்து விட்டது என்று சந்தோஷப்பட்டார்கள். அலமேலுவை 'அலமுப் பாட்டி' என்றும் 'அலமேலுக் கிழவி' என்றும் சொல்லத் தொடங் கினார்கள்.

மறுநாள் சிவந்த கண்களுடன் திரும்பிய அலமேலு தன் தகப்பனார் வந்தவுடனே முதல் காரியமாக அவரிடம் தன் மனசிலிருந்ததைச் சொன்னாள். "பாட்டிக்குச் சரிதான்; எனக்குச் சரியில்லை" என்றாள் திடுதிப்பென்று, எவ்விதமான பூர்வ பீடிகையும் இல்லாமல்.

கோர்ட்டு விவகாரம் எதையோ பற்றிச் சிந்தித்துக் கொண்டிருந்த வக்கீல் ராமநாத ஐயர் நிமிர்ந்து... "என்ன அலமு? பாட்டியைப் பத்தி என்னவோ சொன்னாயே; என்ன?" என்றார்.

"இல்லே! பாட்டி பெயரைத்தான் எனக்கு வச்சது என்று சொன்னாயே! அதுக்குச் சொன்னேன். பாட்டிக்குச் சரியா இருந்த பெயர் பேத்திக்குப் பொருந்தவில்லை. அந்தக் காலத்திலே..." என்றாள் அலமேலு.

"அந்தக் காலத்தையும் இந்தக் காலத்தையும் ரொம்பக் கண்டவள்தானா நீ! போடி கழுதை! சும்மா தொண தொணண்ணுண்டு! இவ்வளவு அசடாயிருந்தா நன்னாப் பரிகாசம் தான் பண்ணுவா எல்லோரும்" என்று கோபித்துக் கொண்டார் ராமநாத ஐயர்.

இது நடந்த போது அலமேலுவுக்கு வயசு ஒன்பது அல்லது பத்துத்தான் இருக்கும். ஆனால் அலமேலு என்று பெயர் வைத்துத் தனக்குத் தன் பெற்றோர் பெரிய அநீதி இழைத்து விட்டார்கள் என்கிற நினைவு அவள் மனசிலே ஊன்றிப் பதிந்துவிட்டது. அதற்குப் பிறகு அவள் அதைப் பற்றிப் பேசுவதில்லையே தவிர, மறந்தது கிடையாது.

அலமேலு பதினைந்தாவது வயதை எட்டி விட்டாள். எஸ்.எஸ்.எல்.சி. பரீக்ஷை பாஸ் செய்து விட்டாள். அதற்கு மேலே படிக்க வைக்க அவள் தகப்பனாருக்கு இஷ்டமில்லை. தாயார் மட்டும் படிக்கட்டுமே என்றாள். "ஒருவனைக் கல்யாணம்

அலமேலு 175

செய்து கொண்டு நான் படற மாதிரி அவளும் கஷ்டப் படுவானேன்? ஏதோ இந்த நாளிலே பெண்களெல்லாம் படிக்கறதும், வயசான பிறகு தானாப் பார்த்துக் கல்யாணம் செய்து கொள்றதும் சகஜமாக இருக்கு. அப்படியே செய்து கொள்ளட்டுமே நம்ம அலமுவும்" என்றாள்.

"என்னைக் கல்யாணம் செய்துண்டு நீ அப்படி என்னடி அம்மா கஷ்டப்பட்டு விட்டே?" என்று கேட்டார் ராமநாத ஐயர்.

"சொல்ல வேறே சொல்லணுமாக்கும்! படறது போறாது – சொல்லி ஆனந்தப் படணுமாக்கும்!" என்றாள் கல்யாணி அம்மாள் அழுத்தம் திருத்தமாக.

அம்மாவும் அப்பாவும் இப்படிப் பேசிக் கொள்வதைக் கேட்டுக் கொண்டே நின்ற அலமேலு கலகல என்று சிரித்தாள். படிக்கிற பெண் அல்லவா? சற்றுத் தைரியமாகவே கேட்டாள். "நீங்க இப்படி என் முன்னாடியே சண்டை போட்டால் நானும் இனி வரப் போறவரோடு இப்படித்தானே சண்டை பிடிக்கணும்னு தெரிஞ்சுண்டு விடுவேன்" என்றாள்.

கல்யாணி அம்மாளும் ராமநாத ஐயரும் சிரித்து விட்டார்கள். "உன் பெண் இருந்தாலும் சமத்துத் தாண்டி. அவகிட்டேயாவது கொஞ்சம் கத்துகோயேன் நீ" என்றார்.

"நீங்களும் கத்துக்க வேண்டியது நிறையவே தான் இருக்கு." என்றாள் கல்யாணி அம்மாள்.

"பாத்தியா! நீ சொன்னயே, அவள் இஷ்டப்படி படிச்சு விட்டு இன்னும் நாலு வருஷம் கழித்துக் கல்யாணம் பண்ணிக்கட்டும் அப்படின்னு - ஒரே வார்த்தையிலே அவ உனக்குப் பதில் சொல்லி விட்டாள்" என்றார் ராமநாத ஐயர்.

"என்ன?" என்று கேட்டாள் கல்யாணி அம்மாள்.

"வரப் போறவரைப் பற்றி ஜபம் பண்ண ஆரம்பிச்சுட் டாளே; அதான் இப்பவே..." என்றார் வக்கீல்.

"போ அப்பா!" என்றாள் அலமேலு நாணத்துடன். அந்த நாணம் பாதி சுபாவமானது, பாதி செயற்கையானது.

ராமநாத ஐயர் புன்சிரிப்புடன் தன் மனைவியின் பக்கம் திரும்பி "உன்னுடைய முதல் பேத்தியின் பெயர் தெரியுமா உனக்கு?" என்றார்.

அலமேலுவுக்கு அங்கிருந்து ஓடிவிட இஷ்டந்தான். ஆனால் கேலிக்குப் பயந்து ஓடுகிறாள் என் பள்ளித் தோழிகள் சொல்வது போலச் சொல்லப் போகிறார்களே என்று நின்றாள்.

"என்ன?"

"முதல் பேத்தியின் பெயர் அனுராதா, இரண்டாவது பேத்தியின் பெயர் அஞ்சனா. இப்படி அகர வரிசையிலே ஆரம்பிச்சு..." என்று சொல்லி நிறுத்தினார் ராமநாத ஐயர்.

"நமக்கு ஒரு பெண் இருக்கு. அதுக்குப் பதில் சொல்லிச் சமாளித்துக் கொள்ளவே முடியவில்லை நமக்கு. நம்ம அலமு இவ்வளவு பெண்களுக்கு பதில் சொல்லி எப்படிச் சமாளிக்கப் போகிறாளோ?" என்றாள் கல்யாணி அம்மாள்.

அலமேலுவுக்கும் சிரிப்பு வந்தது.

"ஏழெட்டு வருஷத்திற்கு முந்தி எங்கிட்ட வந்து இவ சொல்றா..." என்று ராமநாத ஐயர் ஆரம்பிக்கும் போதே எதைச் சொல்லப் போகிறார் என்று அலமேலுவுக்குத் தெரிந்து விட்டது.

அலமேலு என்கிற பெயரைப் பற்றி அவள் மனசில் இன்னமும் குறை இருந்து கொண்டுதான் இருந்தது. ஆனால் அந்தப் பெயரும் அதைப்பற்றிப் பிறருடைய கேலியும் அவளுக்குச் சகஜமாகிப் போய்விட்டன. சில நாட்களாக அவள் அதைப் பற்றிச் சிந்திக்கவேயில்லை. அவள் அப்பா இன்று அந்தப் பழைய புண்களைக் கிளறிவிடப் போகிறாரே என்று "போ அப்பா! நீயே கேலி பண்ணினால் நான் என்ன செய்ய?" என்றாள்.

"கேலி இல்லை. நிஜம்மாவேதான் சொல்றேன். நான் மாப்பிள்ளை பார்த்தாச்சு. இனிமே நீ அலமேலு என்ற பேரை மாத்திக்கலாம்" என்றார்.

"எப்படி மாத்திக்கிறதாம்?" என்றாள் கர்நாடகக் கல்யாணி அம்மாள்.

"நீ கூட வேணுமானாலும் பெயரை மாத்திக்கலாம் - மிஸஸ் ராமநாதன் என்று" சொல்லிச் சிரித்தார் ராமநாத ஐயர்.

"ஆம்படையான் பெயரை வச்சுக்கறதுதான் நாகரீக மாக்கும்" என்றாள் கல்யாணி அம்மாள்.

"ஆகவே, இனிமேல் நம்ம அலமேலு, அலமேலு அல்ல. மிஸஸ் மாத்ருபூதம்" என்றார் ராமநாத ஐயர்.

மிஸஸ் மாத்ருபூதம் ஆகவிருந்த அலமேலு இன்னது சொல்வது என்று அறியாமல் ஸ்தம்பித்து நின்றாள் வெகு நேரம்.

17

புளிப்பு

நண்பர் கடிதம் எழுதியிருந்தார் "தங்களுடைய கதையைப் படித்தேன்; மாயவரத்துத் திராட்சையின் புளிப்பை நானும் அனுபவத்திருக்கிறேன்; அந்தத் திராட்சையிலுள்ள ஒரே இனிப்பு, தங்கள் வர்ணனையில் தான் இருக்கிறது."

எனக்குக் கொஞ்சம் பெருமையாகவே இருந்தது. அந்த நண்பரிடம் எனக்கு ஏற்கனவே நல்ல மதிப்பு உண்டு. சாதாரணமாகக் கதைகள் பிடிக்காது என்று படிக்காத நண்பர், என் கதையைப் படித்துவிட்டு இரண்டணா செலவு செய்து கடிதம் வேறு எழுதியிருந்தார்.

தவிரவும் சாதாரணமாக யாரும் என் கதைகளைப் படித்து விட்டு என்னைப் பாராட்டி எனக்கு எழுதுவது கிடையாது. குறிப்பிட்ட நாலைந்து பேர்வழிகளைத் தவிர என் கதைகளை யாரும் படிப்பதில்லை. படித்தாலும் பாராட்டுவ தில்லை என்றுதான் எனக்கு எண்ணம். (இந்த நாலைந்து பேர் வழிகளில் நான் என் மனைவியையோ, தகப்பானாரையோ சேர்த்துக் கொள்ளவில்லை. என் கதைகளைப் படித்து விட்டுப் பாராட்ட வேண்டியவர்கள்தான் அவர்கள். ஆனால் அவர் களுக்கு எப்பவுமே என் கதைகள் பிடிப்பதில்லை. என்ன எழுதியிருக்கே என்று என்னையே கேட்கிறார்கள்.)

சற்று பெருமையுடனேயே அந்த நண்பருடைய கடிதத்தை வேறு ஒரு நண்பரிடம் காட்டினேன். இந்த நண்பர் சதாரண மாக என்கூடப் பழகுபவர்; என் கதைகளை ஆர்வத்துடன் படிப்பவர்.

நண்பரின் கடிதத்தைப் படித்துவிட்டு இரண்டாவது நண்பர் தன் அதிருப்தியைத் தெரிவித்தார். "இதென்ன இவர் இப்படி எழுதி விட்டார்?" என்று கேட்டார்.

"ஏன்? சரியாகத்தானே இருக்கிறது?" என்றேன்.

நண்பர் சற்று உற்சாகத்துடனேயே சொன்னார்: "சமீப காலத்தில் தாங்கள் எழுதிய கதைகளிலேயே மிகவும் சிறந்த கதை அதுதான். நான் சொல்லுவதை நீங்கள் நம்பலாம். நீங்கள் எழுதியது பூராவையும் நான் படித்திருக்கிறேன் என்பது உங்களுக்குத் தெரியும்," என்றார்.

அவருடைய உஷ்ணம் எனக்குத் திகைப்பளித்தது.

"உம்..." என்றார்.

"இந்தக் கதையில் நீங்கள் சற்று ஆழமாக நமது சமூகத்தில் புரையோடி விட்ட ஒரு விஷயத்தை மிகவும் அழுத்தமாக வெளியிட்டிருக்கிறீர்கள்! கதையின் தத்துவத்தையே அறிந்து கொள்ளாமல், கேவலம் மாயவரத்து திராட்சையின் புளிப்பை மட்டும் குறிப்பிட்டிருக்கிறாரே இவர்..." என்றார் நண்பர்.

"அவரவர்களுக்கு உகப்பதையும் உகப்பதைத் தவிர வேறு எதையும் எந்த ஆசிரியனும் எழுதக் கூடாது என்று ஏற்பட்டு விட்டதா?" என்று கேட்டார் நண்பர்.

நான் பதில் சொல்லவில்லை.

நண்பர் தொடர்ந்தார்; "அவர் அப்படி எழுதினது பாதக மில்லை. ஆனால் அதைப் பற்றி நீங்கள் பெருமைப் பட்டுக் கொள்வதுதான் எனக்குப் பிடிக்கவில்லை - புரியவுமில்லை."

"அதிகமாகக் கதைகளே படிக்காதவர் அவர். எனக்காக அவர் கதையைப் படித்தது மட்டுமின்றி இரண்டணா செலவு செய்து ஒரு கடிதம் எழுதினார். அதில் திருப்தி அடைந்தேன்" என்றேன்.

"உங்கள் கணக்கில் கூடச் சேராத இரண்டணாவில் இப்படித் திருப்தி அடைந்து விடுகிறீர்களே!" என்று கேலி செய்தார் நண்பர்.

நான் சொன்னேன்; "இலக்கியாசிரியர்கள் என்று எழுத முன் வருபவர்கள் எல்லோருமே தங்கள் கதைகளில் என்ன வெல்லாமோ சொல்லி வாழ்க்கையைப் புதுப் புதுக் கண் களுடன் நோக்கி, புதுப்புது உண்மைகளை மனித குலத்துக்கு ஊட்டி வருவதாகத்தான் எண்ணிக் கொண்டு வருகிறார்கள். அதெல்லாம் அவர்கள் எழுத்தில், வாசகர்கள் வரையில் எட்டுவதேயில்லை. அவர்கள் பிரும்மாண்டம் என்று எண்ணி எழுதுவதெல்லாம் வாசகர்களுக்குக் கட்டெறும் பாகக் காட்சி அளிக்கின்றன. அவர்களுடைய பஞ்ச கல்யாணிக் குதிரைகளெல் லாம் கொல்லைக் குப்பை மேட்டில் ஊறும் நத்தைகளாகி விடுகின்றன வாசகர்களை அடையும் போது, அதெற்கென்ன செய்வது?"

"சொல்ல வந்ததை, சொல்ல விரும்பியதைச் சரியாகச் சொல்லி விடுபவன்தான் நல்ல இலக்கியாசிரியர்கள், இல்லையா?" என்றார் நண்பர் பிடிவாதமாக.

"அந்தக் கதையில் நான் சொல்ல வந்ததை, சொல்ல விரும்பியதை எல்லாம் பூராவும் சொல்லிவிட்டேனோ என்பது எனக்குச் சந்தேகமாகவே இருந்தது. ஆனால் என் நண்பர்..."

நண்பர் தொடர்ந்து சொன்னார்: "ஓரளவு தமிழில் பூரணத்துவம் பெறுகிற கதைகள் எழுதுகிற ஆசிரியர்கள் மிகச் சிலர்தான். அந்தச் சிலரில் நீங்களும் ஒருவர் என்பது என் அபிப்பிராயம்" என்று.

"உங்கள் அபிப்பிராயம் எனக்குத் திருப்தி தருவதாகத் தான் இருக்கிறது. சந்தோஷம்;" என்றேன்.

ஒரு விநாடி கழித்து ஆங்கிலத்தில் படித்த ஒரு வாக்கியத்தை அவரிடம் சொன்னேன்; "To strive for perfection is a human need; all effort however must end ludicrously short of the mark. அதாவது பூர்ணத்துவம் பெற முயலவதென்பது எல்லா மனிதர்களுக்கும் பொதுவான அவசியத் தேவை. ஆனால் நம்முடைய சிறந்த முயற்சிகள் எல்லாமே கூட, பரிகாசத்துக் கிடந் தருவனவாகத்தான் இருக்கின்றன."

"பூரணத்துவம் என்கிற நோக்கமே இல்லாத ஆசிரியர்கள்

தான் இன்று தமிழில் அமுல் நடத்துகிறார்கள்" என்றார் நண்பர்.

"அப்படியில்லை, பூரணத்துவம் என்கிற ஆசை மனித ரத்தத்திலே ஓடுகிறது. எந்தக் காரியம் செய்தாலும் மனிதன் பூர்ணத்துவத்தை மனசில் கொண்டுதான் செய்கிறான்" என்றேன் நான்.

"இவ்வளவு நிச்சயமாகச் சொல்லுகிறீர்கள்? பின்... ஏன்...?"

"அதுதானே சிருஷ்டி தத்துவம்! மேலும் மேலும் சிருஷ்டி சாத்தியமாகிக் கொண்டிருப்பதே மனித முயற்சியில் பூரணத் துவம் அகப்படாத காரணத்தில்தான்" என்றேன் நான்.

"ஏதோ பேசிக் கொண்டிருந்தோம். நீங்கள் பேச்சை முடிவில்லாத் தத்துவ விசாரத்துக்குத் திருப்பி விட்டீர்களே!" என்றார் நண்பர்.

"எதைப் பற்றிப் பேச வேண்டும். சொல்லுங்கள்" என்றேன்.

"அந்தக் கதையில் நாகரிகம் என்று சொல்லப்படுவதன் மேலெழுந்த வாரியான சில அம்சங்களை நன்றாக விளாசி யிருந்தீர்கள்..."

"எந்தக் கருத்தை மத்தியாக வைத்து அந்தக் கதையை நான் எழுதியிருப்பதாக உங்களுக்குத் தோன்றியது?" என்று கேட்டேன்.

"முகம் தடிப்பேறி, தன் கட்சியே சரியானதென்ற எண்ணுகிற வாலிபனின்..."

"அதை நான் மத்திய கருத்தாகக் கருதி அந்தக் கதையை எழுதவில்லை.

"எனக்காக, என் கட்சி தவறு என்று நிரூபிப்பதற்காக ஏதாவது சொல்லத் தொடங்கி விடாதீர்கள்" என்று நண்பர் எச்சரித்தார்.

"அப்படி எல்லாம் சொல்லமாட்டேன்; பயப்பட வேண்டாம்; நீங்களே வந்து மாட்டிக் கொள்கிறீர்கள்; அவ்வளவுதான். மாயவரம் திராட்சையின் புளிப்பைப் பற்றி அதை

அனுபவித்தவர் எழுதினார். நீங்கள் என்னைப் போலவே தினசரி சவரம் செய்து கொள்ளாதவர்; மற்றும் சில இன்றைய 'நாகரீக' அம்சங்களில் நம்பிக்கை வைக்காதவர். அது உங்கள் மனசில் பட்டுத் தைக்கிறது. அதுவே மத்திய கருத்து என்று கருது கிறீர்கள்," என்றேன்.

"அப்படியானால் அந்தக் கதையை எழுதும்போது உங்கள் மனசில் இருந்ததுதான் என்ன? சொல்லுங்கள்" என்று சவால் கூறினார் நண்பர்.

"நாகரிகம் என்பது பற்றி மூன்று பேருக்கு மூன்றுவித அபிப்பிராயங்கள் இருக்கலாம். ஒன்று படிப்பவருடையது. இரண்டாவது ஆண்பிள்ளையினுடையது, மூன்றாவது அந்தப் பெண்ணினுடையது, இதில்..."

"ஆணினுடைய அபிப்பிராயம் தவறானது; அவ்வளவு தானே?" என்றார் நண்பர்.

"அந்த இடத்தில் நீங்கள் அப்படி முடிவுகட்டும் படியாக நான் எழுதியிருந்தோனானால், இந்தக் கதையைப் பற்றிய மட்டில் நான் தோல்வியை ஒப்புக் கொள்ள வேண்டியது தான். கதையில் சொல்லியிருக்கிறதா அந்த ஆண்பிள்ளையினு டைய கட்சி தவறானது என்று? பெண்ணினுடையது சரி என்றும் சொல்லப்படவில்லை. இரண்டும், பார்ப்பவன் ஒருவனுடைய நோக்குடன், ஒன்றன் பக்கத்தில் ஒன்றாக இருக்கிறது. இரண்டு கட்சியும் தவறாகவும் இருக்கலாம். இரண்டு கட்சியும் சரியான தாகவும் இருக்கலாம்..." என்றேன் நான்.

"கதையில் இது அவ்வளவாகத் தெளிவாகவில்லை என்று தான் சொல்லவேண்டும். கதாசிரியரின் அனுதாபம் பூராவும் பெண்ணிடம் இருக்கிற மாதிரி எனக்குப் பட்டது..." என்றார் நண்பர்.

"உங்கள் அனுதாபத்தைக் கதாசிரியனுடைய அனுதாபம் என்று தவறுதலாக எண்ணிக் கொண்டு விட்டீர்கள்?" என்றேன் நான்.

நண்பர் மௌனம் சாதித்தார்.

அந்த மௌனத்தைக் கலைக்க அங்கு வேறு ஒருவர் வந்தார், வந்தவர் யாரோ புதுசு. "சார், நீங்கள்தானே…" என்று கேட்டுக் கொண்டே உள்ளே அந்த அந்த வாலிபருக்கு என் நண்பர் என்னைச் சுட்டிக்காட்டினார்.

அந்த வாலிபர் என்னைத் திரும்பிப் பார்த்தார். "தெரி கிறது, தெரிகிறது. முதலில் பார்க்கவில்லை. நீங்கள்தான், அன்று நானும் என் மனைவியும் குத்தலாத்திலிருந்து திருவிடை மருதூர் போன போது எங்களுடன் ரெயிலில் வந்தீர்கள்…"

"அப்படியா? சந்தோஷம். உட்காருங்கள்" என்று ஒரு நாற்காலியைக் காட்டினேன். என் வாசக நண்பரைப் பார்த் தேன். அவர் மௌனமாகவே இருப்பார் என்று எதிர் பார்த் தேன். ஆனால் அவர் "மூன்றாவது வாசகர் ஒருவர் அந்தக் கதையைப் பற்றி அபிப்பிராயம் தெரிவிக்கப் போகிறார்" என்றார்.

"அவர் வாசகர் மட்டும் அல்ல. கதாநாயகரே அவர்தான்" என்றேன் நான்.

ஏதடா யாரோ பைத்தியக்காரர்களிடம் மாட்டிக் கொண்டு விட்டோமே என்று யோசிக்கிறவர் போல அந்த வாலிபர் திருதிருவென்று முழித்தார். எங்கள் இருவரையும் மாறி மாறிப் பார்த்தார்.

"என் பெயர் ராஜகோபாலன்," என்றார்.

"சந்தோஷம்" என்றேன்.

"சீப்பு என்கிற உங்கள் கதையை என் மனைவி படித்து விட்டு என்னிடம் காட்டினாள்; நானும் படித்தேன்! அவள் அம்மாவும் படித்தா…" என்றார் ராஜகோபாலன்.

"தவறுதலாக ஒன்றும் யாரும் நினைத்துக் கொள்ளும் படியாக நானும் எழுதவில்லையே!" என்றேன்.

"இல்லை இல்லை தவறுதலாக ஒன்றும் இல்லை" என்று ராஜகோபாலன் ஒப்புக்கொண்டார்.

"சந்தோஷம்!" என்றேன்.

அவர் என் கதையின் நாயகர்.. ஏதோ சொல்ல வந்திருக்கிறார் - எப்படிச் சொல்வது என்று அறியாமல் சிரமப்படுகிறார் என்று எனக்குத் தோன்றியது. ஆனால் அவருக்கு உதவி செய்ய நான் தயாராக இல்லை; தானாகவே தன் வழியிலேயே சொல்லட்டும் என்று காத்திருந்தேன்.

"பாதி வரையில் நிஜத்தையே எழுதிக் கொண்டு வந்த நீங்கள்..." என்றார் ராஜகோபாலன்.

"கொஞ்சம் கைச் சரக்கும் சேர்த்தால்தான் கதை ருசிக்கும் என்று சேர்த்தேன்" என்று ஒப்புக்கொண்டேன்.

"என் மனைவிக்குத்தான் கொஞ்சம் வருத்தம்" என்று ஒரு அசட்டுச் சிரிப்புடன் கூறினார் அந்த வாலிபர்.

"என்ன? ஏன்? என் கதையில் என் அனுதாபம் பூராவும் அந்தப் பெண்ணிடம்தான் இருக்கிறது என்று இந்த நண்பர் இப்பத்தான் கூறிக் கொண்டிருந்தார்!" என்றேன் நான், என் வாசக நண்பரைப் பார்த்துக் கொண்டே.

"அப்படித்தான் எனக்கும் தோன்றியது. ஆனால் என் மனைவி..."

"உங்கள் மனைவியினுடைய அபிப்பிராயத்தையும் கூறி விடுங்கள். கேட்டேனானால் எனக்கு லாபகரமாக இருக்கும்!" என்றேன்.

"அவள் அம்மா எங்களிரண்டு பேரையுமே பார்த்துச் சிரிக்கிறாள்" என்றார் ராஜகோபாலன்.

"உம்..."

"நாலு வருஷம் போராடி என் மனைவி - இதை அன்னியர்களிடம் எப்படிச் சொல்வது என்றே எனக்குப் புரியவில்லை. வெட்கமாகக்கூட இருக்கிறது...." என்றார் ராஜகோபலன். மேலே சொல்லாமல் தயங்கினார்.

நான் புரிந்துகொண்டு விட்டேன். மனிதனுடைய சரித்திரமே இதுதான் - மனிதன் பேனுடன் போராடி வெற்றி பெற்றதுதான் மனித குலத்தின் உண்மைச் சரித்திரம் என்று அமெரிக்கப் பேராசிரியர் ஒருவர் *Men, lice and History* என்று

ஆயிரம் பக்கங்களில் ஒரு புஸ்தகமே எழுதியிருக்கிறார்" என்றேன்.

"பேனைப் பற்றி எழுதியதுதான் அவளுக்கு ரொம்பவும் வருத்தம்" என்றார் ராஜகோபாலன்.

"கதையை முடிப்பதற்கு ஒரு நல்ல விஷயமாகப் பட்டது எனக்கு, முடித்தேன். வேறு யாருக்கும் எப்படியும் வருத்தம் தருகிற உத்தேசமே கிடையாது எனக்கு" என்றேன் நான்.

"உத்தேசத்துக்கு என்ன சார்? பெரும்பாலான பேருக்கு நல்ல உத்தேசங்களுக்குக் குறைவே கிடையாது" என்றார் ராஜகோபலன்.

இதற்குப் பதில் தேவையில்லை, என்று நான் பேசா திருந்து விட்டேன்.

ஒரு நிமிஷம் கழித்து ராஜகோபாலன் கேட்டார்: "ஆமாம், பேனையும் சீப்பையும் புஷ்கோட்டையும் பற்றி ஏதோ கதை எழுதுகிறேளே..."

"காதலையும் சந்திரனையும் பற்றி எழுதத் தெரியாத தோஷம் தான்" என்றேன்.

உடன் இருந்த வாசக நண்பர் சிரித்தார்.

ஒரு நிமிஷம் மௌனமாக இருந்தார் ராஜகோபாலன். எழுந்தார்: "வரட்டுமா? நீங்கள் இந்த ஊரில் இருப்பதாகக் கேள்விப்பட்டேன். வந்த இடத்தில் உங்களைப் பார்ப்போம் என்று வந்தேன். வேறு ஒன்றும் விசேஷமாக இல்லை வரட்டுமா?" என்று கிளம்பினார்.

சலாம் வைப்பதற்குக் கை தூக்கினார். சலாம் வைத்து விட்டு அவர் திரும்பும் போது, கை அவரையும் அறியாமலே தலைக்குச் சென்றது. ஒரு விரலால் தலையைச் சொறிந்து கொண்டே போய் விட்டார்.

"பையன் தலையிலும் பேன் வைத்து விட்டது!" என்றேன் நான்.

"கதை பூராவுமே கற்பனை என்றுதான் எண்ணினேன் நான்" என்றார் வாசக நண்பர்.

க.நா. சுப்ரமண்யனின் தேர்ந்தெடுத்த சிறுகதைகள்

"பூராவுமே கற்பனை என்று சொல்லக்கூடிய கதைகூட உண்டா என்ன? தவிரவும் கற்பனைக்கும் உண்மைக்கும் அப்படி என்ன பிரமாத வித்தியாசம்?" என்றேன் நான்.

"அப்படியா, முழுக் கற்பனையானால் அரிஸ்டாடிலில் தொடங்கி, புதுமைப்பித்தன் வரையில் சொல்லியிருக்கிற சிறுகதை அணிகளை வைத்துப் பார்க்கலாம். திட்டமான சட்டங்களுக்கு உட்பட்டதாக இருக்க வேண்டும் என்று எதிர் பார்க்கலாம். உண்மையில் நடப்பதற்குச் சட்டம் பேற முடியாதே?" என்று குறைபட்டுக் கொண்டார் வாசக நண்பர்.

"அதனால்..." என்றேன்.

"உங்கள் கதைகளை நான் இவ்வளவு நாளும் ரசித்துப் படித்து வந்தது தவறு என்று ஏற்பட்டது" என்று கூறி நகைத்தார் நண்பர்.

"அப்படி எல்லாம் முடிவு கட்டி விடாதீர்கள்" என்றேன் நானும் சிரித்துக் கொண்டே,

வேறு ஒருவர் உள்ளே வந்தார். அவரை "வா மணி" என்று வரவேற்றேன்.

"நிற்க நேரமில்லை டாக்டரைப் பார்க்க வந்தேன் ஐயா" என்று கூறிக்கொண்டே உட்கார்ந்தார்.

"என் கதை - சீப்பு என்கிற கதையைப் பற்றிப் பேசிக் கொண்டிருந்தோம்" என்றேன்.

"சீப்பா சீப்பு எந்தக் கதை. ம்.. சீப்புத்தானே? நான்கூடப் படித்து விட்டேனே" என்றார் மணி.

வாசக நண்பர் கேட்டார், "அந்தக் கதையைப் பற்றி உங்கள் அபிப்பிராயம்..."

மணி சொன்னார்: "சுமாராக இருந்தது. ஆனால் இந்த மாதிரிக் கதைகளிலெல்லாம் ஒரு கெட்டிக்காரத்தனம் வீணாகி விடுகிறது என்பது என் அபிப்பிராயம்... ஆமாம் அழுத்தம் எல்லாம் மேலெழுந்த வாரியான வார்த்தைப் பந்தல்... வரட்டுமா ஐயா, டாக்டரைப் பார்த்துவிட்டு வரேன்" என்றார். கிளம்பி விட்டார்.

“ரசமான மனிதர்” என்றார் என் வாசக நண்பர்.

“அவர் எழுதற கதையே அவருக்குத் திருப்தியளிப்பது கிடையாது” என்றேன் நான்.

“அதனால்தான் அவர் அதிகமாக எழுதுவதில்லை போலும்!” என்றார் நண்பர்.

“ஒரு விஷயம் நன்றாக இருக்கிறது என்றும், நன்றாக இல்லை என்றும் நாம் சொல்லும்போது நம்முடைய நோக்கைக் கொண்டுதான் சொல்லுகிறோம். அதாவது நமக்குப் பிடித்த மான விஷயத்தை அழுத்திப் பாராட்டி யிருந்தால் பிடிக்கிறது. அல்லது பிடிக்காத விஷயத்தைக் கண்டித்திருந்தால் பிடிக்கிறது. மற்றபடி கசப்பான விஷயங்களை ஒரு ஆசிரியன் எடுத்துக் கூறிச் சிலாகிக்கத் தொடங்கி விட்டானானால்...”

“கசப்பான விஷயங்கள் என்று சொல்வதைவிடப் புளிப்பான விஷயங்கள் என்று சொல்லுங்கள்” என்றார் நண்பர்.

இன்னொரு நண்பர் என்னைத் தேடிக்கொண்டு வந்தார்; “என்ன சார் வெளுத்துக் கட்டிடவிட்டேளே. உங்க கதையைத் தான் சொல்றேன்...” என்றார் புதுசாக வந்தவர்.

“எந்தக் கதை” என்றேன்.

“சீப்புன்னு ஒரு கதை எழுதியிருக்கேளே! அதை என் பெண் இப்பத்தான் என்னிடம் காட்டினாள். படித்துப் பார்த் தேன். பேஷ்! கங்கிராஜுலேஷன்ஸ்” என்றார்.

“உட்கார். சொல்லு கேட்கிறேன்” என்றேன்.

என் வாசக நண்பர் எழுந்தார்.

கடைசியாக வந்தவர் சொன்னார்: “நீங்கள் தலை வாருவது கிடையாது. அதனால் சீப்பைக் கண்டால் உங்களுக்குப் பிடிக்காது. நான் தலைவார முடியாது, அதனால் எனக்கும் சீப்பைக் கண்டால் பிடிக்காது” என்று கூறியபடியே தம் வழுக்கைத் தலையைத் தடவிக் கொண்டார்.

வாசக நண்பர் சிரித்தார்; “வரட்டுமா” என்று கைகூப்பி விட்டுக் கிளம்பினார்.

18

கல்யாணங்கள்

கும்பகோணத்தில் நான் ரெயில் ஏறும்போது வண்டியில் ஒரே கூட்டமாக இருந்தது.

இடம் பூராவையும் ஒரு கல்யாணக் கோஷ்டி ஆக்கிர மித்துக் கொண்டிருந்தது. குடம், குத்து விளக்கு, பருப்புத் தேங்காய், புதுப்பாய் சகிதம், பிள்ளை, பெண், பிள்ளையின் பெற்றோர் தம்பி தங்கைகள், பெண்ணின் தாய், தங்கைகள் என்று வண்டியில் - எட்டுப் பேர் இருக்க வேண்டிய வண்டி யில் பதினெட்டுப் பேர்வழிகள் இருந்தார்கள்.

"இதைவிட மூன்றாவது வகுப்பு வண்டியில் கூட்டம் குறைவாக இருக்குமே!" என்று சொல்லிக் கொண்டே ஒருவர் போய்விட்டார். அவரைத் தவிரக் கல்யாணக் கோஷ்டியைச் சேராதவர்கள் நாங்கள் மூன்று நாலு பேர் இருந்தோம்.

சின்ன பையன் ஒருவனை விசாரித்ததில் கல்யாணக் கோஷ்டி திருவிடைமருதூரில் இறங்கிவிடும் என்று தெரிந்தது. அடுத்த ஸ்டேஷனுக்கு அடுத்த ஸ்டேசன். பதினைந்து நிமிஷம், அல்லது ஜாஸ்தியானால், இருபது நிமிஷம். பாதகமில்லை. வண்டி வழியிலேயே நின்று கொண்டிருக்கலாம் என்று நாங்கள் தீர்மானித்தோம்.

காசையும் அதிகமாகக் கொடுத்துவிட்டு நின்று கொண்டு பிரயாணம் செய்ய வேண்டி வந்ததைப் பற்றிச் சிந்தித்துக் கொண்டிருந்தேன் நான். மற்றவர்களும் அப்படித்தான் போலும். நாங்கள் அதிகமாகப் பேசவில்லை.

திருநாகேசுவரத்தில் நின்றுவிட்டு வண்டி கிளம்பியது. திருவிடைமருதூரும் வந்துவிட்டது. "ஒண்ணும் விட்டுப் போக

வில்லையே" என்று வண்டியில் கீழேயும் மேலேயும் பார்த்து விட்டு கல்யாண கோஷ்டியினர் எல்லோரும் இறங்கியவுடன் நாங்கள் நாலு பேர் வண்டிக்குள் போய் மூலைக் கொருவராகத் திண்டில் சாய்ந்து கொண்டு சௌகரியமாக உட்கார்ந்து கொண்டோம்.

ஒருவர் வைதிக சிரேஷ்டர். அவருக்கு வயது ஐம்பத்தைந்து இருக்கும். மெல்லிய கம்பிக்கரை வேட்டியைப் பஞ்ச கச்சமாகக் கட்டி, பட்டுக்கரை அங்கவஸ்திரத்தை யோக வேஷ்டியாக அணிந்திருந்தார். அவரும் கல்யாணக் கோஷ்டியைச் சேர்ந்தவர் என்றுதான் நான் முதலில் நினைத்தேன். இல்லை என்று தெரிந்தது.

எனக்கு எதிர்மூலையில் உட்கார்ந்திருந்தவர் கோட்டும் ஸூட்டும் அணிந்திருந்தார். ஏதோ உத்தியோகத்திலிருப்பவர் போல இருந்தது. அவருக்கு வீடும் சொத்துச் சுதந்திரமும் பெண்டாட்டி பிள்ளைகளும் ஏராளமாக இருக்கவேண்டும் என்று அவரைப் பார்த்துதான் அனுமானித்துக் கொண்டேன். வயசு நாற்பதுக்குள் தான் இருக்கும்.

மூன்றாவது ஆசாமி ஒரு வாலிபன். வயசு இருபது இருபத்திரண்டு இருக்கலாம். இன்றைய வாலிபர்களிடமிருந்து சற்றும் மாறுபட்டவனல்ல. படித்துக் கொண்டிருப்பான், அல்லது படித்து விட்டு வேலை தேடிக் கொண்டிருப்பான். இன்னும் வாழ்க்கைப் போரில் ஈடுபடாதவன் மாதிரி இருந்தது.

ரயில் திருவிடைமருதூரை விட்டுக் கிளம்பியதும், ஒரு கனைப்புக் கனைத்துக் கொண்டு, உத்தியோகஸ்தர் பேச்சைத் தொடங்கினார். ரயிலில் ஒரு குறுகிய இடத்தில் உட்கார்ந்து கொண்டு நாலு பேர் பேசாமல் இருப்பது எப்படி? தவிரவும் நாலு பேருக்கும் திருவிடைமருதூர் வரையில் உட்கார இடம் தராமல் எங்களை நிற்க வைத்துவிட்ட அந்தக் கல்யாணக் கோஷ்டியிடம் எங்களுக்குக் கோபம் வருவது சகஜம்தானே!

அந்த உத்தியோகஸ்தர் கல்யாணங்களைப் பற்றி, அந்தக் கல்யாணக் கோஷ்டியை மனசில் வைத்துக் கொண்டு, பேசத் தொடங்கினார். "பட்டுப்பாய், குடம், குத்துவிளக்கு, பருப்பு

தேங்காய் என்கிற சம்பிரதாயங்களில் மட்டும் நமக்கு இன்னும் நம்பிக்கை விடவில்லை" என்றார்.

"குடும்ப வாழ்விலேயே நம்பிக்கையற்றுப் போய்க் கொண்டிருக்கும் இந்த நாட்களில், குடும்ப வாழ்வு பற்றிய சின்னங்களில் மட்டும் நம்பிக்கை இருந்து என்ன பலன்?" என்றார் உத்தியோகஸ்தர்.

நான் பதில் சொல்லாமல் அந்த வாலிபனைப் பார்த்தேன். அவன் வயசில் பொதுவாகக் கலியாணத்தைப் பற்றியும், அவன் சிந்திப்பவனாகத்தானே இருக்க வேண்டும்? அவன் பதில் சொல்லுவான் என்று அவனைப் பார்த்தேன்.

"அந்தச் சப்பிரதாயங்களைத் தவிர இன்றையக் கல்யாணங் களில் வேறு எதுவும் இருப்பதில்லை?" என்றான் அந்த வாலிபன்.

உலகத்திடம் அதிருப்தி அடைந்து அந்த அதிருப்தியை வெளியிடுவதற்கு உலகில் எந்தக் காலத்திலும் எந்தத் தேசத்திலுமே உரிமை இருந்துதான் வந்திருக்கிறது. வாலிபம் மாறி நாற்பதாவது வயசுடன் வெள்ளெழுத்து வரும் போது தான் மனிதனுக்குப் பொதுவாக நம்பிக்கை பிறக்கிறது என்று சொல்லவேண்டும். இந்த நம்பிக்கை இருபதாவது வயசிலேயே உதித்திருந்தால், என்ன வெல்லாமோ நாம் சாதித்துப் புரட்டி யிருக்கலாமே என்று மனிதர்களில் பலருக்குத் தோன்றுவ துண்டு. இது எனக்கே அனுபவபூர்வமான உண்மை.

என் மனசிலிருந்து வெளிப்படாத சிந்தனைகளைத் தொடர்ந்து நான் சொன்னே; "மனிதனுக்கு மனித குலத்திடம் உள்ள நம்பிக்கை காரணமாகத்தான் வருஷத்தில் இத்தனை கல்யாணங்கள் நடக்கின்றன" என்றேன்.

"மனிதனுக்குப் பூரணமாக நம்பிக்கையற்று விட்டாலும் தேவலை - அல்லது பூரணமாக நம்பிக்கை ஏற்பட்டு விட்டா லும் தேவலை. இன்றுள்ள நாம் இரண்டும் அற்ற ஒரு நிலையில் ஊசலாடுகிறோம். அதுதான் சிரமமாக இருக்கிறது" என்றார் உத்தியோகஸ்தர்.

“வயசு ஆக ஆக நம்பிக்கையற்றவர்களுக்கு நம்பிக்கை என்பது உதித்து வளருகிறது” என்றேன் நான்.

“அதேபோல வயசு ஆக ஆக சுபாவமாகவே நம்பிக்கை யுள்ளவர்களுக்கு நம்பிக்கை தேய்கிறது” என்றான் வாலிபன்.

“ஆகவே மொத்ததில் உலகத்தின் நம்பிக்கைக்குக் சராசரிக் கணக்கு நேர்பட்டுவிடுகிறது” என்று சொல்லிச் சிரித்தார் உத்தியோகஸ்தர்.

இதுவரை பேச்சில் கலந்து கொள்ளாமல் சும்மா இருந்து விட்ட வைதிக சிரேஷ்டர் சொன்னார்; “இந்தச் சம்பிர தாயங்கள் வெறும் சடங்குகளாக மாறிவிடாத, அர்த்த புஷ்டி யான காரியங்களாக இருந்த காலமும் உண்டல்லவா?” என்று கேட்டார்.

“இருந்திருக்கலாம், எப்படி நிச்சயமாகச் சொல்வது?” என்றான் வாலிபன், சர்வ ஜாக்கிரதையாக. வைதிகத்தில் அவ்வளவு நம்பிக்கை அவனுக்கு.

“இருந்திருக்கத்தானே வேண்டும்? அப்படி இல்லா விட்டால் இன்று செய்து கொண்டிருப்பதெல்லாம், வெறும் புரளி, பரஸ்பர ஏமாற்ற, ஒப்பந்தம் என்றுதானே ஏற்பட்டு விடும்'' என்றேன் நான்.

“அப்படிச் சொல்கிற ஒரு கட்சியும்கூட உண்டல்லவா?” என்றான் வாலிபன்.

“உண்மைதான். எனக்கும்கூட அப்படிச் சொல்கிற கட்சியை ஆதரிக்கத்தான் தோன்றுகிறது! ஆனால் மனிதனுக்கு என்னவோ எப்படியோ நம்பிக்கை என்கிற ஒரு தேவை ஏற்பட்டிருக்கிறதே! அதைத் தப்புவது எப்படி?”

ஆடுதுறையில் நின்றுவிட்டு வண்டி கிளம்பியது.

“இன்று உலகைச் சீர்திருத்த முன்வருகிறவர்கள் எல்லோருமே பழையது எல்லாவற்றையும், சம்பிரதாயங்கள் சடங்குகள் உள்பட எல்லாவற்றையும் புரளிகள் என்றுதான் கூறுகிறார்கள்” என்றார் உத்தியோகஸ்தர், வாலிபனுடைய கட்சியை ஆதரிப்பவராக.

“பழைய புரளிகள் மீது நம்பிக்கை வைக்காதீர்கள் என்று..” வாலிபன் தொடங்கி முடிக்கு முன் வைதிக சிரேஷ்டர் சொன்னார்.

“எங்கள் புதுப் புரளிகளில் நம்பிக்கை வையுங்கள் என்னும் சீர்திருத்தவாதிகள், பழசு பூராவையும் புரளி என்று சொல்கிற நவீனவாதிகள், சொல்கிறார்கள்” என்றார்.

உண்மைதான் என்று எனக்குத் தோன்றியது. “பழைய புரளிகள் தேய்ந்து மங்கிவிட்டன; உயிரற்று விட்டன. எங்களுடைய புதுப் புரளிகள் புது மெருகு அழியாமல் இருக்கின்றன. அவற்றில் நீங்கள் நம்பிக்கை வைப்பது சுலபம், நம்புங்கள்’ என்றுதான் நாகரிகவாதிகள் சொல்கிறார்கள். ஒரு புரளிக்குப் பதில் வேறு புரளியை நிறுத்தி நிமிர்த்தி வைத்து என்ன பயன்? அரசியல்வாதிகளின் கைகளிலும் நாக்கிலும் அகப்பட்டு விட்ட கொள்கைகள் போல உண்மை திரிந்து விடுகிறது - உருவெல்லாம் மாறிவிடுகிறது.”

“ரஷியாவில்...” என்று உத்தியோகஸ்தர் தொடங்கினார்.

ஆனால் வைதிக சிரேஷ்டர் அவரைக் கையமர்த்திச் சொன்னார்: “அரசியல் விஷயங்களைப் பற்றி நமக்கெல்லோருக்கும் இன்று நன்றாகத் தெரியும். கிளிப்பிள்ளைக்குச் சொல்லிக் கொடுப்பது போலச் சொல்லிச் சொல்லி நம்மை எல்லாம் பாழாக்கி இருக்கிறார்கள். அரசியலைப் பற்றி இப்போது வேண்டாம்” என்றார்.

“அரசியலைப் போலத்தானே மற்ற வாழ்க்கை வழிகளிலும் பலர் நம்மைக் கிளிப் பிள்ளைகள் போலச் சொல்லிச் சொல்லிப் பழக்கியிருக்கிறார்கள்” என்று கேட்டான் வாலிபன்.

“உண்மை போலத்தான் தோன்றுகிறது. ஆனால் நமது சம்பிரதாயங்கள் நம்முடைய வாழ்வுக்கு அழகு தருகின்றன என்று சொல்லத் தோன்றவில்லையா?” என்றார் வைதிக சிரேஷ்டர்.

“நான் இதை எதிர்பார்க்கவில்லை” வைதிக சிரேஷ்டரிடமிருந்து. சம்பிரதாயத்தின் அழகைப் பற்றிப் பேசிய அவர் சம்பபிரதாயமாக இகபர மோச்சாதனங்களைப் பற்றிப் பேசவில்லை. நவீனமான வைதிக சிரேஷ்டர்தான்! நவீனமாக

சம்பிரதாயத்தின் சார்பில் ஒரு விஷயம் சொன்னார். அதுவே அழகாக இருந்தது.

"தட்டுப் பந்தலுக்கு வாழை மரம் கட்டினால் அழகாகத் தான் இருக்கிறது என்று இந்த நாளிலும்கூட எல்லோரும் ஒப்புக்கொண்டு விடுவார்கள்" என்றேன் நான்.

வண்டி தியாகராஜபுரத்தில் நின்றது. ஸ்டேஷனை அடுத்த தெருவில் ஏதோ கல்யாணம் போலும். நாதஸ்வரம் லேசாகக் காற்றில் மிதந்து வந்து எங்கள் காதில் விழுந்தது. வண்டி கிளம்பி அதிக தூரம் போவதற்குள்ளாகவே, நாதஸ்வர இசை மறையத் தொடங்கி விட்டது. ரெயில் வண்டியின் "கட கட குப் குப்" சப்தத்தின் முன் நாதஸ்வர சப்தம் நிற்க முடியுமா, என்ன?

வைதிக சிரேஷ்டர், அதையே உதாரணமாகச் சொன்னார்; "பழைய சம்பிரதாயங்கள் என்பது நாதஸ்வரத்தைப் போன்றது. புதுசாக ஏற்படுகிற காரியங்கள் எல்லாம் ரெயில் வண்டிப் புகையும் சப்தமும் போலத் தான்" என்றார்.

வாலிபனுக்குச் சட்டென்று பதில் சொல்லத் தெரிய வில்லை. உத்தியோகஸ்தர் ஜன்னல் வழியாக வெளியே பார்த்தார். ஒரு நிமிஷ மௌனத்துக்குப் பிறகு வாலிபன் சொன்னான்; "அது என்னவோ! தன் தலைமுறையின் நிலைமை திரிசங்கு ஸ்வர்க்கமாகத்தான் இருக்கிறது! புரியாத பல விஷயங் களில் உள்ளம் குழம்புகிறது! புரியவில்லை என்பதற்காக விட்டுவிடுவது சாத்தியமாவதில்லை. புரிந்துகொண்டுதான் மேலே சொல்வது என்பதும் சாத்தியமாக இல்லை" என்றான்.

நான் சொன்னேன்: "என்னுடன் படித்த ஒரு வாலிபனுக் குக் கல்யாணம் நிச்சயமாயிற்று. அவன் டெல்லியில் வேலை பார்த்துக் கொண்டிருந்தான். கல்யாணத்துக்காக வரும்போது சென்னையில் கல்யாணச் சடங்குகளை எல்லாம் அவனுக்குப் புரியும்படியாக விளக்கும் ஒரு புஸ்தகத்தை வாங்கிக் கொண்டு வந்தான். அதைப் படித்ததன் விளைவு என்ன ஆயிற்றுத் தெரியுமோ இல்லையோ?" என்றேன்.

"என்ன?" என்றார் உத்தியோகஸ்தர்.

“அதுவரை வைதிகப் பற்றுள்ளவனாக இருந்தவனுக்கு அதற்குப் பிறகு வைதிகத்தில் வெறுப்பே ஏற்பட்டு விட்டது” என்றேன் நான்.

“கல்யாணம் நடத்தா இல்லையா?” என்று கேட்டான் வாலிபன்.

“நடந்தது, நடந்தது. அதுவும் அவனாக விரும்பிய பெண்ணைக் கல்யாணம் செய்து கொள்ள ஏற்பாடாகியிருந்தது. நடக்காமல் இருந்து விடுமா? நடந்தது. ஆனால் வைதிகமான குடும்பத்தின் அந்தக் கல்யாணம் அதிக வைதிகமில்லாமல் நடந்தது” என்றேன் நான்.

வைதிக சிரேஷ்டர் இனியும் பேசாதிருக்கக் கூடாது என்று எண்ணினாரோ என்னவோ; சொன்னார்: “சம்பிரதாயத்தின் அழகில் நம்பிக்கை வைக்காததன் பலன் அது” என்றார்.

“அப்படியானால் மூடநம்பிக்கைதான் நியாயமானது என்கிறீர்களா?” என்றான் வாலிபன்

“மனிதன் மூடன்தானே?” என்றார் வைதீக சிரேஷ்டர்.

இதற்கு என்ன பதில்சொல்லுவது என்று எங்களில் ஒருவருக்கும் தெரியவில்லை.

மனிதன் மூடனா? அல்லவே அல்ல.

மனிதன் ஞானிதானா? இதற்கும் அல்லவே அல்ல, என்று தான் பதில் சொல்லத் தோன்றுகிறது.

நரசிங்கன்பேட்டையில் வண்டி நின்றுவிட்டுக் கிளம்பியது.

வைதிக சிரேஷ்டர் வாலிபனை விசாரிக்கலானார்: பெயர் குலம் கோத்ரம் எல்லாவற்றையும், கலியாணமாகி விடடதா என்றும் விசாரித்தார். ஆகவில்லை இன்னும் என்று தெரிந்து கொண்டதும் அவனுக்குத் தக்க இடங்களாகப் பார்த்துச் சொல்லிக் கொண்டு வந்தார்.

அவருடைய சாமர்த்தியத்தை வியந்து கொண்டே நான் அந்த வாலிபன் தந்த விவரங்களை ஞாபகப்படுத்திக் கொண்

டேன். அவன் நாகபுரியில் வேலையிலிருந்தான். சம்பளம் நூற்றைம்பது ரூபாய். நல்ல சொத்துள்ளவர் வீட்டுப்பிள்ளை. நல்ல குலம். பெரிய குடும்பத்தைச் சேர்ந்தவன். நல்ல வரன் தான்.

வைதிக சிரேஷ்டர் கெட்டிக்காரர்தான்.

"கல்யாண விஷயமாக என்னைக் கேட்டு என்ன பிரயோசனம். பெரியவாள் பார்த்துச் செய்து வைப்பார்கள். எனக்கு அப்பா, அம்மா அண்ணன்மார்கள் இரண்டு பேர் எல்லோரும் இருக்கிறார்கள்" என்றான் வாலிபன்.

"அது சரி, மற்றபடி உங்களுக்குச் சம்மதமானால் மற்ற தெல்லாம் சம்பிரதாயம்தானே!" என்றார் வைதிக சிரேஷ்டர்.

"இத்தனை நேரம் சம்பிரதாயங்களின் அழகைப் பற்றிப் பேசி வந்த நீங்களே, இப்படி வெறும் சம்பிரதாயந்தானே என்று கூறலாமா?" என்று அவரை மடக்கினான் வாலிபன்.

கதிராமங்கலம் ரோடு தாண்டிவிட்டது. குத்தலாம் வந்து கொண்டிருந்தது.

வாலிபனுக்கும் வைதிக சிரேஷ்டருக்கும் நடந்த சம்வாதத்தை அனுபவித்துக் கொண்டு சிரித்தார் உத்தியோகஸ் தார்.

கடைசியாக அந்த வாலிபன், "நான் குத்தாலத்தில் இறங்கி விடுவேன்" என்றான்.

"குத்தாலத்தில்தான் நானும் இறங்குகிறேன்" என்றார் வைதிக சிரேஷ்டர். "குத்தாலத்தில் எங்கே, யார் ஆத்தில்...?" என்று விடாமல் தொடர்ந்து கேட்டார்.

குத்தாலம் ஸ்டேஷன் வந்துவிட்டது. எழுந்து கொண்டே வாலிபன் பதில் அளித்தான்: "பெண் பார்க்கப் போய்க் கொண்டிருக்கிறேன், ஸ்டேஷனில் எங்கப்பாவும் அம்மாவும் வந்திருப்பார்கள்" என்றான்.

வண்டி ஸ்டேஷனில் நின்றது. ஸ்டேஷனில் ஒரே கூட்டம். பெண் பார்க்கப் போய்க் கொண்டிருந்த வாலிபனையும், வைதிக சிரேஷ்டரையும் கீழே இறங்கவிடாமல் ஒரு

கல்யாணக் கோஷ்டி எங்கள் வண்டியில் ஏற முயற்சி செய்து கொண்டிருந்தது. கூட்டம் வந்துவிடும். மறுபடியும் இட நெருக்கடிதான்.

பிளாட்பாரத்தில் இறங்கிவிட்ட வாலிபன் வைதிக சிரேஷ்டரிடம் "என் பெயரே கல்யாணம்தான்" என்று சொல்லிக் கொண்டிருந்தது என் காதில் விழுந்தது.

ரெயில் குத்தாலத்தை விட்டுக் கிளம்பிவிட்டது. வண்டியில் ஒரே கூட்டம். புதுப்பாயும், புதுக்குடமும், குத்து விளக்கும், பருப்புத் தேங்காயும் மணப்பெண்ணும், மணப் பிள்ளையும் எட்டு பேர் உட்கார வேண்டிய இடத்தில் இப்போது பதினெட்டுப் பேர் இருந்தோம்.

19

உலகத்தின் முடிவு

புஸ்தகங்களைப் பற்றிப் பேசிக் கொண்டே நானும் என் நண்பன் சீதாராமனும் சிதம்பரத்தில் ஏறினோம்.

உலகத்து மக்களை நல்வழியில் திருப்பி நல்வாழ்வு வாழத் தூண்டுவதற்கு, உலகத்து ஆசாரியர்கள் கையாண்டிருக்கிற வழிகளைப் பற்றிப் பேச்சு நடந்து கொண்டிருந்தது.

சீதாராமன் சொன்னான்: "எந்த நிமிஷமும் சாவை எதிர் பார்த்து வாழுபவன்தான் சரியானபடி வாழ முடியும் என்பதை உலகத்து ஆசிரியர்களில் பலரும் திரும்பத் திரும்பச் சொல்லி வந்திருக்கிறார்கள்."

"மனிதனுக்குப் புரியாத புதிர்களிலே சாவுதான் முதன்மை யானது" என்றேன் நான்.

"மனித ஜாதிக்கு நினைவு தெரிந்த நாள் முதலாக சாவு என்கிற அனுபவத்தை வைத்துப் பயமுறுத்தியும் அதட்டியும் மனிதனை நல்வழிக்குத் திருப்ப முயற்சிகள் நடந்து வந்திருக் கின்றன."

"முயற்சிகள் அப்படி ஒன்றும் பிரமாதமான பலன் தர வில்லை" என்றேன் நான்.

"ஜாரதுஷ்டிரன் என்கிற தீர்க்கதரிசிதான் முதன்முதலாக மனிதனின் காரியங்களை நல்லவை கெட்டவை என்று பிரித் தான் என்று சொல்கிறார்கள். நல்ல நடத்தைக்குச் சொர்க்கத் தையும், கெட்ட நடத்தைக்கு நரகத்தையும் பலனாகச் சொன்னவன் அவன்தானாம்" என்றான் நண்பன்.

“சொர்க்கமும் நரகமும் மனித சரித்திரத்திலே இன்று வரை பிரமாதமாக ஆட்சி செலுத்தி வந்திருக்கின்றன. ஆனால் அதைச் சரியான ஆட்சி என்று சொல்வதற்கில்லை.”

சீதாராமன் சொன்னான்: “மனித சரித்திரத்தை ஒரு போக்கில் திருப்பிய பெருமை ஜாரதுஷ்டிரனுடையது. சாவுக்குப் பின் என்கிற பயம்தான் இன்றுவரை மனிதனிடையே ஆட்சி செலுத்தி வந்திருக்கிறது.”

“இன்றுவரை என்பது உண்மைதான். நரகமும் சொர்க்க மும் இன்று நம்மிடையே அவ்வளவாக பூரணமான ஆட்சி செலுத்தவில்லை. சாவு என்கிற பயம் சாதாரண மனிதனுக்கு ரொம்பவும் தேய்ந்துவிட்டது.”

“இன்றைய கவலைகளில் நாளைய தினத்தின் ஞாபகம் மறையத் தொடங்கிவிட்டது; இன்றையக் கவலைகள் விசுவரூபம் எடுத்து மனிதன் கண்களை மறைத்து விடுகின்றன” என்றான் சீதாராமன்.

“அப்படியும் இருக்கலாம். அல்லது குரு குங் சொன்னது போல தெரிந்து விஷயங்களை முழுவதும் தெரிந்து சரி செய்து கொண்டு, பிறகு தெரியாத விஷயங்களைப் பற்றி யோசித்துக் கொள்ளலாம் என்று மனிதன் தீர்மானித்துவிட்ட மாதிரியும் தோன்றுகிறது” என்றேன் நான்.

நண்பன் பதில் சொல்லவில்லை.

நான் சொன்னேன்: “சாவு என்கிற பயங்கரமான, புரியவே புரியாத அனுபவத்தை எதிர்பார்த்து எப்படி எப்படி நடந்து கொள்கிறான் என்பது பற்றிச் சமீப காலத்தில் கூட சில நல்ல கற்பனைகள் தோன்றியிருக்கின்றன.”

ஒரு ஜெர்மன் ஆசிரியன் ரெயில் வண்டிப் பிரயாணக் கதை ஒன்று ஞாபகம் வந்தது எனக்கு. சற்றுப் பிரபலமாகி அமர்க்களப்பட்ட கதை தான் அது. ‘கடைசி வண்டி’ என்று பெயர் அதற்கு. மலைப்பிரதேசத்தில் ஏறி இறங்கி வளைந்து சுழன்று செல்லும் ஒரு ரெயில் வண்டித் தொடரின் கடைசி வண்டி தெய்வாதீனமாக அந்தத் தொடரிலிருந்து சுழன்று விடு கிறது. மலைச் சரிவில் தானாகவே போய்க் கொண்டிருக்கிறது

தனி ஒரு பாதையில். எப்பொழுது என்று தெரியவில்லையே தவிர அதன் முடிவு மட்டும் நிச்சயம் - எதிரில் வரும் பாறையில் மோதி சுக்கு நூறாகிவிடும் - அல்லது செங்குத்தான சரிவில் விழுந்து புரண்டு உருண்டு நொறுங்கி விடும். வேறு முடிவு சாத்தியமேயில்லை. அந்தத் தனி வண்டியிலிருப்பவர்களுக்கு முதலில் தெரியாது. தங்கள் வண்டி தொடரிலிருந்து விடுபட்டுத் தனிப்பாதையில் சாவை நோக்கிப் போய் கொண்டிருப்பது முதலில் தெரியாது. பிறகு தெரிகிறது. ஆண், பெண் குழந்தைகள் என்று பலர் இருக்கிறார்கள் அந்த வண்டியில். இதோ அதோ என்று சாவை எதிர்பார்க்கிற நிலைமையில் அந்த வண்டியிலிருந்தவர்கள் எப்படி நடந்து கொண்டார்கள், என்ன செய்தார்கள், என்ன பேசினார்கள் என்பதைச் சுவாரசியமாக எழுதியிருக்கிறான், ஆசிரியன். அந்தக் கடைசி ஒவ்வொரு வினாடியிலும் தங்களில் ஒவ்வொருவருடனும் அவர்கள் எப்படி உறவு கொண்டாடினார்கள் என்பதை ரசமாக விவரித்திருக்கிறான் ஆசிரியன்.

ரெயில் பிரயாணத்திலேயே இது ஒரு நல்ல அனுபவம் என்று எனக்குத் தோன்றுகிறது. ஒரு ஐந்து நிமிஷமோ அரை மணியோ ஒரு நாள் பூராவுமோ சேர்நது ரெயிலில் பிரயாணம் செய்பவர்கள் ஒருவிதமான நெருக்கமான உறவு பூண்டு விடுகிறார்கள். உலகில், நாட்டில், ஊரில் நடக்கிற நடக்காத விஷயங்களைப் பற்றிய விவாதத்தில் கலந்து கொள்வது என்பது சாதாரணமாக எல்லோரும் செய்கிற காரியம்.

நாங்கள் சிதம்பரத்தில் ரயில் ஏறும்போது வண்டியில் நாலைந்து பேர் இருந்தார்கள். அவர்களை அதிகமாகக் கவனிக்காமல் நானும் சீதாராமனும் இதை எல்லாம் பேசிக் கொண்டிருந்தோம்.

நான் அந்த ஜெர்மன் ஆசிரியரின் ‘கடைசி வண்டி’ கதையைச் சொல்லி முடித்ததும் எங்கள் சக பிரயாணிகளில் ஒருவர் “கதையின் முடிவு என்ன?” என்று கேட்டார்.

அப்படிக் கேட்டவர் வைதிக சிரோமணியாகக் காட்சியளித்தார். துல்லியமான யோக வேஷ்டியும், நெற்றியிலும் மேனியிலும் பட்டை பட்டையாக விபூதியும் பளபளத்தன.

ஒரு விநாடி அவரையே பார்த்துக் கொண்டிருந்தேன். பிறகு 'முடிவு எனக்கு ஞாபகம் இல்லை' என்றேன்.

விளையாட்டுக்காகச் சொல்லவில்லை. எனக்கு உண்மையில் அந்தக் கதையின் முடிவு ஞாபகமே இல்லை. ஞாபகப்படுத்திப் பார்த்துக்கொள்ள முயன்றேன் - பயனில்லை. முடிவு தான் முக்கியம் என்கிற கோஷ்டியைச் சேர்ந்தவனல்ல நான். அந்தக் கடைசி வண்டி எப்படி முடிந்தது? எதிர் பார்த்தபடி சாவை நோக்கி ஓடி நொறுங்கிற்றா, எல்லோருமே இறந்து விட்டார்களா, அல்லது தெய்வாதீனமாக வண்டி நொறுங்காமல் எல்லோருமே உயிருடன் தப்பி விட்டார்களா? எனக்கு ஞாபகம் வரவில்லை.

"முடிவு ஞாபகம் இல்லை" என்றேன் மறுபடியும்.

வைதிக சிரோமணியின் முகத்தில் ஏமாற்றம் படர்ந்தது.

அதைப் பார்த்த சீதாராமன் சொன்னான்; "அது எப்படி முடிந்தாலும் சரிதானே, அந்தக் கடைசி வினாடியில் அந்த வண்டியில் இருந்தவர்களின் பரஸ்பர உறவும் நடத்தையும் தான் ஆசிரியரின் பார்வையில் முக்கியமே தவிர, முடிவு அவ்வளவாக முக்கியமல்லவே!"

வைதிக சிரோமணி அப்படி நினைக்கவில்லை என்பதை அவர் முகம் காட்டியது.

சீதாராமன் சொன்னான்: "உலகம் ஒரு குறிப்பிட்ட நாளில் முடிவுறப் போகிறது என்று ஒரு தீர்க்கதரிசி சொல்கிறான். அந்தச் செய்தியில் நிழலில் குறிப்பிட்ட சில மனிதர்கள் எப்படி வாழ்க்கை நடத்தினார்கள் என்று விவரித்து நான் கூட ஒரு கதை படித்திருக்கிறேன்."

"இந்த மாதிரியான கதாசிரியர்களின் அசட்டு கற்பனைகளுக்குத்தான் ஒரு முடிவே கிடையாது!" என்றார் எங்களுடைய சகபிரயாணிகளில் வேறு ஒருவர்.

அவருக்கு வயசு ஐம்பதிருக்கும். வழுக்கைத் தலை பளபளப்பில் ஒரு கத்தை நரைமயில் படர்ந்திருந்தது. நல்ல சிவப்பான மேனி. தங்க பிரேம் போட்ட மூக்குக் கண்ணாடி அணிந்திருந்தார். பார்த்தால் ரொம்பவும் படித்த மனிதர்போல்

இருந்தார். அவர் கையில் ஒரு பெரிய புஸ்தகமும்கூட இருந்தது.

என்ன இவர் திடுதிடுப்பென்று இப்படிச் சொல்கிறாரே என்று ஆச்சரியத்துடன் அவரைப் பார்த்தேன் நான். என் நண்பன் சீதாராமன் இந்த மாதிரி விஷயங்களில் என்னை விடக் கொஞ்சம் புத்திசாலி. "தாங்கள் ஏதாவது கலா சாலை யில் பேராசிரியரோ?" என்று கேட்டான் அவரை.

அவர் சற்றுத் தயங்கினார். பிறகு "ஆமாம்" என்றார்.

சீதாராமன் கேள்வியைக் கேட்டவுடனே என் திகைப்பும் ஆச்சரியமும் தணிந்து விட்டன. "ஆமாம்" என்கிற கலா சாலைப் பேராசிரியரின் பதில் எனக்கு வியப்பளிக்கவில்லை.

கலாசாலைப் பேராசிரியர் தொடர்ந்து சீதாராமனைக் கேட்டார். "ஏன்? எப்படித் தெரிகிறது?" என்று.

சீதாராமன் சற்று யோசித்தான். இதற்குப் பதில் சொல்லலாமா வேண்டாமா என்று. பிறகு சொன்னான்: "இல்லை இந்த நாட்களில் நல்ல கற்பனைகளுக்கு நண்பர்கள் என்று சொல்லக் கலாசாலைப் பேராசிரியர்களைத் தவிர வேறு யார் இருக்கிறார்கள்?" என்றான்.

இந்தப் பதில் கலாசாலைப் பேராசிரியருக்குத் திருப்தி அளித்ததோ, இல்லையோ எனக்குத் திருப்தி அளித்தது.

"மனித சிந்தையின் சரித்திரத்திலே உலகத்தின் முடிவைப் பற்றி ஏராளமான கற்பனைகள் அவ்வப்போது தோன்றி மறைந்திருக்கின்றன. அவை எல்லாம் அந்தந்தக் காலத்தில் நல்லதற்கும் கெட்டதற்கும் ஆட்சி செலுத்தத்தான் செலுத்து யிருக்கின்றன" என்றேன் நான்.

"மகான்கள் முதல் அரசியல்வாதிகள் வரை பலரும் இந்தச் சிந்தனைகளைத் தங்களுக்கு லாபம் தரக்கூடிய வகைகளில் உபயோகப்படுத்தி வந்திருக்கின்றனர்" என்றான் சீதாராமன்.

இதுவரை பேச்சில் கலந்து கொள்ளாமல் ஒரு தமிழ்ப் பத்திரிகையைப் பிரித்து வைத்துக் கண்ணெடுக்காமல் பார்த்து வந்தவரும் இப்போது பேச்சில் கலந்து கொண்டார். அவரும் நடுத்தர வயதினர். ஏதோ சுமாரான பணக்காரர். ஏதாவது

வியாபாரியாக இருக்கலாம் என்று எண்ணினேன். நான். அவர் சொன்னார்: "இப்பொழுது தெல்லாம் அணு குண்டு என்கிறார்கள்; ஜலவாயுக் குண்டு என்கிறார்கள். உலகத்தை அழித்து விடப் போதுமான சக்தியுடையவகை என்கிறார்களே!" என்று.

பாவம்! பத்திரிகைகளில் படிப்பதிலெல்லாம் பூரணமான நம்பிக்கை வைக்கிற மனிதன் என்று எண்ணிக் கொண்டேன் நான்.

அவருக்குச் சீதாராமன் பதில் சொன்னான். "அதெல்லாம் அரசியல் மிரட்டல். மக்களை மக்கள் அடிமைப்படுத்திச் செய்யப்படும் பிரசாரம்."

அப்படியும் இருக்குமோ என்று அந்த வியாபாரி சிந்தனையில் ஆழ்ந்த மாதிரி தோன்றியது எனக்கு. என் நண்பன் சொன்னதை அப்படியே சரி என்று ஏற்றுக் கொள்ள அவர் தயாராக இல்லை என்பதை அவர் முகம் காட்டியது.

வைதிக சிரேஷ்டர் சொன்னார்: "மனிதன் கண்டுபிடித்திருக்கிற கண்டுபிடிக்கப் போகிற எதுவுமே உலகத்தை அழித்து முடித்துவிட முடியாது. இதுதான் மனிதனுக்கு உண்மையில் ரொம்பவும் நம்பிக்கை தருகிற விஷயம்."

அவர் சொன்னது எவ்வளவு உண்மை என்று எனக்குப் பட்டது. மனிதனால் தன்னையே அழித்துக் கொள்ள முடியாது என்பதுதானே உலக தர்மத்தின் அடிப்படை நியதி.

சீதாராமன் சொன்னான்: "உலகமே அப்படி அழிந்து விட்டாலும் கூட மனிதன் மீண்டும் மீண்டும் தோன்றிக் கொண்டுதான் இருப்பான். மஹாப் பிரளயத்திற்குப் பிறகும் ஓர் உலகம் உண்டு என்பதுதான் எல்லோருடைய நம்பிக்கை..."

"இருபதாம் நூற்றாண்டின் நாலாவது மஹாயுத்தத்தின் ஆயுதங்கள் என்னவாக இருக்கும் என்று உலகத்தின் மிகச் சிறந்த விஞ்ஞானியை ஒருவர் கேட்டாராம். அதற்கு அந்த விஞ்ஞானி 'மனிதனின் ஆதிநாளைய ஆயுதங்களாகிய பல், நகம், கல், கழி என்பவற்றிற்கு மீண்டும் திரும்பி விடுவான்'' என்று கூறினாராம்" என்றேன் நான்.

“அதாவது?” என்று கேட்டார் வைதிகசிரோமணி.

“மனிதனின் நாகரிக வளர்ச்சியின் காரணமாகக் கண்டு பிடித்த ஆயுதங்களையும் அறிவையும் மூன்றாவது யுத்தத்துக் கப்பால் இழந்துவிட்டு மீண்டும் ஆதி நாட்களின் வாழ்வைத் தொடங்குவான். நாலாவது யுத்தத்தில் மீண்டும் கல் வீசவும், கழி சுற்றவும் தொடங்கி விடுவான் என்றாராம்!”

“அதெப்படியோ! இன்று நாகரிகம் என்று பெரும்பா லோர் சொல்வதை நாகரிகம், வளர்ச்சி என்று ஒப்புக் கொள்வதே சிரமமாகத்தான் இருக்கிறது” என்றார் வைதிக சிரோமணி.

“இந்த மாதிரியான ‘நாகரிக வளர்ச்சி’ அதன் சின்னங்கள் முடிவு எல்லாவற்றையும் பற்றி விவரமாக நம்முடைய புராணங்களிலெல்லாம் காணப்படுவதாகச் சொல்கிறார்களே?” என்று கேட்டார் வியாபாரி.

“காலம், இடம் உள்பட எல்லாவற்றையும் குறித்து விவர மாகவேதான் கூறியிருக்கிறார்கள்...” என்று பவிஷ்ய புராணம் தொடங்கினார் வைதிக சிரோமணி.

இது சுலபத்தில் முடியாத புராணம் என்று தெரியும் சீதாராமனுக்கு. அவன் குறுக்கிட்டான்; “முடிவு என்கிற ஞாபகம் தான் சக்தி வாய்ந்தது; முக்கியமானது இல்லையா?” என்றான்.

நான் சொன்னேன்: “நம்முடைய புராணங்களில் மட்டும் என்ன? உலகத்து ஜனங்களின் புராணங்களில் எல்லாம் முடிவுக்குப் பின் என்கிற பிரச்னைகள் எல்லாம் அடிபட்டிருக் கின்றன.”

“இதற்கெல்லாம் ஒரே ஒரு அர்த்தம்தான் உண்டு. இன்று போலவே அன்றும் எப்போதும் உலகத்தின் முடிவு பற்றியும், மனித குலத்தன் போக்கைப் பற்றியும் சிந்தித்துப் பார்த்திருக் கிறார்கள்” என்றான் சீதாராமன்.

கலாசாலைப் பேராசிரியர் சொன்னார்; “சிந்தித்துப் பார்த்துக் கண்ட பலன்தான் என்ன? மனிதன் அன்று போலவே, இன்றும் மனிதனாகத்தான் இருக்கிறான். அழகிய கற்பனை கள் என்று வேண்டுமானாலும் உலகத்தின் முடிவைப் பற்றிக் கூறியிருப்பவற்றை எல்லாம் ஏற்றுக்கொள்ளலாம். மற்றபடி

உலகத்தின் முடிவைப் பற்றிய ஜோசியங்கள், மனிதர்களின் வாழ்க்கையையே, மனிதர்களின் மனோபாவத்தையோ மாற்றுவதாகத் தெரியவில்லையே!"

"ஆரம்ப காலத்தில் தவிர, யாருக்கும் மனிதனை மாற்றுகிற உத்தேசம் இருந்ததாகத் தெரியவில்லை" என்றேன் நான்.

"இன்றைய அரசியல்வாதிகள் சர்வாதிகாரிகள். சிலருக்கு மனிதனின் மனிதத் தன்மையை மாற்றிவிட முடியும் என்கிற நம்பிக்கை இருப்பதாகத் தெரிகிறது" என்றான் சீதாராமன்.

"ஆனால், உலகத்தின் முடிவையும், அதன் விளைவுகளையும் பற்றி ஜோசியம் சொன்னவர்களை எல்லாம் பைத்தியங்களாகத்தான் உலகம் மதித்து வந்திருக்கிறது" என்றார் கலாசாலைப் பேராசிரியர்.

அவர் சொன்னதற்குப் பதில் சொல்லவேண்டிய அவசியம் இருப்பதாக எனக்குத் தெரியவில்லை. ஆகவே நான் வேறு ஒன்று சொன்னேன்; "ஏசு கிறிஸ்துவை எதிர்க்கிறவர் தோன்றுவார் என்று கிறிஸ்தவ வேதங்கள் கூறுகின்றன."

"நம்முடைய பத்தாவது அவதாரம் மாதிரி..." என்று தொடங்கினார் வைதிக சிரோமணி.

அவருடைய பேச்சும் எங்களுடைய சிந்தனைகளும் பாதியில் தடைப்பட்டன.

ரெயில் வண்டி, ஒரே வேகத்தில் சீராக இதுவரை ஓடிக் கொண்டு வந்த ரெயில் வண்டி திடீரென்று பிரேக் போட்டு ஒரு உலுக்கி உலுக்கிவிட்டு நின்றது.

உலகத்தின் முடிவைப் பற்றி அளந்து கொண்டிருந்த எங்களுக்கு தூக்கி வாரிப்போட்டது. உலகத்தின் முடிவை அச்சமயம் வரவேற்க எங்களில் யாரும் தயாராக இல்லைதான்.

"என்ன? என்ன?" என்று பதறிப்போய் எட்டிப் பார்த்தோம்.

ஒரு ஐந்து நிமிஷங்கள் வரையில் ஒன்றும் விளங்கவில்லை. அதற்குப் பிறகுதான் தெரிந்தது. ரெயில் தண்டவாளத்தில் குறுக்கே ஒரு 'கம்யூனிஸ்டு' பசுமாடு படுத்து அசைபோட்டுக்

கொண்டிருந்தது. வண்டியை நிறுத்தி அதைத் தண்டவாளத்தை விட்டு விரட்டப் பத்து நிமிஷங்களுக்கு மேல் பிடித்தது.

மீண்டும் எங்கள் வண்டியில் ஒன்றுகூடிப் பிரயாணம் தொடங்கி நாங்கள் உலகத்தின் முடிவைப் பற்றிய பேச்சைத் தொடரவில்லை.

20
சாதாரண மனிதன்

ரெயிலில் சாமான்களை எல்லாம் ஏற்றிவிட்டு என்னை வழியனுப்ப வந்த நண்பர்களுடன் பிளாட்பாரத்தில் பேசிக் கொண்டு நின்றேன், பேச்சு சுவாரசியத்தில் கார்டு கொடி காட்டியதையும், ரெயில் ஊதியதையும், கிளம்பியதையும் நான் கவனிக்கவில்லை. நண்பர் ஞாபகப்படுத்திய பின்தான் ஓடி ஏறிக் கொண்டேன். அவசரமாக அனாவசியமான அவசரத் துடன் ஓடி ஏறினேன். சற்று ஸ்தூல சரீரம் எனக்கு - வண்டி ஓடும் போது ஏறிய சிரமம் எனக்கு மேல்மூச்சுக் கீழ்மூச்சு வாங்கியது.

தனக்குப் பக்கத்தில் எனக்கும் நகர்ந்து இடம் கொடுத் தார் ஒருவர். உட்கார்ந்து கொண்டேன்.

வண்டியில் கூட்டம் அதிகமில்லை. நாலைந்து பேர் வழிகள் தான் இருந்தோம். எனக்கு இடம் கொடுத்தவருக்கு ஐம்பதுக் குக் குறையாமல் இருக்கும் - வழுக்கைத் தலையும், தங்கப் பிரேம் போட்ட கண்ணாடியுமாக ஏதோ நல்ல ஸ்திதியில் இருப்பவர் போல இருந்தது.

நான் அவரைத் திரும்பிப் பார்த்ததைப் பார்த்ததும் அவர் சொன்னார்: "ரெயில் ஓடறச்சே எல்லாம் இப்படி வந்து ஏறக் கூடாது, சார்."

"கூடாதுதான்" என்று நானும் ஒப்புக் கொண்டேன். "வழக்கமாக நான் இப்படி ஓடற ரெயிலில் ஏற மாட்டேன். இன்று என்னவோ" என்றேன்.

"நாமெல்லாம் நமக்குச் சின்னவர்களுக்கு ஒரு உதாரண மாக இருக்கும்படியாக நடந்துகொள்ள வேண்டும்" என்றார்

எதிர் சீட்டிலிருந்த ஒருவர். அவருக்கு வயது நாற்பது நாற்பத்தைந்திருக்கும். நோஞ்சான். அவர் ஏதாவது ஒரு பள்ளிக் கூடத்தில் உபாத்தியாயராக இருந்தால் அவருக்குப் பையன்கள் கட்டாயம் ஸ்கெலிடன் என்று பெயர் வைத்திருப்பார்கள்.

முதலில் பேசியவர் சொன்னார்: "இதைப் பாருங்கோ, இப்படித்தான் ஒரு சமயம் ஓடற ரெயிலில் ஏறினான் ஒரு பையன். நான் சொல்றது பத்துப் பன்னிரண்டு வருஷங்களுக்கு முன் நடந்த கதை. புதுசாகக் கல்யாணம் ஆன பையன். தீபாவளி சமயம். தலைத் தீபாவளிக்கு மாமனார் வீட்டுக்குப் போய்க் கொண்டிருந்தான். ஜோரா ஒவ்வொரு ஸ்டேஷன்லேயும் இறங்கறது; பிளாட்பாரத்தில் உலாத்தறது; ரெயில் ஓடறப்போ கவண்டை நிற்கிறது, இப்படிப் பண்ணிக் கொண்டிருந்தான். இப்படி ஒரு ஸ்டேஷன்லே ரெயில் ஓடறச்சே ஏறினான். வழுக்கி விட்டது..."

"அப்புறம்" என்றார் ஸ்கெலிடன்.

"அப்புறம் என்ன? ரெண்டு காலும் போயிடுத்து" என்று சுருக்கமாகக் கதையை முடித்தார்.

"அந்த மட்டோடு விட்டதே!" என்றார் வண்டியிலிருந்த நாலாவது ஆசாமி.

"ஐயோ பாவம் தலைத் தீபாவளிக்குப் போயிண்டிருந்த பையன்... பாவம்!" என்று தன் அனுதாபத்தைத் தெரிவித்துக் கொண்டார் ஸ்கெலிடன்.

கதையைச் சொன்னவர் சொன்னார், "எதற்காகச் சொன்னே னென்றால் சாதாரணமாக இப்படி எல்லாம் நடப்பதற்கு நாமெல்லாம் இடம் கொடுத்து விடக்கூடாது. நம்மைப் போன்ற சாதாரண மனிதர்களுக்கு எதுவும் அசாதாரணமானது நேர்ந்து விடக்கூடாது. அசாதாரணமானது ஏதாவது நடந்து விட்டால் அவ்வவளவுதான். நம்மால் தாளாது. அதற்குப் பிறகும் நாம் மனிதர்களாக நடமாட முடியாமலே போய்விடும்."

ஸ்கெலிடன் பதில் சொன்னார்: "உண்மைதான், பணக் காரர்களுக்கு எது எப்போது நேர்ந்தாலும் சமாளித்துக் கொண்டு விடுவார்கள். நமக்கெல்லாம்..."

முதலில் பேசியவர் குறுக்கிட்டார்: "பணக்காரன், ஏழை என்பதை நான் மதித்து, அசாதாரணம் சாதாரணம் என்று சொல்லவில்லை. சாதாரணம் என்று நான் சொன்னது ஒரு மனோபாவத்தைக் குறித்துத்தான். பணக்காரனும் சாதாரண மானவனாக இருக்கலாம். ஏழையும் அசாதாரணமானவனாக இருக்கலாம்.

"உண்மைதான் என்னையே எடுத்துக் கொள்ளுங்கறேன். எனக்கு வயசு ஐம்பத்து இரண்டாகிறது. ஏதோ சின்ன உத்யோகம் பார்க்கிறேன். போதுமென்ற மனம் படைத் திருப்பதனால் வருவது போதுமானதாக இருக்கிறது..."

"அதைச் சொல்லுங்கோ!" என்றார் ஸ்கெலிடன்.

"எனக்குக் குடும்பம் சற்றுப் பெரிசுதான். ஐந்து பையன் களும் இரண்டு பெண்களும் இருக்கிறார்கள். எனக்கு மனைவி யிருக்கிறாள். விதவைத் தாயார் இருக்கிறாள். தங்கையுடைய குழந்தைகள் இரண்டு என்னையே நம்பி அடைக்கலமாக இருக் கின்றன. என் பெயர் கிருஷ்ணசாமி..."

இதுவரை பேச்சில் கலந்து கொள்ளாத ஐந்தாவது ஆசாமி கேட்டார். "ஜாதி, மதம், இனம், கொள்கை கோட் பாடுகள்...?"

அவர் அதை அப்படிக் கேட்டது கொஞ்சம் வேடிக்கை யாக இருந்தது. எல்லோரும் சிரித்தோம்.

ரெயில் கொள்ளிடத்துப் பாலத்தில் கடகட குடுகுடு என்று ஓடியது. அந்தச் சத்தத்தில் பேசுவது சாத்தியமில்லை. பாலம் தாண்டி ரெயில் கொள்ளிடம் ஸ்டேஷனில் நின்றதும் கிருஷ்ணசாமி இந்தக் கேள்விக்குப் பதில் கூறினார் 'இனம் மனித இனம்தான். ஜாதி ஔவைக் கிழவி கூறியபடி, இடாத ஜாதி. நம்பிக்கை எதுவும் அதிக அழுத்தமாகக் கிடையாது; கொள்கைகள் கோட்பாடுகள் எல்லாம் வாழ்வில் குறுக்கிடாத வகையில்தான் உண்டு" என்றார்.

இதைச் சொல்லி விட்டு கிருஷ்ணசாமி அங்கிருந்தவர்கள் ஏதாவது சொல்வார்களோ என்று ஒரு நிமிஷம் மௌனமாக இருந்தார். ரெயில் கொள்ளிடத்திலிருந்து கிளம்பியது.

“மதம் என்றும் எனக்குக் கிடையாது. எம்மதமும் என்னைப் பற்றிய வரையில் சம்மதம்தான். ஏதாவது சொல்லிக் கொள்ள வேண்டுமானால் காங்கிரஸ் மதம் என்று வேண்டுமானால் சொல்லிக் கொள்ளலாம்.”

“புது மதமாக இருக்கிறதே!” என்றார் ஸ்கெலிடன். அவரைப் பார்த்தால் சநாதனி மாதிரிதான் இருந்தது.

“மதம் என்பதற்கே புதுசு புதுசாக அர்த்தம் கொடுத்துக் கொள்ளத்தானே வேண்டியிருக்கிறது! பழைய அங்கீகரிக்கப் பட்ட மதங்களுக்கெல்லாம் அர்த்தம் இப்போது தேய்ந்து விட்டது. புது மதம் எதுவும் இன்னும் சரியானபடி வேர் ஊன்ற வில்லை...” என்று கிருஷ்ணசாமி சொன்னதற்கு நான் எனக்குத் தெரிந்த வகையில் வியாக்யானம் செய்தேன்.

ஸ்கெலிடன் சொன்னார்: “இந்த நாளில் ஜாதி, மதம், இனம், கொள்கை எதுவும் முக்கியமேயல்ல சார் முக்கியமல்ல; Economic Status பொருளாதார நிலைமை ஒன்றுதான் சார் முக்கியம்.” அவர் பெருமூச்சு விட்டார். அவருடைய உடல் நிலையைப் போலவே அவருடைய பொருளாதார நிலையும் சரியாக இல்லை என்பது வெளிப்படையாகவே தெரிந்தது.

“ஏதோ சுவாரசியமான விஷயமாகச் சொல்ல வந்தீர்கள். பாதியில் நின்று விட்டதே!” என்று கிருஷ்ணசாமியைத் தூண்டினார் ஐந்தாவது ஆசாமி.

“நான் என்னைப் பற்றிச் சொல்லிக் கொண்டிருந்தேன். கிடைப்பது போதுமென்ற மனத்துடன் நான் ஒரே ஆபீஸில் இருபத்து ஏழு வருஷங்களாக வேலை பார்த்துவிட்டேன். இன்னும் ஏழெட்டு வருஷங்கள் வேலை பார்ப்பேன். அவரைச் சம்பளத்தில் எத்தனை வருஷங்கள். அதற்குப் பிறகு நான் உயிருடன் இருக்கப் போகிறானோ எனக்குத் தெரியாது. சொத்துச் சுதந்திரம் என்று என்னால் ஒன்றும் என் பிள்ளைக் குட்டி களுக்கு வைத்துவிட்டுப் போக முடியாது.”

“உங்கள் தகப்பனார். உங்களுக்கு என்ன வைத்து விட்டுப் போனார்?” என்று கேட்டார் அந்த ஐந்தாவது ஆசாமி.

ஏது இந்த ஐந்தாவது ஆசாமி கெட்டிக்காரராக இருப்பார்

போலிருக்கே என்று எண்ணியவனாக நான் அவரைக கவனித்தேன். யாரோ ஒரு வாலிபன் நவயுவன் என்றுதான் சொல்ல வேண்டும். படிப்பு மணம் மாறாதவன் என்று கூடச் சொல்லலாம்.

கிருஷ்ணசாமி அந்த யுவனின் கேள்விக்குப் பதில் சொன்னார். "என் அப்பா எனக்கு வைத்துவிட்டுப் போனதையே தான் நான் என் குழந்தைகளுக்கும் வைத்து விட்டுப் போவதாக உத்தேசித்திருக்கிறேன். ஒரு சாதாரண மனிதனின் வாழ்வு என்கிற உதாரணம் சதா என் குழந்தைகளின் கண் முன் இருக்கும். அவர்கள் வாழ்க்கையில் வெற்றி பெற அவர்களுக்கு என் உதாரணம் போதுமானதாக இருக்கும். என் தகப்பனாரின் உதாரணம் எனக்குப் போதுமானதாக இருந்த மாதிரி."

"சாதாரண மனிதனாக வாழ்வது என்பது உலகில் எல்லா மனிதர்களுக்குமே அவசியமான ஒரு லட்சியம். ஆனால் முக்கால்வாசிப் பேருக்கு அது சாத்தியமானதாக இருப்பதில்லை." என்றேன் நான்.

"அசாதாரணமாக இருக்க விரும்புகிற மனிதன் சமூகத் துரோகி" என்றார் ஸ்கெலிடன்.

"அசாதாரணமாக ஏதாவது செய்ய வேண்டுமென்கிற ஆசை எல்லா மனிதர்களுக்குமே அவர்களுடைய வாழ்வில் எப்பொழுதாவது தோன்றி ரகளை செய்துவிடுகிறது. அப்படி எண்ணாமலே வாழ்நாளைக் கழித்து விடுபவனை அதிருஷ்டசாலி என்றுதான் நான் சொல்லுவேன்" என்றேன் நான்.

"ஆனால் சாதாரணமான வாழ்க்கை என்றால் என்ன என்பதுதான் விவாதத்திற்குரிய விஷயம்" என்றான் அந்த வாலிபன்.

"இந்தக் காலத்தில் எல்லாமே விவாதத்திற்குரிய விஷயமாகப் பட்டதுதான் விசேஷம்" என்றார் ஸ்கெலிட்டன்.

"விவாதம் என்பது இன்றைய உலக அரசியல் நிலையில் ஏற்பட்டுவிட்ட ஒரு சுதந்தரம்" என்றார் ஸ்கெலிடனுக்குப் பக்கத்தில் உட்கார்ந்திருந்தவர்.

இந்தச் சிக்கலைத் தீர்த்து வைக்கவும் கிருஷ்ணசாமி தான் வரவேண்டியிருந்தது- "சாதாரண மனிதன் என்பதற்கே இதுதான் அர்த்தம் என்று வைத்துக் கொள்ளலாமே. அரசியல், தத்துவம், இந்த மாதிரியனான விவாதங்களில் ஈடுபட மறுப்பவனே சாதாரண மனிதன். சாதாரணமாக வாழ்க்கை அடிப்படைகளைப் பற்றிப் பிறர் சிந்தித்து வைத்திருப்பதை ஏற்றுக்கொண்டு விடுபவன்தான் சாதாரண மனிதன். வாழ்க்கை வழிகளைப் புதிதாக வகுத்துக் கொள்ளாதவன்; வகுத்துக் கொள்ள விரும்பாதவன்தான் சாதாரண மனிதன் இல்லையா?" என்றார் கிருஷ்ணசாமி.

"உண்மைதான்" என்றேன் நான்.

"உதாரணமாக மீண்டும் என்னை எடுத்துக் கொள்ளுக்ள். நான் மிகவும் சாதாரணமான மனிதன். நான் எந்தவிதமான விவாதத்திலும் எப்பொழுதுமே ஈடுபட்டது கிடையாது" என்றார் கிருஷ்ணசாமி.

"உதாரணமாக உங்களையே எடுத்துக்கொண்டு சாதாரணத்வத்தைப் பற்றி மேலே சொல்லுங்கள்" என்றான் படிப்பு மணம் மாறாத வாலிபன்.

மற்றவர்கள் சிரித்தார்கள்.

ரெயில் சீர்காழியில் நின்றுவிட்டுக் கிளம்பியது.

கிருஷ்ணசாமி சற்று நேரம் மௌனம் சாதித்தாரே தவிர, கோபித்துக் கொள்ளவில்லை. பிறகு சொன்னார்: "சொல்லு கிறேன். சாதாரண மனிதன்தானே நான்? எனக்கு என்னைப் பற்றியே பேசிக்கொள்வதில் விருப்பம் அதிகம்தான்."

"தெரிகிறதே!" என்று எனக்குப் பக்கத்தில் உட்கார்ந் திருந்தவர் என் காதில் மட்டும் விழும்படியாகக் கூறினார்.

கிருஷ்ணசாமி தொடர்ந்து சொன்னார்: "நான் என்ன ராதாகிருஷ்ணனா? பெரிய பெரிய விஷயங்களை எல்லாம் பெரிய பெரிய வார்த்தைகளில் சொல்லி உங்களுக்குப் புரிய வைப்பதற்கு? நான் ரொம்பவும் சாதாரண மனிதன். எனக்குச் சாதாரணமான விஷயங்கள்தான் தெரியும். மிகவும் சாதாரண வார்த்தைகள்தான் தெரியும்..."

“எங்ளுக்கும் அவ்வளவுதான்” என்று எங்கள் சார்பில் ஸ்கெலிடன் கூறினார்.

“இதோ என் பேனா. இது 1927ஆம் வருஷத்திய மாடல் பிளாக்பர்ட் பேனா. இன்னும் என்னிடம் புத்தம் புதுசாக இருக்கிறது” என்றார் கிருஷ்ணசாமி.

“கைபட்டுக்கை பட்டுப் புதுசையும்விட அதிகமாக மெருகு ஏறியிருக்கிறது பேனா” என்றான் வாலிபன்.

“தேடு தேடு என்று தேடினால்கூட இந்த நாட்களி லெல்லாம் இந்த மாதிரிப் பேனா எங்கே சார் கிடைக்கிறது?” என்றார் ஸ்கெலிடன்.

“எனக்குத் தெரிந்தவர் ஒருவர் இருக்கிறார். அவரிடம் யுத்தத்துக்கு முந்திய மாடல் வாடர்மன் பேனா ஒன்று இருக் கிறது. கை பட்டுப் பட்டு அதன் பாரல் தேய்ந்து உள்ளே யிருக்கிற மசி தெரிகிறது. அதை அவர் 1912இல் அதாவது நான் பிறந்த வருஷம் வாங்கினாராம் இன்னமும் அவரிடம் அது நன்றாக இருக்கிறது; எழுதுகிறது. என்னையும் அந்தப் பேனாவையும் சேர்த்து வைத்துப் பார்த்தால் எனக்குத்தான் வயசு அதிகமாகியிருக்கிறது என்று மதிப்பிடும் படியாக இருக்கும்” என்றேன் நான்.

“சாதாரண மனிதனை அவனுடைய பேனா, கடிகாரம், குடை இவைகளை வைத்து மதிப்பிட்டு விடலாம்” என்றார் கிருஷ்ணசாமி.

“என்னை என் குடையைக் கொண்டு மதிப்பிட முடியாது என்பது நிச்சயம். என்னிடம் குடையே கிடையாது” என்றேன் நான்.

“அதுவும் ஒரு மதிப்புத்தானே?” என்றான் அந்த வாலிபன்.

கிருஷ்ணசாமி சொன்னார்: “ஆயிரம் சிறு கவிதைகளும் ஒரு பெரிய காவியத்தையும் இயற்றிய ஒரு கவியை எடுத்துக் கொள்ளுங்கள். என்னைப் போல இருபத்தைந்து வருஷங் களில் தன்னுடைய இரண்டே முக்கால் ரூபாய்க் குடையை ஒருதரம் கூட இழக்காதவனையும் எடுத்துக் கொள்ளுங்கள். இருவரில் யார் சிறந்த மனிதன் என்று என்னைக் கேட்டால்

நான் இரண்டாவது ஆசாமியைத் தான் சொல்லுவேன்.

“சபாஷ்!” என்றார் ஸ்கெலிடன்.

“அப்பபடிப் போடய்யா போடு” என்றார் எனக்குப் பக்கத்தில் உட்கார்ந்திருந்தவர்.

“ஆமாம், உலகில் கவிதையையும் காவியத்தையும் பற்றிப் பிரமாதமாகப் பேசுகிறார்கள். பொய்யும் புளுகுமாகத் திரித்து விட்டு வாழத் தெரியாமல் வாழ்கிறவர்களை எல்லாம் பெருமையாகப் போற்றுகிறார்கள்” என்றார் கிருஷ்ணசாமி.

“புரியாததைப் போற்றுவது என்று நமக்கு ஒரு அசட்டு வழக்கம் ஏற்பட்டுவிட்டது” என்றேன் நான்.

“எனக்கென்னவோ அதெல்லாம் பெருமைப்பட வேண்டிய விஷயம் என்றே தோன்றவில்லை. கவிதையைப் படிப்பதை விட எனக்கு இஷ்டமான காரியம் என் ஆபீஸ் பைல்களைப் புரட்டுவதுதான். அதில் உலகத்திலுள்ள கவிதை எல்லாம் இருப்பதாக எனக்குத் தோன்றுகிறது” என்றார் கிருஷ்ணசாமி.

“பிரமோஷன் தரக்கூடிய, லாபகரமான சித்தாந்தம் தான்” என்றான் அந்த வாலிபன்.

“என் வேலையில் எனக்குக் கவனம் இல்லாமல் பிறர் வேலையில் ஈடுபட்டுப் பிரயோசனம் என்ன? தாதி மனம் நீர்க் குடத்தே காண என்கிற வாக்கியம் சாதாரண மனிதனை உத்தேசித்து ஏற்பட்டது தான் என்று எனக்குத் தோன்றுகிறது” என்றார் கிருஷ்ணசாமி.

“உங்கள் வேலையை நினைத்துக் கொண்டால் நீங்களும் கவியாகி விடுகிறார்களே!” என்றான் வாலிபன்.

“தெருவோடு காரில் போகிறவர்களைப் பார்த்துச் சாதாரண மனிதன் பொறாமைப்படுவதே கிடையாது. அவன் மனசில் விகல்பமென்பதே கிடையாது. எவ்வளவு தான் பொருளாதார நெருக்கடி ஏற்பட்டாலும் சாதாரண மனிதன் கம்யூனிஸத்தை ஆதரிக்க மாட்டான். சாதாரண மனிதனைக் கண்டு அமுலிலிருக்கும் எந்த அரசாங்கமும் பயப்பட வேண்டியதே கிடையாது. அரசியலில் எவ்விதமான கனவுகளும் காணாதவன் சாதாரண மனிதன்.”

ஒரு நிமிஷம் தயங்கினார் கிருஷ்ணசாமி - மற்றவர்கள் இடை மறித்து ஏதாவது சொல்வார்களோ என்று. ஒருவரும் எதுவும் சொல்லவில்லை. அவரே தொடர்ந்தார். "அழகான ஸ்திரீகளை சாதாரண மனிதன் ஆசையோடு பார்பபது கிடையாது. அவனுக்குப் பணம் காசு வந்ததே... என்று பிறருடைய நல்லதிர்ஷ்டத்தை எண்ணி வருந்த மாட்டான்."

ரெயில் ஆனதாண்டவபுரத்தில் நின்று கிளம்பியது.

"என்ன ஊர் இது?" என்றார் கிருஷ்ணசாமி.

"ஆனதாண்டவபுரம்" என்றான் வாலிபன்.

"அடாடா! நான் வைதீசுவரன் கோயிலில் இறங்கி யிருக்க வேண்டுமே!" என்று பரபரப்புடன் எழுந்து இறங்கினார் கிருஷ்ணசாமி. ஆனதாண்டவபுரத்தில் அசாதாரணமான அவசரத்தில் தன் குடையை (அதுவும் 1927ஆம் வருஷத்திய மாடல்தான்) வண்டியில் வைத்து விட்டு இறங்கிவிட்டார்.

நான் அவருடைய குடையை எடுத்து, பிளாட்பாரத்தில் எறிந்தேன்.

வாலிபன் சிரித்துக்கொண்டே சொன்னான். "சதாரணமான மனிதர் இப்படிப் பேச்சு சுவாரசியத்தில் இறங்க வேண்டிய ஸ்டேஷனில் இறங்காமல் இருந்திருக்க மாட்டார்."

"பாவம்! திரும்புவதற்கு அவருக்கு ரெயில் இனிமேல் சாயங்காலம் நாலரைக்குத்தான்."

அப்போது மணி பதினொன்று.

"சாதாரண மனிதர் நடந்து போய்விடுவார்" என்றான் வாலிபன்.

எல்லோரும் சிரித்தோம்.

ரெயில் நீடூரை நோக்கிப் போய்க் கொண்டிருந்தது.

21

விதியும் மதியும்

நாங்கள் ஆறு பேர்வழிகள் சேர்ந்து தினமும் மாலையில் 'வாக்' போவது வழக்கம். மழை, வெய்யில், காற்று, தூசு எதுவும் எங்களுக்கு லட்சியமில்லை. எங்கள் பேச்சு சுவாரஸ்யத்தில் நாங்கள் சுற்றுப்புறத்தைக்கூட அவ்வளவாகக் கவனிக்கிற வழக்கமில்லை. தற்போதைய பெரிய மனிதன் பத்திரிகையில் விடுத்திருக்கும் அறிக்கையில் ஆரம்பித்து நித்தியமான தத்துவங்கள் வரையில் பேச்சு நடக்கும். ஆரம்பக் கல்வி முதல் ரயில்வே லயனுக்கப்பாலிருக்கும் சர்வகலாசாலையின் நித்திய மான 'உள்நாடடுக் கலகங்கள்' வரையில் எங்கள் பேச்சு வெகு சுவாரஸ்யமாய்ப் போய்த் திரும்பும். தினந்தினம் இந்த மாதிரி எல்லா விஷயங்களையும் பற்றிப் பேசுவதனால் பேச்சில் எங்கள் ஈடுபாடு குறைவதில்லை. எங்களுக்கு என்றும் அதில் அசட்டையோ அலுப்போ பிறந்ததில்லை. அதற்கு மாறாக என்றாவது ஒரு நாள் மாலை அந்தக் கோஷ்டி எக்காரணத்தாலாவது சேராது போய்விட்டால்தான் எங்களுக்கு என்னவோ போல் இருக்கும்.

நாங்கள் வெவ்வேறு வழிகளில், வெவ்வேறு திருஷ்டி களுடனும் நோக்கங்களுடனும் வாழ்க்கை நடத்துபவர்கள். ஒருவர் வக்கீல். ஆனால் வக்கீல் அல்லாத பொழுதெல்லாம் அவர் ஓர் இலட்சியவாதி. அவர் பெயர் பொன்னம்பலம் இரண்டாவது நண்பர் பி.ஏ. படித்து விட்டுப் பலநாள் ஊரூராக வேலை தேடித் திரிந்து கிடைக்காததால் மனமுடைந்து விடாமல் வேலையிலிருப்பவர்களை, முக்கியமாக சர்க்கார் உத்தியோகஸ்தர்களைத் தூஷணை செய்து கொண்டிருப்பவர். தன்னுடைய சொற்ப நிலபுலங்களை வைத்துக்கொண்டு, மான மாக ஆனால் எப்போதும் பிறரைப்பற்றி ஏதாவது வம்பளந்து

கொண்டே காலங்கழிக்கும் பிரக்ருதி அவர். அவருக்கு வாழ்க்கையிலே முக்கியமாகப் பிறருடைய வாழ்க்கையிலே இருந்த ஆர்வமும் உற்சாகமும் சொல்லி முடியாது. அவர் பெயர் ராஜகோபாலன். மூன்றாவது நண்பரின் பெயர் சுவாமிநாதன். அவர் ஒரு நவீன வேதாந்தி; அறிவிலே நம்பிக்கை வைத்தவர்; அந்த நம்பிக்கை வீணாகிவிடப் போகிறதே என்று சதா ஏங்குபவர். சமஸ்கிருத பாஷையில் தத்துவார்த்தமாயும் கூடார்த்தமாயும் உள்ளதை எல்லாம் படித்துவிட்டு வேதாந்தத்திலும், புராணங்களிலும், நமது பண்டைய இலக்கியங்களிலும், நியூட்டனையும், ஐயின்ஸ்டீனையும், மேல்நாட்டில் நடப்பதாகச் சொல்லப்படும் விஞ்ஞான ஆராய்ச்சி முடிவுகளையும் கண்டுபிடித்து ஆறுதலடைந்து கொண்டிருப்பவர். ஆனால் அவருடைய தினசரி வாழ்க்கைக்கும் மேல்நாட்டு விஞ்ஞான முடிவுகளுக்கும் நம் நாட்டு வேதாந்தத்துக்கும் எவ்வித உறவு பாத்தியதையும் கிடையாது. அவர் தாலுகா ஆபீஸில் குமாஸ்தா. எங்கள் கோஷ்டியில் நாலாவது மனிதர் மாஜி மளிகைக்கடை முதலாளி. அவர் மளிகைக்கடை வைத்து மூணு நாலு வருஷங்களில் வந்த லாபத்தைச் சுருட்டிக் கொண்டு, நஷ்டம் வரும் போலிருந்த சமயம் பார்த்து, கடையை யாரோ ஏமாந்தவன் தலையில் கட்டிவிட்டு ‘ரிடையராகி’ விட்டவர். தற்சமயம் அவருடைய தொழில் சமூக சேவை என்ற லட்சியத்தைப்பற்றிப் பேசிக் கொண்டிருப்பதுதான். அவருக்கு ஒரு சமயம் ருஷ்யாவும், வேறு ஒரு சமயம் பண்டைய பாரத நாடும், பின்னுமோர் சமயம் வெள்ளையர்களின் வாசஸ்தலமும் தான் லட்சிய பூமியாகக் காட்சியளித்து வந்தன. அவர் பெயர் ராமசாமி. இந்தக் கோஷ்டியில் ஐந்தாவது பேர்வழி நான் தான். என்னைப் பற்றி நானே சொல்லிக்கொள்ள வேண்டிய அவசியமில்லை. அது விரஸமாகவேயிருக்கலாம் எனினும் மற்றவர்களைப் பற்றிச்சொன்ன பாணியிலேயே என்னையும் பற்றிச் சொல்லிக் கொள்ளாமல் இருப்பது பட்சபாதகமான செய்கையாகிவிடும். அதனால் சொல்லியே விடுகிறேன். நான் எதிலும் நம்பிக்கை வைக்காத ஒரு விசித்திரப் பிரக்ருதி. தெய்வத்தினிடம் எனக்கு நம்பிக்கை கிடையாது; மனிதனிடம் நம்பிக்கையோ அதை விடக் குறைவு தான். என்னை நான் பெருமையாக இலக்கியாசிரியன் என்று சொல்லிக் கொள்வது

வழக்கம். ஆனால் தற்சமயம் பத்திரிகை களுக்கெழுதிக் கொண்டு காலங் கடத்தும் ஜீவன்.

அன்று மாலை நாங்கள் ஐந்து பேர்வழிகள்தான் 'வாக்' போனோம். எங்களுடன் வழக்கமாக வரும் ஆறாவது பேர்வழி ஆஸ்பத்திரியில் கிடந்தார். டாக்டர்கள் சொன்னதிலிருந்து அவர் பிழைப்பாரா என்பது சற்று சந்தேகமான விஷயம் போலத்தான் தோன்றிற்று. டாக்டர்களையும் மீறிப் பிழைத் தால் தான் உண்டு. நாங்கள் ஐந்து பேரும் தனித்தனியாக வெவ்வேறு சமயங்களில் ஆஸ்பத்திரிக்குப் போய் அன்று அவரைப் பார்த்துவிட்டு வந்திருந்தோம். எங்களுக்கும் அவர் பிழைப்பார் என்ற நம்பிக்கை இல்லை. இடுப்புக்குமேல் உச்சந் தலை வரையில் மருந்தைத் தடவிப் பஞ்சை வைத்துக் கட்டுக் கட்டிப் படுக்கையில் கிடத்தியிருக்கிறார்கள். கழுத்து, வாய், மூக்கு, நெற்றி ஒன்றுமே உருவாகத் தெரியவில்லை. அவரு டைய கண்கள் மட்டும் சுரத்தாலும் வேதனையாலும் ஏற்பட்ட ஓர் அசாதாரணமான பளபளப்புடன் திறந்து தெரிந்தன. நாங்கள் ஒவ்வொருவராக அவரைப் போய்ப் பார்த்தபோது அவரும் எங்களைப் போலவே நாலைந்து வருஷங்களாக இன்றியமையாத பழக்கமாகி விட்ட எங்கள் மாலை 'வாக்'கைப் பற்றித்தான் எண்ணியிருப்பார் - அதாவது அப்போது எதையாவது பற்றிச் சிந்ததிக்க அவருக்குச் சக்தியிருந்தால் அது பற்றித்தான் சிந்தித்திருப்பார் என்பது நிச்சயம்.

அன்று மாலை வழக்கத்துக்கு விரோதமாகச் சற்று நேரங்கழித்தே நாங்கள் ஐவரும் 'வாக்' கிளம்பினோம். நாங்கள் நகரை விட்டு வெளியேறும் ரஸ்தாவில் திரும்பும் போது இருட்ட ஆரம்பித்து விட்டது. பிறைச்சந்திரனும், இரண்டொரு நட்சத்திரங்களும் வானத்து ஆழ்ந்த நீலத்திலே மிதந்து கொண்டிருந்தன. அண்ணாந்து மேலே பார்த்துவிட்டுக் கண்ணைப் பூமிக்குத் திருப்பும் போது உலகமே அதிகமாக இருண்டிருப்பது போல் இருந்தது. எங்களிடையே அன்று பேச்சு வழக்கம்போல சுவாரசியமாகவோ, உற்சாகமாகவோ கிளம்பவில்லை. ஏதோ பேசத்தான் பேசினோம். ஆனால் பேசிய வார்த்தைகளுக்கு ஊடே, மேலே, பேசாத ஆனால் ஒவ்வொருவர் மனதிலும் இருந்த வார்த்தைகள் ஒலிப்பது

போல் இருந்தது. எங்கள் ஞாபகமெல்லாம் ஆஸ்பத்திரியில் கிடந்த அந்த ஆறாவது நபரின் மேல்தான் என்று சொல்ல வேண்டியதில்லை. சற்று நீண்ட, ஆழ்ந்த மௌனத்துக்குப் பின் திடீரென்று எங்களில் ஒருவர் பேச ஆரம்பிப்பார் - ஆறாவது பேர்வழியும் எங்களுடன் இருப்பது போலவே பாவித்துப் பேசி விடுவார் உடனே ஞாபகம் வந்துவிடும் - அவர் ஆஸ்பத்திரி யில் கிடந்தார். இனிமேல் என்றாவது எங்களுடன் உலாவிப் பேச எழுந்து வருவாரா என்பது சந்தேகந்தான். மறதி என்றல்ல, பழக்க தோஷம் அது. நானே இரண்டொரு தரம் அவர் எங்களுடன் தான் வருகிறார் என்ற ஞாபகத்தில் அவரைப் பெயர் சொல்லிக் கூப்பிட்டு ஏதோ சொல்ல வாயெடுத்தேன். நல்ல வேளையாக சமயத்தில் பேச்சை அடக்கிக் கொண்டேன். மற்றவர்களும் என் நிலையிலேதான் இருந்தார்கள் என்பதை என்னால் ஊகித்துக் கொள்ள முடிந்தது.

திடீரென்று பொன்னம்பலம் சொன்னார். "ஐந்து மணிக்குள் திரும்பி வழக்கம்போல் நம்முடன் 'வாக்' வரலாம் என்றுதான் நேற்று சீனுவாசனும் உத்தேசித்திருந்தாராம்... ஹூம்... அவர் இன்று ஆஸ்பத்திரியில் கிடக்கிறார்."

முதல் நாள் நடந்தது இதுதான். நாலைந்து பேர் வழிகள் ஒரு காரியமுமில்லாமல் ஒரு 'டாக்ஸி' வாடகைக்கு அமர்த்திக் கொண்டு எங்கள் ஊரிலிருந்து இருபது மைல்களுக்கப்பா லிருக்கும் கிராமத்தின் புராதன பாழடைந்த கோயிலைப் பார்ப்பதற்காகக் கிளம்பினார்கள். மத்தியானம் சாப்பிட்டு விட்டு ஒரு மணி சுமாருக்குக் கிளம்பினார்கள். அஸ்தமிப்ப தற்குள் திரும்பி விடுவதாக அவர்கள் உத்தேசம். ஆனால் அஸ்தமிப்பதற்கு வெகு நேரம் முன்னரே, கிளம்பி இரண்டு மணி நேரமாவதற்கு முன், போகும் வழியிலேயே அவர்களு டைய 'டாக்ஸி' வண்டி கவிழ்ந்துவிட்டது. எங்களுடைய ஊர் போன்ற சின்ன நகரங்களில் சாதாரணமாகக் கிடைக்கும் வாடகை மோட்டார்களைவிட நல்ல மோட்டார்தான் அவர்களுடைய 'டாக்ஸி;' புது வண்டி; வழக்கத்துக்கு விரோதமாகவே நல்ல வண்டி; பிரேக்குகளிலோ, வேறு எதிலோ அதிகமாகக் கோளாறில்லை. அப்படி இருந்தும் வண்டி ரஸ்தாவில் கவிழ்ந்து விட்டது. பத்திரிகைத் தலைப்புகளில் போடுவார்களே அதுபோல

'ஒரு கோரமான' விபத்து! ஒருவர் கோயில் பார்க்கக் கிளம்பியவர், நேரே கடவுளைத் தரிசிக்கச் சென்று விட்டார். இரண்டு பேருக்கு நல்ல அடி, இந்த இருவரில் எங்கள் நண்பரும் ஒருவர். இருவரும் ஆஸ்பத்திரியில் ஆச்சுப் போச் சென்று கிடந்தார்கள். வண்டியோட்டியவனுக்கும், அவன் பக்கத்தில் உட்கார்ந்திருந்த இன்னொருவனுக்கும் உடம்பில் சில கீறல் சிராய்ப்புகளைத் தவிர வேறு எவ்வித ஹானியுமில்லை.

அவர்களுக்கு ரத்தக் காயம் என்று கூடச் சொல்லக் கூடியதாக ஒன்றும் கிடையாது. இத்தனை ரகளையிலும் அவர்கள் இருவரும் அப்படித் தப்பிவிட்டது எங்களுக்கு ரொம்பவும் ஆச்சரியமாக இருந்தது. பின் சீட்டில் இருந்தவர் ஏற்கெனவே சொன்னபடி அந்த இடத்திலே இறந்துவிட்டார். அவர் முகங் கூடத் தெரியாமல் நசுங்கிப் போய்விட்டதாம். அவரும் எங்களுக்குச் சுமாராகத் தெரிந்தவர் எனினும் பார்க்கப் போக வில்லை. அவர் எமன் கையில் மட்டுமின்றி போலீசார் கையி லும் அகப்படடுக் கொண்டவரல்லவா?

எப்படி அந்த விபத்து நேர்ந்தது; அதற்குக் காரணம் என்ன என்பதுபற்றி ஊரில் பலமாக வதந்திகள் உலாவிக் கொண்டிருந்தன. பொதுவாக மேற்கத்திய நாகரீகத்தையும், மோட்டார் யமனையும் வைதவர்கள் பலர். ரெயில், மோட்டார், ஏரோப்ளேன் எல்லாம் அப்போது அழிக்கும் ஆற்றல் பெற்ற 'சிவ' கணங்களாக மக்களுக்குத் தோன்றின. ஒரு சிலர் வண்டி ஓட்டியவன் அஜாக்ரதையாக ஓட்டினான் என்றும், அந்த ரஸ்தாவில் அவன் போன வேகம் போயிருக்கக் கூடாது என்றும், வண்டி ஓட்டிதான் கொலையாளி என்றும் சொன்னார்கள். சில நாட்களுக்கெல்லாம் வண்டியிலோ, வண்டி ஓட்டியவன் பேரிலோ எவ்விதக் குற்றமும் இல்லை என்று போலீசும் சட்டமும் பலவிதமான காரணங்களைக் கொண்டு முடிவு கட்டி விடுவார்கள் என்று எங்களுக்கோ மற்றவர்களுக்கோ அப்போது எப்படித் தெரிய முடியும்? வேறு சிலர் டிரைவர் பக்கத்தில் உட்கார்ந்திருந்து சிறிதும் காயமேயில்லாமல் தப்பிவிட்ட நபர் மேல்தான் குற்றமென்று சாதித்தார்கள். அவர் டிரைவர் பக்கத்தில் உட்கார்ந்து கொண்டு வேகமாக வண்டியை ஓட்ட அவனைத் தூண்டியதால்தான் இந்த

விபத்து நேர்ந்தது என்றார்கள். அவருக்கு ஏற்கெனவே உள்ள பட்டங்கள் போதாதென்று பொதுஜனத்தில் ஒரு பகுதி அவருக்குக் கொலைகாரன் என்ற பட்டமும் தந்து விட வேணும் என்று துடியாத் துடித்தார்கள். இப்படி இலவசமாகக் கொலைகாரப் பட்டம் பெறவிருந்தவர் ஊரில் கொஞ்சம் 'சப்தம் செய்யும் பேர்வழி' கட்சி பிரதி கட்சிகளி லெல்லாம் ஈடுபட்டவர். பொது விஷயங்களில் அவருக்குப் பலத்த அக்கறை, சுயநலத்துக்காக என்று சொல்லிக் கொண்டார்கள். ஊரில் பலருக்கு அவரை எப்போதுமே பிடிக்காது. இதை எல்லம் ஞாபகத்தில் வைத்துக் கொண்டு கவனிக்கும்போது அவர் இந்தக் கொலைகாரப் பதவிக்குச் சற்றும் உரிமையில்லாதவர் என்றே தோன்றும்.

பொன்னம்பலம் சொன்னார்: "அவரைக் கொலையாளி என்று சொன்னால் அவர் மட்டும் சொல்ப காயங்கள்கூட இல்லாமல் தப்பிவிட்டது எப்படி? கடவுள் என்றும், தர்மம் என்றும், ஒரு தத்துவம் உலகில் ஆட்சி செலுத்துவது உண்மை யானால் இதை நியாயம் என்று சொல்ல முடியாதே!"

"தர்மம், நியாயம், கடவுள் என்பதையெல்லாம் மீறியது ஒன்றுண்டு, அதுதான் விதி" என்றார் சுவாமிநாதன்.

"விதியாவது சதியாவது, ஐயா! எல்லாம் பிதற்றல்!" என்றார் ராஜகோபாலன். "முன் சீட்டில் உட்கார்ந்திருந்த வரும் டிரைவரும் விபத்து வருவதற்குள் ஒரு வினாடி முன் உணர்ந்து கெட்டிக்காரத்தனமாக எகிறிக் குதித்துத் தப்பி விட்டார்கள். அந்த உணர்ச்சயோ, காரியமோ ஒரு வினாடி தப்பியிருந்தால் அவர்களும் 'குளோஸ்'தான்."

"அந்த வினாடியில் மற்றவர்களுக்குப் பிறக்காத 'விபத்து' என்ற உணர்ச்சி பிறந்ததையும், அவர்கள் எகிறிக் குதிக்கும் காரியம் செய்யத் தூண்டப்பட்டதையுமேதான் விதி என்றேன்" என்று விளக்கினார் சுவாமிநாதன்.

விதி என்று அதைச் சொல்லக் காரணம் என்ன? அது அவர்களுடைய நுட்ப மதியே தவிர வேறு அல்ல என்று எனக்குத் தோன்றுகிறது.

"விதியா மதியா என்று அவர்கள் அச்சமயம் யோசிக்கத்

தாமதித்திருப்பார்களா?" என்று இடையில் நான் ஒரு கேள்வி கேட்டேன்.

"பிரச்சினைக்குப் புறம்பான விஷயங்களை இழுத்து விடுவதில் நீர் சாமர்த்தியசாலிதான், ஐயா!" என்றார் மாஜி மளிகைக்கடை ஆசாமி.

"எனக்கு அடுத்த வீட்டில் இருக்கும் காசுக்கடை முருகப்ப செட்டியாரும் அன்று அதே வண்டியில் அவர்களுடன் அந்தக் கோயிலைப் பார்க்கப் போவதாக இருந்தார். ஆனால் கடைசி நிமிஷத்தில் கிளம்ப முடியாமல் போய்விட்டதாம்."

"நானும் கேள்விப்பட்டேன். பன்னிரண்டு மணி ரெயிலில் அவர் மாப்பிள்ளை அகஸ்மாத்தாக வந்து விட்டார். இல்லா விட்டால் செட்டியாரும் அவர்களுடன் நேற்றுப் போயிருப் பார்."

"அவர் போயிருந்தால் என்ன ஆகியிருக்குமோ?" என்றேன் நான்.

"அதெல்லாம் செட்டியாரின் விதிப்படி நடந்தது. நடக்கும் என்று சுவாமிநாதன் சுலபமாகச் சொல்லி விடுவார்" என்று சொல்லி ராஜகோபலன் சிரித்தார்.

சுவாமிநாதன் இந்த ஏளனத்தைச் சகித்துக் கொண்டிருப்ப தாக இல்லை. "சந்தேகமென்ன, அவர் மாப்பிள்ளை வந்தும், அவர் போகாதிருந்ததும் விதிப்படி நடந்த காரியந்தான். அப்படி அவர் போயிருந்தாலும் அவர் உயிருடன் தப்பியிருப்பார் என்று தான் நான் சொல்லுவேன்" என்றார்.

இதற்குள் நாங்கள் வழக்கமாக உட்காரும் வாய்க்கால் மதகை அடைந்துவிட்டோம் மதகில் படிந்திருந்த தூசியைத் தட்டிவிட்டு துண்டைப் போட்டுக்கொண்டு அதன்மேல் உட்கார்ந்தோம். எங்கள் ஐவருக்கும் மதகில் இடம் இருந்தது.

"அப்பா! என்ன சூடு சுடுகிறது!" என்றார் ராமசாமி. எங்கள் சிந்தனைகளின் போக்கைத் திருப்பும் பொருட்டு.

சிறிது நேரம் எல்லோரும் மௌனமாகவே உட்கார்ந் திருந்தோம். பிறகு பொன்னம்பலம் சொன்னார். "நேற்று

காசுக்கடை செட்டியாருக்கும் ஒரு விபத்து நேரத்தான் நேர்ந்தது. சின்ன அல்ப விபத்துத்தான் மூணு மூணரை மணியிருக்கும். தாத்தாவுக்குத் தேள்கொட்டி விட்டதென்று அவருடைய பேத்தி வந்து என்னிடம் தேள் கடி மருந்து வாங்கிக்கொண்டு போனாள்."

"கேட்டீயா ஐயா! உங்கள் கட்சி தோற்றுவிட்டதே!" என்று ராஜகோபாலன் எக்களித்தார்.

"எப்படி?"

"செட்டியாரும் 'டாக்ஸி'யில் போயிருந்தாரானால் அவருக்கு வேறு என்ன விபத்து வேணுமானாலும் நேர்ந் திருக்கலாம். தேள் மட்டும் கொட்டியிராது."

"ஓஹோ! சரிதான். உம்முடைய வாதத்துக்கு இரண்டு விதமாகப் பதில் சொல்லலாம் என்று எனக்குத் தோன்று கிறது. ஒன்று சுலபம், செட்டியாரைத் தேள் கொட்ட வேணும் என்று விதித்திருந்த படியால்தான் அவர் டாக்ஸியில் போக வில்லை என்று சொல்லிவிடலாம்..."

"போயிருந்தாரானால் என்பதுதானே கேள்வி."

"இருமையா, வறேன். நீர் என்ன நினைக்கிறீர்? டாக்ஸி யில் சாதாரணமாகத் தேள் இருப்பது துர்லபம் என்று எண்ணுகிறீர். தேள் கொட்டும் என்று செட்டி யாருக்கு விதித் திருக்கும் பக்ஷத்தில், அவர் அரண்மனையிலிருந்தாலும் சரி, எலெக்ட்ரிக் லிட்டில் இருந்தாலும் சரி, டாக்ஸியிலிருந்தாலும் சரி, பரீட்சித்து ராஜனைப் பாம்பு தேடி வந்ததுபோல, தேளும் அவரைத் தேடியே வரும் என்பதில் சந்தேகமில்லை" என்றார் சுவாமிநாதன்.

"எலெக்ட்ரிக் லிப்டில் இருந்தாலும் சரி, டாக்ஸியி லிருந்தாலும், ராஜசபையிலிருந்தாலும் தேள் என்றால்..."

"வேண்டாம் ஐயா, வேண்டாமே! செட்டியார் டாக்ஸி யில் சவாரி செய்கிறார். அதேபோல அவர் வீட்டுத் தேளும் அவர் அங்கவஸ்திரத்தின் மேல் ஜாம்ஜாம் என்று சவாரி செய்து கொண்டு வந்து சரியான சமயத்தில் போட்டுவிடும்."

"போமையா! உம்மோடு பேசிப் பயனில்லை, ஐயா. போம்!" என்று ராஜகோபாலன் கசந்து கொண்டார்.

நான் சொன்னேன். "யாரோடு பேசித்தான் என்ன பயன் ராஜகோபால்? போதும் போதும். அவ்வளவுதான். ஆனால் இந்தச் சந்தர்ப்பத்தில் இது விஷயமாக மேல் நாட்டறிஞர் ஒருவர் எழுதியிருப்பது எனக்கு ஞாபகம் வருகிறது. தன் புஸ்தகத்துக்கே அவர் 'விதியும் மதியும்' என்று பெயரிட்டிருக் கிறார்."

"ஆசிரியரின் பெயரையும்தான் சொல்லிவிடுமே" என்றார் சுவாமிநாதன்.

"மாரிஸ் மேடர் லிங்க் என்று ஒரு பெல்ஜிய ஆசிரியர். அவர் தன் கண்முன் நடந்த ஒரு சம்பவத்தைச் சொல்லி ஆராய்ந்து அதிலிருந்து ஏதாவது முடிவுகள் காணமுடியுமா என்று அலசிப் பார்த்திருக்கிறார். ஸ்விட்சர்லாந்து என்ற மலைப்பிரதேசத்தில் முப்பது முப்பத்தைந்து பிரயாணிகளை ஏற்றிக்கொண்டு செங்குத்தான மலைச்சரிவிலே ஒரு பஸ் போய்க்கொண்டிருந்ததாம். ஏதோ காரணத்தால் திடீரென்று பஸ் டிரைவரின் கைக்கு அடங்கவில்லை. பிரேக்குகள் பிடிக்க வில்லை. திருப்பங்கள் நிறைந்த அந்தச் செங்குத்தான பாதை யில் பஸ் எந்த நிமிஷம் எங்கு மோதி உடையும் என்றோ, எங்கே மலைச்சரிவில் கவிழ்ந்து விடும் என்றோ சொல்ல முடியாது என்றும் பஸ்ஸில் பிரயாணிகள் எல்லோரும் சாகத் தயராக இருக்க வேண்டும் என்றும் டிரைவர் சொல்லி விட்டான். பஸ்ஸில் இருந்தவர்களுக்கும் சாவு நிச்சயமென்று தோன்றிற்று. ஐயாயிரம் அடிகளுக்குக் கீழே பள்ளத்தாக்கில் விழுந்தால் பஸ்ஸில் ஒரு ஆணி உருவாக அகப்படாது. மனிதர்களின் எலும்புகளில் ஒன்றும் அகப்படாது. கடைசி ஒரே 'சீட்டில்' கையில் இளங்குழந்தையுடன் உட்கார்ந்திருந்த ஒரு இளந்தாய், தான் இறப்பது நிச்சயம். தன் குழந்தையாவது பிழைக்குமே என்று ஆசைப்பட்டு பாதையிலே பசும்புல் அடர்ந்திருந்த ஒரு பகுதியில் தன் குழந்தையை அன்புடன் போட்டுவிட்டாள். இதெல்லாம் ஒரு வினாடியின் சிந்தனை கள், செய்கைகள்." இதைச் சொல்லிவிட்டு நான் மௌனம் சாதித்தேன்.

“அப்புறம்?” என்றார் சுவாமிநாதன்.

“அப்புறமா? தெய்வாதினமாக ஒரு வினாடிக்கெல்லாம் பஸ் ஒரு சிறு பாறாங்கல்லில் மோதி அதை முட்டுக் கட்டை யாகக் கொண்டு சட்டென்று நின்றுவிட்டதாம். பஸ்ஸில் இருந்தவர்கள் எல்லாரும் பிழைத்து விட்டார்கள்.”

“வெளியே எறியப்பட்ட குழந்தை மட்டு இறந்து விட்ட தாக்கும்!” என்றார் பொன்னம்பலம்.

இந்தக் கதையைப் பற்றிச் சிந்தித்துக் கொண்டு சில வினாடிகள் எல்லாரும் மௌனமாக உட்கார்ந்திருந்தோம். அப்புறம் சுவாமிநாதன் சொன்னார்.

“இதே மாதிரி நம் ஊரிலும் ஒரு கதையுண்டு. அது உங்களில் யாருக்கும் தெரியாது போலிருக்கிறது. இந்தக் கதையை என் சிறு வயதில் நான் என் தாத்தா மடியில் உட்கார்ந்து கேட்டதாக ஞாபகம். வீடு திரும்ப இன்னும் சற்று நேரம் ஆகலாமானால் சொல்லுகிறேன்.”

சுவாமிநாதனுக்குத் தான் கதை சொல்லுவதில் நிபுணன் என்ற அபாரணமான நம்பிக்கை உண்டடென்பது எங்கள் எல்லோருக்கும் தெரியும். மணியும் கிட்டத்தட்ட எட்டி யிருக்கும் போலிருந்தது. இருந்தாலும் கதை என்றால் விடலாமா?”

“நாழிதான் ஆகிவிட்டது. இருந்தாலும் சொல்லும் கேட்கலாம் ஆனால் சற்றுச் சுருக்கமாகவே சொல்லும்...” என்றேன்.

22

கனவுகள்

எங்கிருந்தோ வந்தது. அதன் வால் எங்கிருக்கிறது என்று தெரியவில்லை - தலை மட்டும்தான் என்னை எட்டியிருக்கிறது... தலை என்றா சொன்னேன்? இல்லை இல்லை வால்தான் என்னை எட்டியிருக்கிறது. தலையாக யிருந்தால் அது வாயைப் பிளந்து படம் எடுத்து விஷப்பல்லால் என்னைத் தீண்டியிராதேமா? வால்தான் என்னை எட்டியிருக்கிறது. தலை எங்கேயோ கிடக்கிறது. கண்ணைக் குவித்துக்கொண்டு பார்க்க முயலு கிறேன். கண்ணுக்கு எட்டிய அளவில் தலை தெரியவில்லை. தங்கச் செதில்களாகப் பாம்பின் உடல் கவசங்களும் வளைந்து நேராகி வளையும் மூங்கில் பளபளப்புடன் பாம்பின் உடலும் கண்ணுக்கெட்டிய அளவில் தெரிகிறது. வாலால் தொட்ட பாம்பு என்னை வாயாலும் தொடும் - விஷப்பல்லாலும் தீண்டும். எப்போது? அது தேடி என்னைக் காண வேண்டும். குருட்டுப் பக்கம் மாறிக் கண் பக்கம் என்னைத் திருப்பித் திருப்பிப் பார்த்து... அல்லது வாலைச் சுற்றிச் சுற்றி என்னைப் பணிவைத்து வாயை அருகில் இழுத்துக் கொள்ளுமோ - அத்தனைப் பிணைப்புகளுக்கு என் ஐந்தடி ஐந்தரை அங்குல உயர மூனடிக் கணத்தில் இடம் இராது. என்ன செய்யுமோ? ஏக்கத்துடன் காத்திருக்கிறேன். ஓடி விடலாம் என்று எண்ணி நகர்ந்தாலோ, அந்த வால் பசை வைத்து ஒட்டினாற்போல் ஒட்டிக் கொண்டே என்னைத் தொடர்ந்து வருகிறது. இதுவே பாரம்பரியம், மரபு, காலம் - காலபாசம், நானும் என் முன்னோர்களும். அந்த வால் நுனிதான் என் தகப்பனார். முகமே அதோ அதிலே தெரிகிறதே. அதற்கடுத்து இதுவரை நான் உயிருடன் பார்த்திராத என் தாத்தா - அவர் முகத்தைக் கண்டு கொண்டேன் இன்று. அதற்குமுன் அவர் அம்மா. அவர் அப்பா...

ஆனால் அப்பா என்று தொடங்குவதை விட அம்மா, அவள் அம்மா, அவள் அப்பா என்று போவது பொருந்தும் என்று எனக்குள் ஏதோ சொல்லுகிறது. அந்தக் கால சர்ப்பத்தின் தலைதான் உலகில் ஆதி மனிதனோ - அம்மாவானால் ஏவாளோ? டெலிபோன் நம்பர் 0001.

ஐவராகச் சேர்ந்து என்னைப் பிணைக்கிறார்கள். "ஐயோ, ஐயோ என் சுதந்திரம், என் சுதந்திரம்" என்று நான் கூவாமல் கூவுகிறேன். "சுதந்திரம் தானே வேணும் உனக்கு. இந்தா சுதந்திரம்" என்று மூட்டை ஒன்றைக் கட்டிக் கொணர்ந்து என்னிடம் தருகிறான் ஐந்தாவது ஆசாமி. தூக்கமாட்டாமல் தூக்கிக்கொண்டு நால்வரும் என்னை உதறிவிட எங்கேயோ எட்டிப் போய் விழுகிறேன், என் சுதந்திர மூட்டை பிரிந்து அவிழ்ந்து என் மேலேயே விழுந்துவிட்டது. மறுவிநாடி காணவேயில்லை... சுற்றுமுற்றும் பார்க்கிறேன். வானத்திலே கொளுத்தும் சூரியனையும் தரையில் புல்பூண்டு கருகிய கோடையும் தவிர வேறு எதுவும் காணவில்லை... தெற்கு நோக்கி நடக்கிறேன். எட்டு நாள் நடக்கிறேன். போக்குப் போக்கென்று போயும் ஒன்றும் தென்படவில்லை - ஒரு மனிதனையோ உயிருள்ள ஜந்துவையோ காணவில்லை. திரும்பும் கால் இந்த எட்டு நாள் தொலைவும் அரை நாளில் கடந்து விடுகிறேன். என் கால்கள் ஹெலிகாப்டர்களாக மாறி விட்டன; பழைய நடு மையத்துக்கு வந்தவுடன் ஹெலிகாப்டர்கள் மறைந்து விடுகின்றன. மேற்கு நோக்கிப் பத்து நாள் நடக்கிறேன். அங்கும் எதையும் யாரையும் காணவில்லை. தூரத்தில் ஏதோ ஒரு கண்ணாடிச் சுவர் தெரிவது போல லேசாகத் தெரிகிறது.

சூரிய ஒளியில் அது மின்னுகிறது என்பதைத் தவிர இன்னும் இரண்டு நாள் நடந்தும் அதைத் தொட இயலவில்லை... அப்பால் போய் விடுகிறது. திரும்ப நினைக்கும் போது கால்கள் ஹெலிகாப்டர்களாக மாறிவிடுகின்றன. ஆனால் இந்த ஹெலிகாப்டர்கள் நான் விரும்புகிற பக்கம் திரும்ப மறுக்கின்றன. மேற்கு கோடியிலிருந்து கிழக்கே பன்னிரண்டு நாள் தொலைவையும் அரை நாளில் கடந்து மறுபடியும் அந்த நடுமத்திக்குக் கொணர்ந்து சேர்க்கின்றன... ஆமாம். அதுதான் நடுமத்தி என்று எதை வைத்துச் சொல்கிறேன்? அதை

அடையாளம் கண்டு கொள்ள. அங்கே என்ன இருக்கிறது? மரமா, கட்டடமா, மனிதனா?... அதுதான் நடுமத்தி என் சுதந்திர மூட்டையை இழந்த இடம் என்று எனக்குள் ஏதோ ஒன்று சொல்கிறது. அடுத்து நான் வடக்கேயோ கிழக்கேயோ செல்ல வில்லை. அங்கும் என்ன இருக்கிறது என்று எனக்குத் தெரியும். வீணாக அலைவானேன். பத்மாசனம் போட்டுத் தவத்தில் ஆழ்ந்து விடுகிறேன். துருவன் ஆகிவிடுகிறேன். பிட்சாடனர் வரவேண்டும் - ஆனால் தாருகா வனத்தில் முனிவர்களின் மனைவிகள் இல்லாத வரையில் எதற்காகப் பிட்சானடனர் வரப் போகிறார்? அல்லது நானேதான் முனிவர்களும் முனிவர் களின் மனைவிகளுமா?... இது சின்னப் பிரச்சினை. பெரியப் பிரச்சினை என் சுதந்திரம் எங்கே என்பதுதான். அதைக் குறித்தே நான் தவமிருக்கிறேன் - தவம் இருந்தேன். கல்ப கோடி காலம் தவமிருந்தேன். ஹரியும் வரவில்லை. காளி மாசக்கதியும் வரவில்லை... பரமசிவனும் வரவில்லை. சிறிது சிறிதாக என் கோர தவத்தினால் என் சுதந்திர மூட்டை.... பழைய மூட்டையில்லை என்பது எனக்குத் திருப்தி தந்தது. என் மூட்டையை என் தலைமேல் தூக்கி வைத்துக்கொண்டு அதன் ஒன்றுமில்லாத கனத்தில் அழுந்தியவனாக என் தவத்தை முடித்துக் கொண்டேன். இனித் தவத்துக்கு என்ன அவசியம் - 'மூட்டைதான் கிடைத்து விட்டதே.'

முகர்ந்து முகர்ந்து பார்க்கிறேன்... எழுத்து வாசனை தெரியவில்லை... மூக்குத்தான் தேய்கிறது. வாசனை புலனாக வில்லை... கம்பனுக்கு எழுதப் படிக்கத் தெரியுமோ? பாட்டுச் சொல்லத் தெரியும். கற்கச் சொல்லி எழுதிக் கொள்வான். எழுதவோ எழுதுவதைப் படிக்கவோ வராது- என் எழுத்துப் போல. பிளாஞ்செட்டில் அன்றொரு நாள் எல்லோரையும் கூப்பிட்டுக் கேட்டு விட்டுச் சென்றுவிட்டேன். உலகத்துக் கவிகள் எல்லாமே பள்ளிக்கூடம் போய் முறையாகக் கற்ற தில்லை. புளியங்காய் எண்ணுகிற ஓர் உத்தியோகத்துக்கும் லாயக்கற்றவர்கள்... கல்வி அதிகாரி ஒருவர் தன் எதிரில் பெரிய பேப்பர் ஒன்றைப் பிரித்து வைத்துக்கொண்டு அதில் சிவப்பு மசியால் ஆயிரக்கணக்கான x குறிகள் போட்டுக் கொண்டிருக் கிறார். எதிரில் நிற்கிற கூட்டத்திலே அவர் ஒரு x குறி போட்டு விட்ட உடனே ஓர் உருவம் மறைந்து விடுகிறது... இப்படி

இப்படியாக இல்லாமல ஆக்கும் கலை இவர் கையில் வளர்ந்திருக்கிறது என்று நான் யோசித்துக்கொண்டே நிற்கும் போது யாரோ எங்கேயோ சிவப்பு மசியால் ஒரு x குறி போட்டதன் காரணமாக அந்த அதிகாரியும் அவர் கைக் காகிதமும் ஒரு விநாடியில் மறைந்து விட்டன. தேடிக் கொண்டிருக்கிறேன். மீண்டும் கண்டு விடுவேன் - கவலை வேண்டாம்.

23

மார்க்கண்டன்

அர்த்த ஜாம பூஜையெல்லாம் ஆகிவிட்டது. குளிர்ந்த இரவுக் காற்றில் மணிகளின் கம்பீர நாதம் பூஜையின் போது எழுந்தது. இன்னமும் ஓயவில்லை. அமிருதகடேசுவரனின் சந்நிதியிலிருந்து எல்லோரும் வெளியேறி விட்டனர். கோயிலில் கடைசியாகச் செய்யவேண்டிய காரியங்களை யெல்லாம் முடித்துக் கொண்டு அர்ச்சகருடன் இருந்தவர்களும் கர்ப்பக்கிருகத்துக் கதவை இறுகச் சாத்தி மூடிப் பூட்டிக் கொண்டு கோயிலின் மற்ற இடங்களையும் பார்த்துக் கொண்டு வீடு போய் விட்டார்கள். மார்க்கண்டனுக்கு அன்றிரவுடன் பதினாறு வயது நிரம்புவது அவர்கள் யாருக்கும் தெரியாது. தெரிந்திருந்தால் அப்படி அவர்கள் நிம்மதியாக வீடு திரும்பியிருக்க மாட்டார்கள்; அர்த்த ஜாமப் பூஜையைக் கொஞ்சம் தள்ளிப் போட்டிருந்தாலும் போட்டிருப்பார்கள்.

மார்க்கண்டச் சிறுவன் அன்றும் வழக்கம் போல் அர்த்த ஜாமப் பூஜைக்கு வந்திருந்தான்; ஆனால் அவன் மற்றவர் களைப் போலப் பூஜை ஆனதும் உடனே வெளியேறிவிட வில்லை. தனக்குப் பதினாறு வயசு அன்றுடன் நிரம்பி விட்ட தென்றும், அன்றிரவு எமன் தனக்காக வருவான் என்றும் அவனுக்குத் தெரியும். அவன் யார் கண்ணிலும் படாமல் கர்ப்பக்கிருகத்துக்குள் நழுவிச் சிவனது நிழலில் ஒளிந்து கொண்டிருந்தான். விடிவிளக்கு ஒன்றைத் தவிர மற்ற எல்லா விளக்குகளையும் அணைத்து விட்டுக் கோயில் அர்ச்சகர் ஒருதரம் கர்ப்பகிருகத்தைச் சுற்றிக் கண்ணை ஓட்டிவிட்டுக் கதவைச் சாத்திக்கொண்டு போய்விட்டார். கர்ப்பக்கிருகத்தில்

இப்போது அச்சிறு ஒளியையும், சர்வ வியாபியான சிவனையும், எமனை எண்ணித் திகிலுற்ற தன்னையும் தவிர யாரும் இல்லை என்று மார்க்கண்டன் எண்ணினான். ஆனால் அந்த ஒரு விளக்கின் வெளிச்சமும் அதனால் சுவர்களில் விழுந்த நிழல்களும் விதவிதமான உருவங்கள் எடுத்து, சிவகணங்கள் என்று சொல்லும்படியாகக் கோரத்தாண்டவம் ஆடின.

ஆசிரமத்திலே அவனுக்குப் பழக்கப்பட்ட பல்லி, கரப்பு முதலிய ஊரும் ஜாதிக்கு இங்கும் குறைவில்லை. தலைக்கு மேலே விர் என்று ஒரு கரப்பு பறந்தது. எமன்தான் வந்து விட்டானாக்கும் என்று மார்க்கண்டன் பயந்து ஓவென்று அலறிக் கொண்டு ஆவுடைமேல் விழுந்தடித்து அமிருத லிங்கத்தைக் கட்டிக்கொண்டான். தன்னைப் பயமுறுத்தியது எமன் அல்ல, ஒரு கரப்புத்தான் என்று கண்டவுடன் அவனுக்கு வெட்கமாகவே இருந்தது. நிமிர்ந்து அமிருதலிங்கத்தைப் பார்த்தான். சிவபிரான் அவன் பயத்தைக் கண்டு நகைக்க வில்லை என்றே தோன்றிற்று. சிவபிரானுக்குத்தான் பக்தர் களின் பக்தியக் கண்டு பரவசமடையும் சக்தியும், அவர்கள் தம்மைப் பற்றிய வரையில் எவ்வளவு அசட்டுத்தனம் செய்தாலும் சகித்துக் கொள்ளும் சக்தியும் உண்டு. அவர்கள் மட்டும் அவருடைய அழிக்கும் சக்தியில் முழு நம்பிக்கை வைத்துவிட வேண்டும். அவ்வளவுதான் அவர் கேட்டது.

லிங்கத்தைக் கட்டிக்கொண்டு மன் டியிட்ட சிறுவன் எழுந்திருக்கவில்லை. அவன் வாய் சதா சிவநாமங்களை உச்சரித்துக் கொண்டே இருந்தது. அவனை எமன் அணுகிக் கொண்டிருந்தானே தவிர, அவன் உண்மையில் இன்னும் சரியானபடி வாழ்க்கையை அறியாத பாலகன். பதினாறு வயசு ஆவதற்கு வெகுகாலம் முன்னரே அவன் சிவபக்தனாகிப் பழுத்துவிட்டான். படிகளின் உதவியேயில்லாமல் அவன் எப்படியோ ஏணியின் உச்சியில் இருந்தான். அந்தப் பக்தி ஒன்றுதான் தன்னை எமன் கையிலிருந்து காப்பாற்றக்கூடியது என்ற ஒரே நம்பிக்கைதான் அந்தப் பக்திக்குக் காரணம். வாழ்க்கையை அறியாத பாலகன்தான் எனினும் அவன் உள்ளமும், உடலும் வாழ விரும்பின. எமனை வரவேற்கத் தயாராக இல்லை.

மிருகண்டு மஹரிஷி பல தடவைகளில் அவனிடமே அவன் பிறந்த கதையைச் சொல்லியிருக்கிறார். பிள்ளைக்காகத் தானும் தன் பத்தினியும் தவம் செய்ததையும், பகவானே வந்து நூறு வயசு வாழக்கூடிய அசட்டுப் பிள்ளை வேணுமா, சிவபக்தனாக பதினாறு வருஷம் வாழ்ந்து இறந்துவிடக்கூடிய பிள்ளை வேணுமா என்று கேட்டதையும், சொல்லியிருக்கிறார். மார்க்கண்டனும் அவன் தாயும் இந்த விஷயத்தில் ஒரு கட்சி. மிருகண்டு மஹரிஷி எதிர்க்கட்சி - ஆனால் அவர் தன் கெட்டிக் காரப் பிள்ளை அல்பாயுஸுதான் என்று விதிக்கப்பட்ட பிள்ளை - தன் கெட்டிக்காரத்தினால் எமனையும், அவளுக்கு வரமளித்த பகவானையும் மாற்றிவிடலாகாதா என்றுதான் ஆசைப்பட்டுக் கொண்டிருந்தார். அதன் பொருட்டு அவர் சிவபக்தி எனும் மார்க்கத்தை அவனுக்கு உபதேசித்து அமிருதகடேசு வரரிடம், நான் செய்வது இனி யாதுமில்லை என்று ஒப்படைத்து விட்டார்.

ரத்தத்தில், உடன் பிறந்து ஓடும் வாழ்க்கைப் பற்றுதல் என்பது யாருக்கும் உள்ளதுதான். மார்க்கண்டச் சிறுவனின் உள்ளத்திலே என்ன நேருமோ, கடவுள் காப்பாற்றுவாரா என்று சந்தேகமும் அதன் பக்கத்திலேயே காப்பாற்றுவார்; கைவிட்டுவிட மாட்டார் என்ற ஒரு திடமான நம்பிக்கையும் ஒன்றோடொன்று மோதிக்கொண்டு வியாபித்து நின்றன. பதினாறு வயசுக்குள், இவ்வளவு சிவபக்தி காட்டியவன் மார்க்கண்டனைப் போல ஒரே லக்ஷ்யமாகச் சிவநெறி நின்றவன் வேறு யாரும் இல்லை என்று உலகெலாம் போற்றிற்று. அது மார்க்கண்டனுக்கும் தெரியும்; சிவபிரானுக்கும் தெரிந்திருக்க வேண்டும்; அவர் இப்படிப்பட்ட பக்தனைக் கைவிட்டு விடுவாரா? உலகமே அவரைத் தூற்றும்; சைவ மதமே, சிவ பக்தியே. மற்ற எவ்வளவோ அவநம்பிக்கைகளும் சந்தேகங்களும் களியாட்டம் போட்டன. ஆனால் அவன் வாய் சிவநாமங்களை உச்சரிப்பதை நிறுத்தவில்லை; அவன் கை அமிருதலிங்கத்தைப் பிடித்திருந்த பிடியைத் தளர்த்தவில்லை.

நள்ளிரவில் எமன் வந்தான். உதை பட்டான். மார்க் கண்டனின் உயிரைக் கவரச் சக்தியில்லாதவனாகப் பாசக் கயிற்றைச் சுருட்டி எடுத்துக்கொண்டு தலைகுனிந்தவனாகத்

திரும்பிவிட்டான். தேவலோகத்தில் போய் யாருடைய ஆத்மாவையோ காட்டி, "இது மார்க்கண்டனுடையது" என்று அவன் சொன்னதாகவும், சிவபிரானே, "மார்க்கண்டன் இறக்க வில்லை" என்று நிரூபிக்க வேண்டி வந்தது என்றும் கொஞ்ச காலம் உலாவிய வதந்தி நிஜமல்ல என்றே நாம் நம்பலாம். தேவலோகத்துச் செய்தி எப்படியானாலும் பூலோகத்திலேயே சைவ மதமும், சிவபக்தர்களுக்குத் தங்கள் மார்க்கமுமே சிறந்த மார்க்கமென்று நிரூபிக்க இன்னொரு ருசுவும் கிடைத்து விட்டது. அதுவும் எப்படியானாலும் பாதகமில்லை. மார்க் கண்டனைப் பற்றிய வரையில் அவன் பதினாறு வயசைத் தாண்டிவிட்டான். என்றும் பதினாறு வயசாக வாழ வரம் பெற்று விட்டான். அன்றிரவு எமன் வந்து போனபின் அவன் எப்பொழுது காலையில் கர்ப்பக்கிருகத்தின் கதவைத் திருப்பார்கள். அங்கிருந்து வெளியேறலாம் என்று காத்திருந்தான். அப்பொழுதும் அவன் நாக்குச் சிவபெருமான் திருநாமத்தை உச்சரிப்பதை நிறுத்திவிடவில்லை.

யுகங்கள் எவ்வளவோ வந்து கழிந்துவிட்டன. பிரம்ம வருஷங்கள் சென்றுவிட்டன எவ்வளவோ பிரம்மங்கள் தோன்றி மறைந்து விட்டார்கள்.

மாயூரத்திலிருந்து தரங்கம்பாடி போகும் ரயிலில் நான் சென்ற வாரம் மார்ககண்டனைச் சந்தித்தேன். அவனுக்கு வயசு இன்றும் பதினாறுதான். அவனைப் பார்த்தால் எவ்வளவோ யுகங்கள் வாழ்ந்துவிட்டவனாகத் தோன்றிற்று. ஒருநாளைப் பசியும், பட்டினியும் ஒரு மனிதனுக்கு வயசை ஒரு யுகம் அதிகப்படுத்திக் காட்டப் போவதா? அவன் ஒரு நாளல்ல, ஒரு மாசமல்ல, ஒரு வருஷமல்ல இப்படிக் கடத்திக் கொண்டு வந்திருக்கிறான்.

"நான்தான் மார்க்கண்டன். அமிருதகடேசுவரரிடம் அன்று பக்தி செலுத்தி எமனை விரட்டிச் சிரஞ்சீவியானேன். இன்று எமன், அந்தப் பழைய ஞாபகத்தால் என்னை அணுகப் பயப் படுகிறான். என்னை அழைத்துப் போக எமனுக்கு அந்தச் சிவனே உத்தரவிட்டாலொழிய என்னை அணுக மாட்டேன் போலிருக்கிறது. பக்தி செய்து சிவனிடம் அந்த வரத்தைப் பெற நான் போகிறேன்" என்றான்.

அவன் யாரோ பைத்தியம் என்று எண்ணினேன் நான். "காலணா இருந்தால் கொடு சாமி" என்று அவன் கேட்ட பிறகுதான் அவன் கெட்டிக்காரப் பிச்சைக்காரன் என்று எனக்குத் தெரிந்தது.

ஆனால் அவன் திருக்கடையூரில்தான் இறங்கினான்.

24

கபாலி

இரவு தூக்கமில்லை. புழுக்கம் என்பது மட்டுமல்ல; உடம்பில் ஏனோ ஒரு சில்லிப்பும் இருந்தது. இது ஜலதோஷம் காரணமாக ஏற்பட்ட லேசான ஜுரத்தினால் ஏற்பட்டாகவும் இருக்கலாம். மொத்தத்தில் கனமில்லாத, தூக்கமும் இல்லாத, விழிப்பும் இல்லாத ஒரு நிலையில் இரவு ஒருவழியாகக் கழிந்து விட்டது.

ஒரு காலத்தில் நமது நகர்கள் எல்லாம் வாக் போவதற்குச் சௌகரியமாக, வண்டி, மனிதர்கள் இல்லாமல் சௌகரியமாக இருந்தன. இப்போது நகர்ப்புறங்களில் ஜனக்கூட்டம் மட்டும் அல்ல; மாடுகள், மனிதர்கள், சைக்கிள் ரிக்ஷாக்கள், உயிர் இல்லாத சேதனப் பொருள்கள் என்று பலவும் ரோட்டில் நம்மோடு நடையிடப் போட்டி போடுகின்றன. நடப்பதே சிரமமாக இருக்கிறது. பூமிக்கு மேல் ஓடும் ரயில் இருந்தால் தேவலை போல் இருக்கிறது. அதுவும் வரக்கூடும்தானே!

காலையில் எழுந்ததும், மனத்தில் ஏதாவது முண்டிக் கொண்டு வந்தால் எழுத உட்கார்ந்து விடுவேன். எழுத உட்கார்ந்து விட்டால் எழுத்து வேகத்திலிருந்து விடுபட ஒரு மணி நேரம், இரண்டு மணி நேரம் பிடிக்கும். வெய்யில் வந்து விடும். காபி, இட்லிக்கு வெளியே போகலாமே தவிர வாக் போகக் கிளம்பத் தோன்றாது.

எழுதாத நாட்களில் அதிகாலையில் தூக்கமும், விழிப்பு

மான ஒரு நிலையில் கபாலி கோயிலைச் சில சமயம் குளம் உட்பட வலம் வருவது ஒரு சுவாரசியமான அனுபவம். ஐம்பது ஆண்டுகளுக்கு முன் முல்லை முத்தையா இங்கே எங்கேயோ ரூம் வைத்துக் கொண்டிருக்கப் புதுமைப்பித்தனும், நானும் அவரைச் சந்தித்து குளத்தின் படிக்கட்டில் உட்கார்ந்து ஒரு மாலைப்பொழுது பூராவும் கழித்தது நினைவிருக்கிறது. இலக்கியம் பற்றியும் வேறு பல விஷயங்கள் பற்றியும் பேசினோம். பு.பி., ஸ்வைக் என்பவரின் ஒரு கதை பற்றிச் சொன்னார். நான் டி.எஃப். போவிஸ் என்பவரின் மிஸ்டர் வெஸ்டன்ஸ் குட்வைன் பற்றிப் பேசினேன் என்று எண்ணுகிறேன். பேச்சு அவ்வளவு முக்கியமில்லை. ஒருவருடன் ஒருவர் இருந்தது முக்கியமாக ஓர் உஷ்ணத்தை உண்டாக்குவதாக இருந்தது. இதை வேறு எப்படிச் சொல்வது என்று தெரியவில்லை.

அப்போது குளத்தைச் சுற்றி வேலியில்லை, நினைத்தவர் கள் குளத்துப் படிக்கட்டுகளில் இறங்கிப் படிக்கட்டில் உட்காரலாம். யாரும் ஆட்சேபிக்க மாட்டார்கள். குளத்தில் கொஞ்சம் நீரும் இருந்ததால் பீச் போல இல்லாவிட்டாலும் காற்று குளுகுளுவென்றிருக்கும். இப்போது புதுமைப்பித்த னும் இல்லை. இருந்தாலும், என்னோடு நட்புப் பூண்டவராக இருப்பாரா என்பதும் தெரியாது. ஒரு சமயத்து நட்பு பல காலத்து விரோதமாக மாறுவதைப் பார்ப்பது இப்போதெல் லாம் மிகமிகச் சகஜமாக இருக்கிறதே! முல்லை முத்தையா எங்கோ பிராட்வே பக்கத்தில் இருக்கிறார் இப்பொழுது. நான் மட்டும் கபாலி குளத்தையும் சேர்த்து இன்று அதிகாலையில் சுற்றி வந்து கொண்டிருக்கிறேன். ஐம்பது வருஷத்தில் தொடர் பற்ற சிந்தனைகள் அறுத்த சங்கிலியாக என் மனத்தைப் பிணைக் கின்றன. வேறு வருவித்துக் கொள்ளவேண்டும் என்று தோன்ற வில்லை.

கோயிலுக்குள் இருக்கிற கபாலியைப் போய்ப் பார்த்து எத்தனையோ ஆண்டுகள் ஆகிவிட்டன. பார்த்தபோதும் ஜன நெரிசலில் ஒரு விநாடிப் பார்வையில் உருவம் முழுவதும் கூடக் கண்ணில் பட்டதில்லை. “தெருவில் கேட்கிறதே - அந்தக் கூச்சல்தான் தெய்வம்” என் மனத்தை அறுத்த சங்கிலிக் கரணை களாகப் பிணைக்கிறதே அதுதான் கபாலி என்று சொல்ல

எனக்குத் தோன்றுகிறது. இதுதான் உண்மையா? என்னால் என்னைப் பற்றிய வரையில், ஆமாம் என்றுதான் சொல்ல வேண்டும்.

திரும்பி வடக்கு மாடவீதியில் பாதி வழி வந்த பிறகுதான் ஒரு கேள்வி என்னுள் எழுந்தது. எதற்காக இப்படி எல்லோரும் போகிற மாதிரி வலமாக வர வேண்டு? பிரதட்சிணமாகச் சுற்றினால்தான் புண்ணியம் என்கிறார்கள். ஆனால் எனக்குப் புண்ணியம் சேர்ப்பதில் அவ்வளவாக அக்கறை இருக்கிற மாதிரி தெரியவில்லை.

நின்று இரண்டு நிமிஷம் யோசித்துப் பராக்குப் பார்த்து விட்டு அப்பிரதட்சிணமாகத் திரும்பி நடந்துவிடுவது என்று தீர்மானித்தேன். தீர்மானத்தைச் செயலில் கொண்டு வருவதற்கு ஒரு நிமிஷம் பிடித்தது. ஏனென்றால் கால்கள் தாமாகவே பிரட்சிணமாக நடக்கப் பழக்கப்பட்டவை. ஹிம்சை என்பது மனித சுபாவம் - அஹிம்சை என்பது கற்றுக்கொள்ள வேண்டியது. அதுபோலத்தான் இதுவும்.

நான் திரும்பியவுடனே எதிர்ப்பட்டது ஒரு வார்ப்பு. அது வரை நான் கவனிக்காத ஒரு குறுகிய பாதை போலத் தோன்றியது அது. அப்படி அங்கே அது இருப்பது சாத்தியம் அல்ல என்று தான் சொல்லவேண்டும். அந்தப் பாதையோடு போனால் குளத்தில்தான் விழவேண்டும். ஆனால் பாதையில் குளம் குறுக்கிடவில்லை. குளத்துக்கு அடியில் போகிறதா பாதை? மேலே போகிறதா? மேலே ஓடுகிற மயிலாப்பூர் கோயில் வந்து விட்ட எதிர்காலமா இது - அல்லது அந்தப் பாதை காட்டியது பழங்காலமா?

எதிர்ப்பட்ட மனிதர்க பழங்காலத்தவர்கள் போலத்தான் இருந்தார்கள். சட்டை போட்டவர்கள் ஒருவரையுமே காணோம் சைக்கிள் ரிக்ஷா வண்டிகளையும் காணவில்லை. தூரத்தில் பஸ் ஸ்டாண்டு ஹார்ன் இரைச்சல்கூடக் கேட்கவில்லை. ஆனால் பாதையில் ஆயிரக்கணக்கானவர்கள் இல்லா விட்டாலும் நூற்றுக் கணக்கானவர்கள் ஒரே திசை நோக்கிப் போய்க் கொண்டிருந் தார்கள். குழந்தைகளை இன்றுபோலத் தோளில் தூக்கி வைத்துக்கொண்டு போன ஆண்களும், குழந்தைகளை அடித்துத்

திருத்தி ஆங்காரமாக கூட வாயேன் என்று அதட்டிக் கொண்டு பெண்களும் நிரம்பியிருக்கிறார்கள்.

எங்கே போய்க் கொண்டிருக்கிறார்கள் இவர்கள் என்று பார்க்க எனக்கு ஆவலாக இருந்தது. காரியத்தில் கவனமாக இருந்தவர்கள், நான் ஏதாவது கேள்வி கேட்டால் பதில் சொல்லுவார்கள் என்று தோன்றவில்லை! கூடச்சென்று பார்க்கலாம் என்று தோன்றிற்று. எனக்கும் அவசரமாக ஒரு வேலையும் செய்யவேண்டியதில்லை. காலம் என்னைக் கட்டுப் படுத்தியதேயில்லை. ஆனால் பாதை நான் எதிர்பார்த்ததை விடக் குறுகலாகவும் நீளமாகவுமத்தான் இருந்தது. எனக்குப் பழக்கப்பட்ட எதுவும் கண்ணில் படவில்லை. ஏதோ புதுப் பிரதேசத்துக்கு வந்துவிட்ட மாதிரி இருந்தது.

நேரே மேலக்கோபுர வாசல் தெரிந்தது. ஒரே நெரிசல், கூட்டம், சலனம். எனினும் மேலக்கோபுர வாசலில் என்ன நடந்து கொண்டிருந்தது என்பது தெரிந்தது. ஏதோ நாடக மேடையில் நடித்துக் காட்டப்படும் ஒரு காட்சிபோல -

"அவர்தான் திருவாதவூரார், மாணிக்கவாசகர். இதற் காகவே வந்திருக்கிறார்" என்று கூட்டத்தில் வாய்க்கு வாய் சொன்னது என் காதில் விழவே யாரைச் சொல்லுகிறார்கள் என்று கவனித்தேன். ஆமாம் அவர்தான் - சிவப்பழமாக முண்டனம் செய்த தலையில் தங்கம் கட்டிய ருத்திராக்ஷம், கழுத்தில் அதைவிட அதிகத் தங்கம் கட்டிய ஒன்றை ருத்தி ராக்ஷம் மார்பில் புரள நின்றிருந்தார். அவர்தான் மாணிக்க வாசகராக இருக்கவேண்டும். உண்மையில் அவர் சுந்தரர்தான். மாணிக்கவாசகர் அல்ல.

அவருக்கு அப்பால் கவனம் கண்ணை இழுத்தது. ஒரு சிவிகையின் ஒரு சிறு குடத்தை வைத்து அதைச் சுமந்து கொண்டு வந்து நாலு பேர் சிவிகையை மாணிக்கவாசகர் காலடியில் வைத்தார்கள். ஒரு வெள்ளைப்பூப் போட்ட தடி ஊன்றிய சேவகன் பயபக்தியுடன் மஞ்சள் பட்டுத் துண்டால் மூடிய வாயுடன் இருந்த - தங்கமா அது? பித்தளையா? - குடத்தை சிவிகையில் இருந்து எடுத்து வைத்தான். ஒருவரும் எதுவும் பேசவில்லை. எல்லோருக்குமே தெரிந்த ஏதோ ஒரு மௌன

நாடகத்தை நடத்திக்காட்ட அவர்கள் அங்கே கூடி யிருப்பது போலத் தோன்றிற்று. ஆனால் ஒவ்வொருவரும் அவரவருக் கென்று எப்படியோ விதிக்கப்பட்ட இடத்தில் நின்றிருந்தனர். கூட்டம் கூட ஏதோ கட்டுண்டது போலத்தான் ஒரு கிழிக்காத கோட்டைத் தாண்டாதபடி நின்றது.

குடத்தை மூடியிருந்த மஞ்சள் பட்டுத் துண்டைக் குனிந்து திருவாதவூரார் அகற்றினார். கீழே ஒரு ஒரு சிவப்புப் பட்டுத் துண்டு காணப்பட்டது. பரத நாட்டியத்தில் முத்திரை கள் Demonstrate பண்ணுவதுபோல ஒரு Ritual சைகையாக அதையும் அகற்றினார் மாணிக்கவாசகர். உள்ளிருந்து லேசாக ஏதோ பனிப்படலம் மேலெழுந்து வருவதுபோல் இருந்தது. ஒரு நிமிடம் வாய் ஏதோ முணுமுணுக்க நின்றிருந்தார் மாணிக்க வாசக சுந்தரர். பின்னர் கையைக் குடத்துக்குள் விட்டு ஒவ்வொரு வெளிறிய எலும்பாக எடுத்துக் குடத்துக்குப் பக்கத்தில் தரையில் பரப்பினார். அவற்றை ஒரு வரிசைப் படுத்தி எங்கே எந்த எலும்பு இருக்க வேண்டும் என்று தெரிந்து செய்த மாதிரித் தோன்றவில்லை. கைக்கு வந்தபடி போட்டார்.

இன்னதுதான் நடக்கப்போகிறது என்கிற நிச்சயத்துடன் காத்திருப்பவர்கள் போலக் கூட்டமும், கோயிலும், கபாலியும் காத்திருந்தனர். இந்த நிச்சயம் என் மனத்தில் ஏதோ ஒரு சலனத்தை எழுப்பியது. இன்னதுதான் நடக்கப்போகிறது என்று எனக்கும் நிச்சயமாகத் தெரிவதுபோல இருந்தது. பதினெட்டு ஆண்டுகளுக்கு முன் இறந்த பெண் உயிர்த்தெழுவாள்; அவளுக்காகத் தவமிருந்த காதலன் அவளை மணமுடிப்பான் - மாணிக்கவாசகர் தயவில். பெண் பதினெட்டு ஆண்டு களுக்கு முன் பதினெட்டாவது வய்தில் இறந்தவள், இப்போது இறந்து கிடந்த ஆண்டுகள் அவள் வயசில் சேராமல் பதினெட்டு வயதாகவே இருப்பாள். பையனுக்கு மட்டும் காத்திருந்த பதினெட்டு ஆண்டுகளும் வயசில் கூடியிருக்கும். புதுமணத் தம்பதிகளைப் பார்ப்பவர்கள் 'இரண்டாந்தாரமா? ஐயோ பாவம்!' என்பார்கள்.

மேலே என்ன நடக்கிறது என்று நின்று பார்க்க எனக்கு ஆசையில்லை. ஆசைப்பட்டு இவ்வளவு தூரம் இந்தக் கும்பலிலே வந்ததே தவறுதான் தோன்றிற்று. திரும்பிப் போக

வேண்டும் - எப்படிப் போவது - நான் வந்த பாதை எது? எந்தப் பக்கம் திரும்ப வேண்டும்?

தயக்கம் ஒரு விநாடிதான் நீடித்தது. பழைய - அதாவது இன்று பழக்கமான குளத்தங்கரை பிளாஸ்டிக் செருப்புக் கடைகளும், வலது பக்கம் நகைக் கடையும் - நான் வடக்கு மாட வீதியில் மேற்கு நோக்கி கோயிலை அப்பிரதக்ஷிணமாகச் சுற்றிக் கொண்டு...

இடத்தில் வார்ப்பில்லை எதிர்ப்பட்ட பாதை. காலத்தில் வார்ப்பு அப்பிரதட்சிணமாகச் சுற்றியதால் ஏற்பட்டதோ? கபாலிக்கு இன்னும் செயல் இருக்கத்தான் செய்கிறதோ?

செங்குந்தர் கல்யாண மண்டபத்தில் ஏதோ கல்யாணம். நாதஸ்வரக்காரர் அபஸ்வரமாக ஊதிக்கொண்டிருந்தார். அது அவர் உரிமை. அபஸ்வரத்துக்குப் பல உருவங்கள் உண்டு என்று எண்ணிக்கொண்டே வீடு போய்ச் சேர்ந்தேன். இட்லி சாப்பிட மறந்து போய் விட்டது. இரண்டாவது தடவை கிளம்பிப் போகச் சோம்பல். பொழுது வீணாகிப் போன மாதிரி ஒரு நினைப்பு எழுந்தாலும் அப்படி வீணாகவில்லை என்றும் ஒரு நினைப்புத் தோன்றியது.